AF759214

ഗ്രീൻ ബുക്സ്

പ്രകൃതി പ്രതിഭാസങ്ങൾ

ബേബി മാത്യു

പരേതരായ ടി.എം. മാത്യുവിന്റെയും
കുഞ്ഞമ്മ മാത്യുവിന്റെയും മകനായി
പുനലൂർ പലനിരപ്പിൽ വീട്ടിൽ ജനനം.
യു.എ.ഇയിലെ ബ്രിട്ടീഷ് കമ്പനിയിൽ
സ്റ്റോർ മാനേജരായും കനേഡിയൻ കമ്പനിയിൽ
അഡ്മിനിസ്ട്രേറ്ററായും സേവനമനുഷ്ഠിച്ചിട്ടുണ്ട്.

ഗ്രീൻ ബുക്സ് പ്രസിദ്ധീകരിച്ച ഇതര കൃതി

ദിനാചരണങ്ങൾ (പൊതുവിജ്ഞാനം)

വൈജ്ഞാനികം

പ്രകൃതി പ്രതിഭാസങ്ങൾ

ബേബി മാത്യു

ഗ്രീൻ ബുക്സ്

green books private limited
gb building, civil lane road, ayyanthole,
thrissur- 680 003, kerala, ph: +91 487-2381066, 2381039
website: www.greenbooksindia.com
e-mail: info@greenbooksindia.com

malayalam
prakrithi prathibhasangal
reference
baby mathew

first published february 2018

cover design : rajesh chalode

branches:
thrissur 0487-2422515
palakkad 0491-2546162
kannur 0497-2763038
thiruvananthapuram 0471-2335301

isbn : 978-93-87331-61-7

GBPL/998/2018

പ്രപഞ്ചാതീതമായ ശക്തികൾക്ക്

ആമുഖം

നോർവേയിലെ പ്രശസ്തമായ അറോറ ബോറിയാലിസിൽ (ധ്രുവദീപ്തി) തുടങ്ങുന്നു ഈ പുസ്തകത്തിലെ പ്രകൃതി പ്രതിഭാസങ്ങളുടെ സചിത്ര പര്യടനം. ഭൂമിയുടെ ചില പ്രത്യേക ഇടങ്ങളിൽ അപൂർവ്വമായ ചാരുത പ്രകൃതി ഒരുക്കി വച്ചിരിക്കുന്നു. അവയൊക്കെ യാദൃച്ഛികമല്ല. അന്ധമായ ഒരു വികാസത്തിന്റെ ഭാഗവുമല്ല മറിച്ച്, യുക്തമായ ഒരു ലക്ഷ്യ ത്തിലേക്ക് കൂടുതൽ കൂടുതൽ ഉത്കൃഷ്ടങ്ങളായ രൂപപരമ്പര കളിലും ക്രിയാത്മകമായ പരിപാടികളിലും കൂടി പ്രവഹി ക്കുന്നു; ചൈതന്യങ്ങളുടെ നീണ്ടുനിൽക്കുന്ന ശോഭയിൽ. ആരേയും അമ്പരപ്പിക്കുന്ന ഇത്തരം പ്രകൃതിപ്രതിഭാസങ്ങൾ, പ്രകൃതിയുടെ വിരുന്നുകൾ, ദൃശ്യങ്ങൾക്കും ചിന്തകൾക്കും പഠനങ്ങൾക്കും വിധേയമാക്കാം.

അവർണ്ണനീയമായ പല പ്രതിഭാസങ്ങളും പ്രകൃതി ഒരുക്കി യെടുത്തിട്ടുണ്ട്. ഭൂമിയിലുള്ള പല സ്ഥാനങ്ങളും ഇതിനുദാ ഹരണങ്ങളാണ്. അവിടെയൊക്കെ മനുഷ്യർ പല നിർമ്മിതി കളായി പലതും ചെയ്തുവച്ചിട്ടുമുണ്ട്. ഉദാഹരണമായി ഈജി പ്തിലെ പിരമിഡുകൾ. ഇത്തരം നിർമ്മിതികൾ വെളിപ്പെടു ത്തുന്നത് മനുഷ്യൻ ഭൂമിയുടെ കാന്തിക വലയങ്ങളെ പ്രയോ ജനപ്പെടുത്തുകയല്ലേ ചെയ്തിട്ടുള്ളത്? ഇതിൽ നിന്നെല്ലാം മനുഷ്യൻ മനസ്സിലാക്കേണ്ട ഒരു പ്രധാന കാര്യം പ്രകൃതി യുടെ ശുദ്ധമായ ശക്തി മനുഷ്യന്റെ നിയന്ത്രണത്തിലല്ല. അതു കൊണ്ടുതന്നെ പ്രകൃതിപ്രതിഭാസങ്ങൾ എന്ന ഈ പുസ്തകം രചിക്കുവാൻ എനിക്കു ലഭിച്ച ഉൾകാഴ്ചയെ ഞാൻ നമി ക്കുന്നു.

ഏതൊരു ജീവനെയും ഊനമില്ലാത്തതാക്കി സൃഷ്ടിക്കുന്നത് പ്രകൃതിയുടെ ശക്തികൊണ്ടു മാത്രമാണ്. വിശാലമായി കിടക്കുന്ന സമുദ്രങ്ങളുടെ ദിങ്മണ്ഡലത്തിലൂടെ വളരെ

മനോഹരമായ പശ്ചാത്തലമൊരുക്കിക്കൊണ്ട് സൂര്യൻ ആഴങ്ങളിലേക്കു മറയുന്നുവെന്ന് നമ്മെ തോന്നിപ്പിക്കുന്നു. പ്രകൃതി അതിന്റെ സമതുലിതാവസ്ഥ എപ്പോഴും നില നിർത്തുന്നതിനു യത്നിച്ചു കൊണ്ടിരിക്കും. മനുഷ്യന്റെ കടമ പ്രകൃതിയുമായി എപ്പോഴും സ്വരൈക്യത്തിൽ കഴിയുക മാത്രമാണ്. കാരണം പ്രകൃതിയുടെ സമതുലിതാവസ്ഥ മനുഷ്യൻ നഷ്ടപ്പെടുത്തരുത്. അത് ജീവിതത്തെ തന്നെ ബാധിക്കും.

പുഴകളുടെ ആരംഭവും അവസാനവും വനാന്തരങ്ങളിലെ പക്ഷികളും അവയുടെ ജീവിത രീതികളും മൃഗങ്ങളുടെ പ്രയാണങ്ങളും സമുദ്രത്തിന്റെ വൈവിധ്യങ്ങളും ഭൂമിയിലെ സസ്യജാലങ്ങളുടെ സംഭാവനകളും ആകാശ പ്രതിഭാസ ങ്ങളും ഗുഹാമനുഷ്യൻ മുതൽക്കുള്ള മനുഷ്യ ജീവിതങ്ങളും ഈ കൃതിയിൽ പരാമർശ വിധേയമാണ്.

ഇത്തരം കൃത്യതയുള്ള പ്രകൃതിപ്രതിഭാസങ്ങൾ വിചിന്തന ങ്ങൾക്കു വിധേയമാക്കുന്നവരെ അദ്ഭുതങ്ങളുടെ ഉത്തുംഗപദ ത്തിൽ എത്തിക്കും. കത്തിക്കരിഞ്ഞു ചാമ്പലാകുന്ന സസ്യ ജാലങ്ങളുടെ പ്രദേശത്തു നിന്നും പതിൻമടങ്ങ് ശക്തിയോടെ സസ്യങ്ങൾ മുളച്ചു പൊന്തും. നാളുകൾ കഴിയുമ്പോൾ അവിടെയെല്ലാം ജീവജാലങ്ങളെക്കൊണ്ടു നിറയും. അതിജീവനം നേടാൻ ശക്തിയാർജിച്ചിട്ടുള്ളവയാണ് അവ. പ്രകൃതി സസ്യജാലങ്ങളെ സംരക്ഷിക്കുന്നു. അതുപോലെ സസ്യജാലങ്ങളും.

വിവിധ ഉദ്ദേശ്യങ്ങളോടെ പ്രകൃതി രൂപപ്പെടുത്തിയിട്ടുള്ള നിരവധി സ്ഥാനങ്ങൾ ഭൂമിയിലുണ്ടല്ലോ. അത്തരം പ്രതിഭാസ ങ്ങളാണ് ഈ പുസ്തകത്തിലെ പ്രതിപാദന വിഷയം. ചിരസ്ഥായിയായ പ്രകൃതിയുടെ രൂപീകരണങ്ങൾ ഭൗമ ശാസ്ത്ര വിദ്യാർത്ഥികൾ, ഭൂഭൗതിക (ജിയോ ഫിസിക്സ്) പഠിതാക്കൾ, വിജ്ഞാനാന്വേഷികൾ, പ്രകൃതി സ്നേഹികൾ, ലോകസഞ്ചാരികൾ, മറ്റു ജിജ്ഞാസുക്കൾ എന്നിവർക്കു അറിവിന്റെ കിരണങ്ങൾ ഈ പുസ്തകം പകർന്നു നൽകി തുണയ്ക്കുമെങ്കിൽ ഞാൻ ചാരിതാർത്ഥനാകും.

അമ്പത്തിമൂന്ന് അദ്ധ്യായങ്ങളിലായി അറുപത്തിയൊന്നു പ്രകൃതിപ്രതിഭാസങ്ങളെപ്പറ്റിയുള്ള വിവരണങ്ങൾ ഈ പുസ്തകത്തിൽ രേഖപ്പെടുത്തിയിട്ടുണ്ട്. ഒപ്പം ലഭ്യമായ ചിത്ര ങ്ങളും.

ഈ പുസ്തകത്തിലെ പ്രതിപാദ്യ വിഷയങ്ങൾ ഭൂമിയിലെ വിവിധ രാജ്യങ്ങളിലുള്ള പ്രതിഭാസങ്ങൾ ആണല്ലോ. അവയുടെയെല്ലാം പേരുകൾ അതതു രാജ്യങ്ങളിലേയും പ്രദേശങ്ങളിലേയും ഭാഷയിൽ രേഖപ്പെടുത്തിട്ടുള്ളവയാണ്. ചില പേരുകൾ മൊഴിമാറ്റം നടത്തുമ്പോൾ വായനക്കാർക്കു ബുദ്ധിമുട്ട് അനുഭവപ്പെടുമെന്നുള്ളതുകൊണ്ട് അനുലിഖിതമായും ചില പ്രാദേശികഭാഷാപേരുകൾ അതേപടിയും മറ്റു ചിലത് മൊഴിമാറ്റം ചെയ്തും രേഖപ്പെടുത്തിയിരിക്കുന്നു.

പ്രകൃതിശക്തിയുടെ മുമ്പിൽ എത്രയും ആദരപൂർവ്വം 'പ്രകൃതിപ്രതിഭാസങ്ങൾ' എന്ന ഈ പുസ്തകം കൂപ്പുകൈകളോടെ സമർപ്പിക്കുന്നു.

പ്രകൃതിപ്രതിഭാസങ്ങളെ വിദ്യാർത്ഥികൾക്കും അന്വേഷണകുതുകികൾക്കും പരിചയപ്പെടുത്തുകയാണ് ഈ കൃതി. പൂർണ്ണമായി എന്ന് അവകാശവാദമില്ലാതെ....

ഗ്രീൻ ബുക്സിനു നന്ദി.

ബേബി മാത്യു

ഉള്ളടക്കം

പ്രകൃതി പ്രതിഭാസങ്ങൾ

ദൈവത്തിന്റെ സൂക്ഷ്മമമായ സൃഷ്ടിവൈഭവത്തിന്റെ മകുടോദാഹരണമാണ് ലോകം. അഭൗമമായ സൗന്ദര്യവും കാവ്യാത്മകതയും വ്യക്തതയും പ്രപഞ്ചത്തിന്റെ ഓരോ അണുവിലും നിറഞ്ഞു നിൽക്കുന്നു. ആകാശത്തിലേയും ഭൂമിയിലേയും ദൃശ്യങ്ങളും അദൃശ്യങ്ങളുമായ യാഥാർത്ഥ്യങ്ങളെല്ലാം കൃത്യമായ പ്രപഞ്ചനിയമങ്ങളാൽ ബന്ധിതമാണ്. അതിപുരാതനകാലം മുതൽക്കേ ആകാശത്തിലെ വസ്തുക്കളെ തിരിച്ചറിയാനുള്ള അഭിവാഞ്ഛ മനുഷ്യനുണ്ടായിരുന്നു.

അനന്തവും അജ്ഞാതവും അവർണ്ണനീയവുമായ ഈ പ്രപഞ്ചത്തിൽ ജീവന്റെ തുടിപ്പുള്ള ഭൂമിയെക്കൊണ്ട് തൃപ്തരല്ല മനുഷ്യൻ. പ്രപഞ്ചത്തിൽ ജീവന്റെ ഉദ്ഭവം, പരിണാമം, വിതരണം, ജീവന്റെ ഭാവി എന്നിവയെക്കുറിച്ചു പഠിക്കുന്ന ശാഖയാണല്ലോ അസ്ട്രോബയോളജി. ഭൗമേതര ജീവൻ തിരയുന്ന എക്സോബയോളജിയാണ് ഇന്ന് ശാസ്ത്ര ഗവേഷണങ്ങൾക്ക് കൂടുതൽ ഊർജ്ജം പകർന്നുകൊണ്ടിരിക്കുന്നത്.

ഭൂഗോളത്തിന്റെ സ്പന്ദനം ഗണിതമാണ്. ഭൂമിയുടെ ചലനത്തിൽ നേരിയ വ്യത്യാസമായ ഒരു സെക്കന്റ് ശാസ്ത്രജ്ഞർ കണ്ടുപിടിക്കുകയും അറ്റോമിക് ക്ലോക്കിൽ വ്യത്യാസം ക്രമപ്പെടുത്തുകയും ചെയ്തിട്ടുണ്ട്.

പ്രപഞ്ചം വികസിച്ചുകൊണ്ടിരിക്കുന്നുവെന്നാണ് കണ്ടുപിടിക്കപ്പെട്ടിട്ടുള്ളത്. അതും ത്വരിതഗതിയിലുള്ള വികാസമാണ് നടന്നുകൊണ്ടിരിക്കുന്നതെന്ന് ശാസ്ത്രം വിലയിരുത്തുന്നു. ഈ വികാസത്തിന് ഊർജ്ജം അത്യാവശ്യമാണ്. ഇരുണ്ട ഊർജ്ജ(ഡാർക്ക് എനർജി) മാണ് പ്രപഞ്ചത്തിന്റെ വികാസത്തിന് ഇന്ധനമാക്കുന്നത്.

നാം സങ്കല്പിക്കുന്നതിനപ്പുറത്താണ് ഭൂമിയിലെ അദ്ഭുതങ്ങൾ. പ്രകൃതിപ്രതിഭാസങ്ങൾ ഏറെ ശ്രദ്ധേയമാണ്. ഇവയൊന്നും മനുഷ്യന്റെ ബുദ്ധിയിൽ നിന്നും ഉളവായതല്ല. ഉദാഹരണമായിട്ട് സൂര്യോദയം, അസ്തമയം, കാലാവസ്ഥ, മൂടൽമഞ്ഞ്, ഇടിനാദം, മിന്നൽ, ചുഴലിക്കാറ്റ്, ജീവശാസ്ത്രപരമായ പ്രക്രിയ, അഴുകൽ, ക്ഷയിപ്പിക്കൽ, വേലിയേറ്റം വേലിയിറക്കം, വൈദ്യുത കാന്തിക പ്രസരണം, അഗ്നിപർവ്വതം അതിന്റെ പൊട്ടിത്തെറിക്കൽ, ഭൂമികുലുക്കം എന്നിങ്ങനെ അനേകായിരം സംഭവവികാസങ്ങൾ പ്രകൃതിപ്രതിഭാസങ്ങളിൽ പെടുന്നു.

ഇന്ദ്രിയശക്തികൊണ്ട് മനസ്സിലാക്കാവുന്നവയാണ് പ്രകൃതിപ്രതിഭാസങ്ങൾ. സഹജാവബോധ(ഇൻസ്റ്റ്യൂഷൻ)വും യുക്തിചിന്ത(റീസണിംഗ്)കളും ഈ ഗണത്തിൽ പെടുന്നില്ല. കാരണം പ്രകൃതിപ്രതിഭാസങ്ങളെ മുൻനിർത്തി ധാരാളം അന്ധവിശ്വാസങ്ങൾ സമൂഹത്തിൽ പ്രചരിക്കപ്പെട്ടിട്ടുണ്ട്.

ഭൗമശാസ്ത്രപരമായ ഒരു ശക്തി ഭൂമിയെ നിയന്ത്രിച്ചുകൊണ്ടുപോകുന്നു. മനുഷ്യന്റെയും മറ്റു ജന്തുക്കളുടെയും പെരുമാറ്റങ്ങളും സ്വഭാവ വൈവിധ്യങ്ങളും നിയന്ത്രിക്കപ്പെടുന്നത് പ്രകൃതിയിലെ കാതലായ ശക്തിവിശേഷത്തിൽ നിന്നുമാണ്. പ്രകൃതിയുടെ നിയമവ്യവസ്ഥിതി, പ്രകൃതി ഒരുക്കിയിരിക്കുന്ന രീതി (ഡിസ്പോസിഷൻ) പ്രകൃതിയുടെ നൈസർഗ്ഗിക ഭാവങ്ങൾ എന്നിവ നമ്മെ അമ്പരപ്പിക്കുന്നവയാണ്.

മനുഷ്യൻ അറിയാതെത്തന്നെ അവനെകൊണ്ട് പ്രകൃതി പല പ്രവൃത്തികളും ചെയ്യിപ്പിക്കുന്നു. അതുപോലെ മറ്റു ജന്തുക്കളും. തേൻ തേടി നടക്കുന്ന തേനീച്ചകളും പൂമ്പാറ്റകളും ചിത്രശലഭങ്ങളും മറ്റും അവ അറിയാതെത്തന്നെ പോളിനേഷൻ എന്ന പ്രകൃതിനിയമം നടപ്പാക്കുന്നു. ഒരു സൃഷ്ടി മറ്റൊരു സൃഷ്ടിക്ക് സഹായകരമായി തീരുന്നു. പ്രകൃതിക്ക് എപ്പോഴും രഹസ്യ സ്വഭാവങ്ങളുണ്ട്. കൃത്യമായി ചിട്ടപ്പെടുത്തിയ ഭാവപ്രകടനങ്ങൾ പുറത്തു കാണിക്കുന്നു. മനുഷ്യനുവേണ്ടി നിയന്ത്രണവിധേയമായ പാരമ്പര്യശാസ്ത്രം ഒരുക്കികൊടുത്തിരിക്കുന്നു.

വിശപ്പിലൂടെ ഭക്ഷണം കഴിക്കാൻ ഈ പ്രകൃതി നമ്മെ പ്രേരിപ്പിക്കുന്നു. ഗുരുത്വാകർഷണം പ്രകൃതി ഒരു നിയമമായി നൽകിയിരിക്കുന്നു. പ്രകൃതി സംരക്ഷിക്കുന്നു. പ്രകൃതിയുടെ പക്കൽ ധാരാളം കരുതൽ ശേഖരങ്ങളുണ്ട്. ഇത്തരത്തിൽ മനുഷ്യന്റെ ബുദ്ധിക്ക് അതീതമായതും മനുഷ്യനാൽ അസാദ്ധ്യവുമായ അനേകായിരം ലക്ഷം വിസ്മയക്കാഴ്ചകൾ ഭൂമിയിലുണ്ട്. അത്തരം കണ്ണഞ്ചിപ്പിക്കുന്നതും അദ്ഭുതപ്പെടുത്തുന്നതുമായ ചില സ്ഥലങ്ങളിലൂടെയുള്ള ഒരു യാത്രയാണ് 'പ്രകൃതിപ്രതിഭാസങ്ങൾ' എന്ന ഈ പുസ്തകത്തിൽ പ്രതിപാദിച്ചിരിക്കുന്നത്.

ഭൂമി സൂര്യനെ ഒരു മണിക്കൂർകൊണ്ട് ചുറ്റുന്ന വേഗത 107280 കിലോമീറ്ററായി നിജപ്പെടുത്തിയിരിക്കുന്നു. ആരാണ് ഈ കൃത്യമായ വേഗത നിർണ്ണയിച്ചിരിക്കുന്നത്?

ഭൂമി എല്ലാറ്റിനേയും അതിന്റെ കേന്ദ്രത്തിലേക്ക് ആകർഷിക്കുന്നു. ഈ പ്രതിഭാസം ആരാണ് ഒരുക്കിയിരിക്കുന്നത്?

മുകളിൽ വിവരിച്ചതും ഈ പുസ്തകത്തിൽ എഴുതാൻ ഉദ്ദേശിക്കുന്നതുമായ സൂപ്പർ നാചറൽപവർ ഈ പ്രപഞ്ചത്തിൽ ഒരുക്കിയിരിക്കുന്ന വിസ്മയങ്ങളാണ് ഈ പുസ്തകത്തിലെ പ്രതിപാദ്യ വിഷയം. സൂപ്പർ നാചറൽപവ്വറിനു ബദലായി മറ്റൊരു ശക്തി ഭൂമിയിൽ പ്രവർത്തിക്കുന്നുണ്ട്. അത് ഭൂമിയിലെ ശ്രേഷ്ഠ ജീവിയായ മനുഷ്യൻ തന്നെ. ഈ സൂപ്പർ ഹ്യൂമൺപവർ ഭൂമിയിൽ ചെയ്തിട്ടുള്ള ചില അദ്ഭുതങ്ങൾ ഈ പുസ്തകത്തിൽ ഉൾപ്പെടുത്തിയിട്ടുണ്ട്.

ഒന്ന്

സൂപ്പർ ഹ്യൂമൺ പവ്വർ

എ. കരഗതാഗതം

മനുഷ്യന്റെ ആദ്യത്തെ ഗതാഗത കഥ സ്വാഭാവികമായും അടിസ്ഥാന പരമായും കാൽനട യാത്രയാണ്. കായ്കൾ പറിച്ചു തിന്നും മൃഗങ്ങളെ വേട്ടയാടിയും ജീവിച്ച ഗുഹാമനുഷ്യൻ, ഭാരം വഹിച്ചുകൊണ്ട് ഒരു സ്ഥലത്തു നിന്നും മറ്റൊരിടത്തേക്ക് യാത്ര ചെയ്തിരുന്നത് കാൽനടയായിട്ടായിരുന്നു.

ഹിമപ്രദേശങ്ങളിൽ റയ്ൻഡിയറുകൾ മഞ്ഞിന്റെ മുകളിലൂടെ വലിക്കുന്ന സ്ലെഡ്ജിന്റെ കണ്ടുപിടിത്തം ബി.സി.7000 ൽ നിലവിൽ വന്നുവെന്നാണ് ചരിത്രം. മരുഭൂമിയിൽ ഒട്ടകത്തെയും സമതലപ്രദേശങ്ങളിൽ കഴുതയെയും വാഹനമായി ഉപയോഗിച്ചിരുന്നു. കഴുതയ്ക്കുശേഷം കാളയെയും മനുഷ്യൻ വാഹനമായി ഉപയോഗിച്ചു. ബി.സി.5000നുശേഷം ചക്രത്തിന്റെ കണ്ടുപിടിത്തത്തോടെയാണ് ഗതാഗത രംഗത്ത് വിപ്ലവകരമായ മാറ്റങ്ങൾ ഉണ്ടായത്.

പതിനെട്ടാം നൂറ്റാണ്ടോടെ ആവിയന്ത്രത്തിൽ സ്വയം ചലിക്കുന്ന മോട്ടോർ വാഹനങ്ങൾ നിരത്തുകളിൽ ഓടാൻ തുടങ്ങി. പത്തൊമ്പതാം നൂറ്റാണ്ട് ആയപ്പോഴേയ്ക്കും ഗ്യാസ്കൊണ്ടും പിന്നീട് പെട്രോൾ കൊണ്ടും ഓടുന്ന വാഹനങ്ങൾ നിരത്തുകൾ കീഴടക്കി. ഇന്ന് കണ്ണിന്റെ മുമ്പിൽകൂടി മിന്നൽ കണക്കെ പാഞ്ഞുമറയുന്നതും കോടികൾ വില വരുന്നതുമായ ഫെറാറി (Ferrari) 250 GTO, Koenigsegg ecxR Trevita, ലംബോർഗിനി വെനെനോ, മെർസിഡീസ് ബെൻസ് (Mercedez Bens) W196R എന്നീ ആഡംബര കാറുകൾ നിരത്തുകളിൽ ഓടിത്തുടങ്ങി.

ലോകത്തെവിടെയും ഇതുവരെ നടപ്പാക്കിയിട്ടില്ലാത്ത ഹൈപ്പർലൂപ്, ഡ്രൈവറില്ലാത്ത വാഹനത്തിന്റെ കണ്ടുപിടിത്തം ആഗോള കരഗതാഗത രംഗത്ത് ഉണ്ടാക്കാൻ പോകുന്ന കുതിച്ചുചാട്ടം പ്രവചനാതീതമായിരിക്കും. കുറഞ്ഞ മർദ്ദമുള്ള ട്യൂബിലൂടെ നിലം തൊടാതെ വെടിയുണ്ട പായുംപോലെ സഞ്ചരിക്കുന്ന വാഹനം. ഇതിന്റെ വേഗത ഒരു മണിക്കൂറിൽ 1200 കിലോമീറ്റർ. വിമാനത്തേക്കാൾ സുരക്ഷ. അതിവേഗ

റെയിലിനേക്കാൾ കുറഞ്ഞ നിർമ്മാണച്ചെലവ്, അറ്റകുറ്റപ്പണിച്ചെലവ് കുറവ് എന്നീ പ്രത്യേകതകളാണ് നിർമ്മാണക്കമ്പനി അവകാശപ്പെടുന്നത്. പ്രത്യേകം ഡിസൈനിലുള്ള യാത്രാപേടകവും (പാസഞ്ചർ പോഡ്) യാത്രക്കാർക്ക് ഇറങ്ങാനും കയറാനുമുള്ള ഹൈപ്പർ പോർട്ടുകളുമാണ് ഹൈപ്പർലൂപ്പ് യാത്രയ്ക്ക് വേണ്ടത്.

കരയിൽകൂടിയും വായുവിൽകൂടിയും സഞ്ചരിക്കുന്ന വാഹനം യാഥാർത്ഥ്യമായി. ഇസ്രായേലിലെ അർബൻ എറോനോട്ടിക്സ് കമ്പനിയാണ് ഈ നൂതന സംവിധാനം ലോകത്തിനു കാഴ്ച വെച്ചത്. ഈ കണ്ടുപിടിത്തത്തിലൂടെ രണ്ടു തരത്തിലുള്ള വാഹനങ്ങൾ ലോകത്തിനു സംഭാവനയായി ലഭിച്ചു.

1. എയർ മ്യൂൾ ഫാൻക്രാഫ്റ്റ്സ് (Air Mule Fancrafts)

പൈലറ്റില്ലാതെ ഹെലികോപ്റ്റർ ചെന്നെത്താൻ പറ്റാത്ത സ്ഥലങ്ങളിൽ നിഷ്പ്രയാസം എത്തിപ്പറ്റുന്നതിനും അപകടത്തിൽപ്പെട്ടവരെ രക്ഷപ്പെടുത്തുന്നതിനും ഉപയോഗിക്കാം. കൂടുതലും യുദ്ധരംഗങ്ങളിലും തീപ്പിടിത്തം പോലുള്ള അത്യാഹിത സംഭവങ്ങളിലും ഉപയോഗിക്കാം. ഏത് ഇടുക്കുകളിലും മൂലകളിലും ആപത്തിൽപ്പെട്ടവരുടെ അരികിലെത്തി രക്ഷിക്കുന്നതിന് സാധിക്കും. ഇതു ഡിസൈൻ ചെയ്യുന്നതിനുള്ള പേറ്റന്റ് നേടിയിട്ടുള്ളത് അർബൻ എറോനോട്ടിക്സ് ലിമിറ്റഡ് എന്ന കമ്പനിയാണ്.

2. എയർ മ്യൂൾ സിവിൽ എയർ ടാക്സി

നമ്മുടെ റോഡിൽകൂടി ഓടിക്കൊണ്ടിരിക്കുന്ന ടാക്സി പോലെ വായുവിൽകൂടി പറന്നു നീങ്ങുന്ന ടാക്സി യാഥാർത്ഥ്യമാകാൻ പോകുന്നു. ഇത് ഒരേ സമയം കരവാഹനവും വിമാനവുമാണ്. ഇതു നിർമ്മിക്കുന്നതിനുള്ള ലൈസൻസ് കിട്ടിയിട്ടുള്ളത് അർബൻ എറോനോട്ടിക്സ് ലിമിറ്റഡിനാണ്. ശാസ്ത്രത്തിന്റെ പടിപടിയായിട്ടുള്ള പുരോഗതി എല്ലാ രംഗങ്ങളിലും നിർബാധം തുടർന്നുകൊണ്ടിരിക്കുന്നു.

ബി. റെയിൽവേ ഗതാഗതം

പതിനെട്ടാം നൂറ്റാണ്ടിന്റെ അവസാനത്തിൽ കുതിരകൾ വലിക്കുന്ന റെയിൽവേ ആരംഭിച്ചു. കൽക്കരി ഖനികളിലെ ആവശ്യത്തിനായിട്ടാണ് ഇതുപയോഗിച്ചിരുന്നത്. 1830 സെപ്തംബർ പതിനഞ്ചാം തിയതി റെയിൽവേയുടെ പിതാവ് എന്നിയപ്പെടുന്ന ജോർജ് സ്റ്റീഫൻസൺ രൂപകല്പന ചെയ്ത റോക്കറ്റാണ് ഇപ്പോഴത്തെ റെയിൽവേയുടെ മുൻഗാമി. റെയിൽവേ ആദ്യം വികസിപ്പിച്ചെടുത്തത് ഇംഗ്ലണ്ടിലാണ്. ഇന്ത്യയിൽ 1853ൽ റെയിൽവേലൈൻ നിലവിൽ വന്നു. 1861 മാർച്ച് 12 നു ഉദ്ഘാടനം ചെയ്ത ബേപ്പൂർ-തിരൂർ തീവണ്ടിപ്പാതയാണ് കേരളത്തിലെ ആദ്യത്തെ തീവണ്ടിപ്പാത.

റെയിൽവേയുടെ ഇന്നത്തെ പുരോഗതി അതിശയിപ്പിക്കുന്ന കുതിച്ചു ചാട്ടമാണ് നടത്തിയിരിക്കുന്നത്. കാന്തിക ശക്തിയാൽ ട്രെയിനിനെ പാളത്തിൽ നിന്നും പൊക്കി പറപ്പിക്കുന്ന രീതിയാണ് ഹൈ സ്പീഡ് മാഗ്നെറ്റിക് ലെവിറ്റേഷൻ ലൈൻ. ഇത്തരത്തിലുള്ള ലോകത്തിലെ ഏറ്റവും കൂടുതൽ വേഗതയുള്ള ട്രെയിൻ ഷാങ്ഗായ് മാഗ്ലെവ് ആണ്. ഇതിന്റെ ഓപ്പറേഷണൽ സ്പീഡ് ഒരു മണിക്കൂറിൽ 430 കിലോമീറ്റർ. ശരാശരി വേഗത ഒരു മണിക്കൂറിൽ 250 കിലോമീറ്റർ. മറ്റു ഹൈ സ്പീഡ് ട്രെയിനുകൾ ഹാർമണി CRH 380A ഒരു മണിക്കൂറിലെ ഇതിന്റെ ഓപ്പ റേഷണൽ സ്പീഡ് 380 കിലോമീറ്റർ. അടുത്തത് സിമെൻസ് വേലാറോ E/AVS 103 ഇതിന്റെ ഓപ്പറേഷണൽ സ്പീഡ് 350km/hr.

സി. ജലഗതാഗതം

ആദിമ മനുഷ്യൻ ജലഗതാഗതമാണ് ആദ്യം ഉപയോഗിക്കാൻ തുടങ്ങി യത്. അന്ന് താമസിക്കാൻ തെരഞ്ഞെടുത്തതും ജലസ്രോതസ്സുകളുടെ തീരങ്ങളായിരുന്നുവല്ലോ. ആദ്യം തടിക്കഷ്ണങ്ങളിൽ അങ്ങോട്ടു മിങ്ങോട്ടും സഞ്ചരിക്കുവാൻ തുടങ്ങി. പിന്നീട് തടിക്കഷ്ണങ്ങൾ കൂട്ടി ക്കെട്ടി യാത്രയും ചരക്കു നീക്കങ്ങളും ആരംഭിച്ചു. ഒറ്റത്തടികൊണ്ടുള്ള ചെറുവള്ളങ്ങൾ നിർമ്മിക്കാൻ പഠിച്ചു. കെട്ടുവള്ളങ്ങൾ ചരക്കുഗതാഗത ത്തിനായി നിർമ്മിച്ചു. കാറ്റിന്റെ സഹായത്താൽ ചലിക്കുന്ന പായ്ക്കപ്പലു കൾക്ക് രൂപം നൽകി.

ജയിംസ് വാട്ട് ആവി എൻജിൻ കണ്ടുപിടിച്ചതോടെ കപ്പൽ നിർമ്മാണം പുതിയ ദിശയിലെത്തി. പത്തൊമ്പതാം നൂറ്റാണ്ടിന്റെ അവ സാനത്തോടെ ഡീസൽ എഞ്ചിൻ കപ്പൽ നിർമ്മാണങ്ങളിൽ ഉപയോ ഗിച്ചു. 1959 ജൂലൈ 21 നു ആദ്യത്തെ അണുശക്തി ഉപയോഗിച്ചുള്ള ചരക്കു കപ്പലായ സാവന്നാഹ് നീറ്റിലിറക്കി. ഇതിന്റെ ചെലവ് 469 ലക്ഷം യു.എസ്. ഡോളർ ആയിരുന്നു.

ഇന്ന് ലോകത്തിലെ ഏറ്റവും വലിയ യാത്രാകപ്പലായ ഹാർമണി ഓഫ് ദി സീസ് നീറ്റിലിറക്കി കഴിഞ്ഞു. ഈ കപ്പൽ ആഡംബരത്തിന്റെ അവസാനവാക്കായി നിലകൊള്ളുന്നു. 6300 യാത്രക്കാർക്കും 2100 ജീവന ക്കാർക്കും സഞ്ചരിക്കാം. ഇതിന് പതിനാറ് ഡക്കുകളുണ്ട് ഇതിന്റെ നിർമ്മാണച്ചെലവ് നൂറ് കോടിയിൽ പരം ഡോളർ ആണ്.

കൂടാതെ എം.എസ്. അലൂർ ഓഫ് ദി സീസ്, എം.എസ്. ഓയാസിസ് ഓഫ് ദി സീസ്, നോർവീജിയൻ എപിക് തുടങ്ങിയ ആഡംബര കപ്പലു കൾ ജലഗതാഗതത്തിലെ മുമ്പൻമാരാണ്.

അമ്പും വില്ലും പരിചകൊണ്ടും പണ്ട് യുദ്ധം ചെയ്തിരുന്നുവെങ്കിൽ ഇന്ന് പടുകൂറ്റൻ പടക്കപ്പലുകളും സമ്മറിനുകളും ഉപയോഗിച്ച് ജലമാർഗ്ഗം യുദ്ധം ചെയ്യുന്നു. രീതി മാറിയെന്നേയുള്ളൂ. യുദ്ധം പണ്ടത്തെപ്പോലെ

തുടർന്നുകൊണ്ടിരിക്കുന്നു. പടക്കപ്പലുകളിൽ വെച്ച് ലോകത്തിലെ ഏറ്റവും വലിയ വിമാനവാഹിനി കപ്പലാണ് നിമിറ്റ്സ് ക്ലാസ് (യു.എസ്.എ.) 1092 അടി നീളം. ഇതിന്റെ നിർമ്മാണച്ചെലവ് 4.5 ബില്ല്യൺ ഡോളർ. 85 മുതൽ 90 വരെ പോർ വിമാനങ്ങളെ ഉൾക്കൊള്ളാൻ കഴിയും. ഇതിന്റെ ഭാരം ഒരു ലക്ഷം ടൺ. അമേരിക്ക തന്നെ മറ്റൊരു ഭീമൻ വിമാനവാഹിനി കപ്പലിന്റെ പണിപ്പുരയിലാണ്. കപ്പലിന്റെ പേര് ജറാൾഡ് ആർ ഫോർഡ് ക്ലാസ് (യു.എസ്.എ.). ഇതിന്റെ നിർമ്മാണച്ചെലവ് 9 മുതൽ 12 ബില്ല്യൺ ഡോളർ.

റഷ്യയുടെ വിമാനവാഹിനികപ്പലായ അഡ്മിറൽ Kuznetsov ക്ലാസ് (റഷ്യ) 1000 അടി നീളം, രണ്ടാം സ്ഥാനത്തുണ്ട്. ഇന്ത്യ ലോകരാഷ്ട്ര ങ്ങളുടെ ഇടയിൽ ഒട്ടും മോശമല്ല. 36 വിമാന വാഹിനിയുമായി ഐ. എൻ.എസ്. വിക്രമാദിത്യ നാലാം സ്ഥാനത്തുണ്ട്.

പ്രകൃതിയിലെ മനുഷ്യന്റെ മനോരഥം നാളെ ഇന്നത്തേക്കാൾ ശക്തിയും വലുതും വേഗമേറിയതും നിർമ്മിക്കണമെന്നാണ്. കാലാ കാലങ്ങളായി ലോകരാഷ്ട്രങ്ങൾ ഏറ്റവും ശക്തിയേറിയ മിലിട്ടറി രൂപീ കരിക്കുന്നതിനുള്ള വ്യഗ്രത തുടർന്നുകൊണ്ടിരിക്കുന്നു. ഏറ്റവും കൂടുതൽ മത്സരം നടത്തിക്കൊണ്ടിരിക്കുന്നത് നാവിക രംഗത്താണ്. ഭൂമി യുടെ ഭൂരിഭാഗവും സമുദ്രമായതുകൊണ്ട് ജലമാർഗ്ഗം മറ്റ് രാജ്യങ്ങളി ലെത്തി സ്വാധീനം ചെലുത്തുന്നതിനും അവിടെ വൻ രാഷ്ട്രങ്ങളുടെ ഇച്ഛാശക്തി അടിച്ചേല്പിക്കുന്നതിനും വ്യക്തമായ രാഷ്ട്രീയസന്ദേശം എത്തിക്കുന്നതിനും കടലിലെ ശക്തി സഹായകരമാണ്. ഇതു തന്നെ യാണ് ഇന്നലെകളിൽ സംഭവിച്ചതും സംഭവിച്ചുകൊണ്ടിരിക്കുന്നതും. നാളെ സംഭവിക്കാൻ പോകുന്നതും.

ഡി. വ്യോമയാനം

ഇനിയും വ്യോമയാനരംഗത്ത് ശാസ്ത്രം നടത്തിയിട്ടുള്ള അദ്ഭുത ങ്ങളിൽ ചിലത് പഠനത്തിനായെടുക്കാം. പക്ഷികളെപ്പോലെ ആകാശത്തു കൂടി പറക്കണമെന്ന് ഗുഹാമനുഷ്യൻ ചിന്തിച്ചിട്ടുണ്ടാവാം. ആ ചിന്തകളുടെ ഭാഗമായി മനുഷ്യനിർമ്മിതമായ പട്ടങ്ങളായിരുന്നു ആദ്യത്തെ പറക്കൽ. തുടർന്ന് മനുഷ്യനെ വായുവിൽ കൂടി വഹിച്ചുകൊണ്ട് പട്ടങ്ങൾ പറന്നു.

പതിനഞ്ചാംനൂറ്റാണ്ടിൽ ലിയണാഡോ ഡാവിഞ്ചിയുടെ പറക്കലിനെ ക്കുറിച്ചുള്ള യുക്ത്യാധിഷ്ഠിത ചിന്തകൾ പിൽക്കാലത്ത് വ്യോമയാന രംഗത്തെ കണ്ടുപിടിത്തങ്ങൾക്ക് ശക്തി പകർന്നിട്ടുണ്ട്. പതിനെട്ടാം നൂറ്റാ ണ്ടിൽ ഹൈഡ്രജൻ ഗ്യാസിന്റെ കണ്ടുപിടിത്തം ഹൈഡ്രജൻ ബലൂ ണിന്റെ കണ്ടുപിടിത്തത്തിലേക്ക് വഴിതെളിയിച്ചു. അതേ കാലയളവിൽ Montgolifier സഹോദരന്മാർ ഹോട്ട് എയർ ബലൂൺ കണ്ടുപിടിച്ചതോടെ മനുഷ്യൻ ആകാശത്തുകൂടി സഞ്ചരിച്ചു. യന്ത്രങ്ങളുടെ ചലനങ്ങളെ

ക്കുറിച്ചുള്ള ശാസ്ത്രത്തിന്റെയും ഊർജ്ജശാസ്ത്രത്തിന്റെയും തിയറികളും ന്യൂട്ടന്റെ ആകർഷണ സിദ്ധാന്തവും കണ്ടുപിടിക്കപ്പെട്ടു. ഇതിന്റെയൊക്കെ അടിസ്ഥാനത്തിൽ സർ ജോർജ് കെയ്‌ലേ എന്ന ശാസ്ത്രജ്ഞൻ, വായു ചലന ശാസ്ത്രത്തെക്കുറിച്ച് അടിത്തറ ഉണ്ടാക്കിയെടുക്കുന്നതിന് കഴിഞ്ഞു. 1857ൽ അദ്ദേഹം മൃതിയടയുന്നതു വരെ വ്യോമയാന കണ്ടുപിടിത്തങ്ങൾക്ക് പല സംഭാവനകളും നൽകി.

ഇത്തരം കണ്ടുപിടിത്തങ്ങളെ തുടർന്ന് മനുഷ്യനെ കയറ്റാത്ത ഗ്ലൈഡറുകളും 1853ൽ മനുഷ്യനെ കയറ്റിയ ഗ്ലൈഡറും കണ്ടുപിടിച്ചു. ഇതുപോലെ ധാരാളം ശാസ്ത്രജ്ഞന്മാരുടെ പ്രവർത്തന ഫലമായിട്ടാണ് റൈറ്റ് ബ്രദേഴ്സ് അവരുടെ വിമാനത്തിന്റെ കണ്ടുപിടിത്തം പൂർണ്ണതയിലെത്തിച്ചത്. അഞ്ചു നൂറ്റാണ്ടുകൾക്കിടയിൽ വ്യോമയാനവുമായി ബന്ധപ്പെട്ട പരീക്ഷണ പറക്കലിൽ പല ശാസ്ത്രജ്ഞന്മാരുടെയും ജീവൻ പൊലിഞ്ഞു. പലർക്കും അംഗവൈകല്യം സംഭവിച്ചു. ജീവൻ നഷ്ടപ്പെട്ടവരിൽ ചില പ്രമുഖരാണ്, 1891 ൽ പരീക്ഷണ പറക്കലിനിടയിൽ അപകടത്തിൽപ്പെട്ട് മരണമടഞ്ഞ ജർമ്മൻകാരനായ ഓട്ടോ ലിലിന്താൾ. ഇദ്ദേഹം തന്നെ ഉണ്ടാക്കിയ ഗ്ലൈഡർ അപകടത്തിലാണ് കൊല്ലപ്പെട്ടത്. 1899 ൽ ഇംഗ്ലീഷുകാരനായ പെർസി പരീക്ഷണ പറക്കലിനിടെ അപകടത്തിൽപ്പെട്ട് കൊല്ലപ്പെട്ടു.

ഇന്ന് ശബ്ദത്തേക്കാൾ വേഗത്തിൽ പറക്കുന്ന സൂപ്പർ സോണിക് പാസഞ്ചർ വിമാനങ്ങളും യുദ്ധരംഗത്തു ഉപയോഗിക്കാൻ സൂപ്പർ സോണിക് എയർക്രാഫ്റ്റ് ഫൈറ്ററുകളും കണ്ടുപിടിച്ചുപയോഗിക്കുന്നു. കൂടാതെ സൗരോർജ്ജം കൊണ്ട് പ്രവർത്തിച്ചു പറപ്പിക്കാവുന്ന വിമാനവും. ലോകത്തിലെ ഇന്നത്തെ (2016) ഏറ്റവും ചെലവേറിയ വിമാനം എയർഫോഴ്സ് വൺ ആണ്. അമേരിക്കൻ പ്രസിഡന്റിന്റെ യാത്രാവിമാനമാണിത്. രണ്ടു വിമാനങ്ങൾ കൂട്ടിച്ചേർത്താണ് ഇതുണ്ടാക്കിയിരിക്കുന്നത്. ഇതിന്റെ വില 660 മില്യൺ ഡോളർ. രണ്ടാമത്തേത് എയർബസ് എ 340-300, 9000 മൈൽ തുടർച്ചയായി പറക്കുന്നതിന് ഈ വിമാനത്തിന് ശേഷിയുണ്ട്. ഇതിന്റെ ചെലവ് 600 മില്യൺ ഡോളർ.

സമുദ്ര വിതാനത്തിൽ ശബ്ദം ഒരു മണിക്കൂറിൽ 1236 കിലോമീറ്റർ വേഗത്തിലാണ് സഞ്ചരിക്കുന്നത്. ഉയരം കൂടുന്നതിനനുസരിച്ച് അന്തരീക്ഷ താപനില കുറയുന്നതിനോടൊപ്പം ശബ്ദത്തിന്റെ സഞ്ചാര വേഗതയും കുറയുന്നു. ശബ്ദം സഞ്ചരിക്കുന്നതിന്റെ രണ്ടിരട്ടിയിലധികം വേഗത്തിലാണ് സൂപ്പർ സോണിക് വിമാനങ്ങളായ കോൺകോഡും TU 144ഉം, സഞ്ചരിക്കുന്നത്. കോൺകോഡിന്റെ വേഗത 2640 കിലോമീറ്ററാണ്. TU 144ന്റെ വേഗത 2800 കിലോമീറ്ററും രണ്ടു വിമാനങ്ങളും 130 യാത്രക്കാരെ വഹിക്കുന്നു.

ശബ്ദാതിവേഗത്തിലുള്ള വിമാനങ്ങളുടെ പറക്കൽ അന്തരീക്ഷത്തിലുണ്ടാക്കുന്ന മർദ്ദപ്രക്ഷുബ്ധതകൾ ആഘാത തരംഗങ്ങളായി

ഭൂമിയിലേക്ക് ആഞ്ഞടിക്കുന്നു. സോണിക് ബൂം എന്നറിയപ്പെടുന്ന ഈ ശബ്ദാഘാതം മനുഷ്യന്റെ ശ്രവേണേന്ദ്രിയങ്ങളെയും കെട്ടിടങ്ങളെയും മറ്റും നശിപ്പിക്കാൻ തക്ക മുഴക്കമുള്ളതാണെന്നു സ്ഥിരീകരിച്ചു കഴിഞ്ഞു. അതിവേഗതയും അതോടനുബന്ധിച്ചുണ്ടാകുന്ന ശബ്ദവും പറക്കുന്ന മേഖലയിലെ ഓസോൺ വാതക പടലത്തെ തകർത്തുകളയുമെന്ന ശാസ്ത്രീയ ചിന്താഗതി ഭീതി പടർത്തിയിട്ടുണ്ട്.

അന്തർദേശീയ ബഹിരാകാശ നിലയം

ബഹിരാകാശത്ത് പൂജ്യം ഡിഗ്രി ഗ്രാവിറ്റിയിൽ ഒരു അപ്പൂപ്പൻ താടി പോലെ ഭൂമിയെ ചുറ്റി പറക്കുന്നു. ഒരിലയനക്കം പോലുമില്ലാത്ത നിശ്ശബ്ദ തയിൽ ശൂന്യാകാശത്ത് ഒരു കിളിക്കൂട്. ഇടയ്ക്കിടെ ഭക്ഷണവും വസ്ത്രവുമായി ഈ വിണ്ണിലെ വീട്ടിലേയ്ക്ക് പേടകങ്ങൾ പറന്നെത്തും. ആറുമാസത്തിലൊരിക്കൽ ശാസ്ത്രജ്ഞർ ഭൂമിയിലേക്കു മടങ്ങും. പകരം പുതിയ സംഘമെത്തും. ഭൂമിയിൽ നിന്നും 330 മുതൽ 435 കിലോമീറ്റർ ഉയരത്തിലാണ് നിലയത്തിന്റെ കറക്കം. 27600 കിലോമീറ്റർ വേഗത്തിൽ (ഒരു മണിക്കൂറിൽ) സഞ്ചരിക്കുന്നു. അതായത് 7.66 കിലോമീറ്റർ/ സെക്കന്റ്. ചെറിയ ഘടകങ്ങൾ പലപ്പോഴായി എത്തിച്ച് കൂട്ടി ചേർത്താണ് നിലയം നിർമ്മിച്ചിരിക്കുന്നത്.

ഓരോ 92.71 മിനിറ്റിലും സൂര്യോദയം ബഹിരാകാശ നിലയത്തിൽ താമസമാക്കിയിരിക്കുന്നവർക്ക് കാണാം. അതായത് ഭൂമിയിലെ ഒരു ദിവസത്തിൽ 15.5 സൂര്യോദയം. നിലയത്തിന് ആറ് മുറികളുണ്ട്. തുടക്കത്തിലെ ഭാരം 19300 കിലോഗ്രാം ആയിരുന്നു. ഇപ്പോൾ 450000 കിലോഗ്രാം. അന്തർദ്ദേശീയ നിലവാരത്തിലുള്ള ഒരു ഫുട്ബോൾ ഗ്രൗണ്ടിനേക്കാൾ വലുപ്പമുള്ള നിലയത്തിന്റെ വലുപ്പം 108.5 x 7.8 മീറ്റർ.

നീണ്ട പതിനഞ്ചുവർഷത്തിലേറെയായി ബഹിരാകാശ നിലയം സഞ്ചരിക്കാൻ തുടങ്ങിയിട്ട്. അതായത് രണ്ടായിരമാണ്ടിൽ നവംബർ രണ്ടാം തിയതി മുതൽ. ഒരു കമാൻഡറും അഞ്ച് ഫ്ളൈറ്റ് എഞ്ചിനീ യർമാരും ഇതിനകത്ത് ഗവേഷണങ്ങളും നിരീഷണങ്ങളും നടത്തി ക്കൊണ്ടിരിക്കുന്നു. ഇതിനകം 216പേർ നിലയം സന്ദർശിച്ചിട്ടുണ്ട്. ഇതിൽ ഏഴ് കോടീശ്വരന്മാർ ഉൾപ്പെടും.

(മുകളിൽ പൂജ്യം ഗ്രാവിറ്റി എന്നെഴുതി എന്നാൽ പ്രപഞ്ചത്തിലെ രണ്ടു വസ്തുക്കൾ തമ്മിലുള്ള ആകർഷണം ഇല്ലാതാകുന്നില്ല. മറിച്ച് മൈക്രോഗ്രാവിറ്റിയിലെത്തുമത്രെ.)

റ്റീം പീക് എന്ന ബ്രിട്ടീഷ് ഫ്ളൈറ്റ് എഞ്ചിനീയർ ശൂന്യാകാശത്ത് മാരത്തൺ ഓടി ഗിന്നസ്ബുക്കിൽ പേര് ചേർക്കപ്പെട്ടു.

ബഹിരാകാശ നിലയത്തിന്റെ ഗവേഷണ പരീക്ഷണങ്ങൾ വിജയി ച്ചാൽ ഭാവിയിൽ ഭൂമിയുടെ ഒരറ്റത്തു നിന്നും മറ്റൊരറ്റത്തേക്കു ചുരുങ്ങിയ

സമയം കൊണ്ട് പറന്നെത്താൻ കഴിയും. പുതിയ സാങ്കേതിക വിദ്യ കണ്ടുപിടിച്ചുകൊണ്ടിരിക്കുന്നു. ഇപ്പോൾത്തന്നെ ശബ്ദത്തേക്കാൾ അഞ്ചിരട്ടി വേഗത്തിൽ കുതിക്കുന്ന ഹൈപ്പർ സോണിക് റോക്കറ്റ് കണ്ടുപിടിച്ചു കഴിഞ്ഞു. ഏകദേശം പതിനായിരത്തോളം കിലോമീറ്റർ വരുന്ന പട്ടണങ്ങളിൽ നിന്നും പട്ടണങ്ങളിലേക്ക് മണിക്കൂർക്കൊണ്ട് പറന്നെത്തുന്ന സംവിധാനം വരാൻ പോകുന്നു. ഒരു മണിക്കൂറിൽ 7 മാക്ക് സ്പീഡിൽ (8575 കിലോമീറ്റർ/ മണിക്കൂർ) പറക്കാനുള്ള തയ്യാറെടുപ്പിലാണ് ശാസ്ത്രലോകം 2009 ൽ ഇത് ആരംഭിച്ചു കഴിഞ്ഞു.

എന്നാൽ വലിയൊരാശങ്ക നിലനില്ക്കുന്നുണ്ട്. ലോകം സമ്പത്തിന്റെയും ടെക്നോളജിയുടെയും നല്ലൊരു ഭാഗം ഉപയോഗിക്കുന്നത് യുദ്ധങ്ങൾക്കു വേണ്ടിയാണ്.

അണ്വായുധങ്ങൾ ഉൾപ്പടെയുള്ള വൻനശീകരണശേഷിയുള്ള ആയുധങ്ങൾ ബഹിരാകാശത്തു നിരോധിക്കപ്പെടണമെന്നും ബഹിരാകാശം സമാധാനപരമായ ആവശ്യങ്ങൾക്ക് മാത്രമേ ഉപയോഗിക്കാവുവെന്നും അന്താരാഷ്ട്ര ഉടമ്പടിയുണ്ട്. 1967 ഒക്ടോബർ 10 നു അന്നത്തെ വൻ ശക്തികൾ തമ്മിൽ ബഹിരാകാശ ഉടമ്പടിയിൽ ഒപ്പു വെച്ചു. ഇത്തരം എത്ര ഉടമ്പടികൾ കാറ്റിൽ പറത്തിയിരിക്കുന്നു. നമുക്ക് ശുഭാപ്തി വിശ്വാസമുള്ളവരായിരിക്കാം.

ഗുരുത്വാകർഷണ കമ്പനങ്ങൾ

പ്രപഞ്ചത്തിൽ 130 കോടി പ്രകാശവർഷത്തിനകലെ രണ്ടു തമോഗർത്തങ്ങൾ തമ്മിൽ കൂട്ടിയിടിച്ചുണ്ടായതിനെതുടർന്നുണ്ടായ ഗുരുത്വതരംഗങ്ങൾ ഭൂമിയിലിരുന്നുകൊണ്ട് ശാസ്ത്രജ്ഞന്മാർക്കു മനസ്സിലാക്കാൻ കഴിയുന്നുവെന്നുള്ളത് ഒരു ചെറിയ കാര്യമല്ല. ഒരു പ്രകാശവർഷമെന്ന് പറയുന്നത് അറുപത് ലക്ഷം മില്യൺ മൈൽ ആണ്.

ഇപ്പോൾ പ്രതിഗുരുത്വാകർഷണം ഉണ്ടോയെന്നുള്ള പരീക്ഷണത്തിലാണല്ലോ ശാസ്ത്രലോകം. പ്രതിദ്രവ്യം ചുറ്റുമുള്ളവകളെ വികർഷിക്കുകയും ഗുരുത്വാകർഷണത്തിനെതിരെ പ്രവർത്തിക്കുന്നുണ്ടോയെന്നുള്ള പരീക്ഷണം വിജയിച്ചാൽ, ഇന്ധനമില്ലാതെയുള്ള ഗ്രഹാന്തരവും നക്ഷത്രാന്തരവുമായ യാത്രകൾക്ക് ഉപയോഗിക്കാൻ കഴിയുന്ന പേടകങ്ങൾ നിർമ്മിക്കാൻ കഴിയുമെന്നുള്ള വിസ്മയ സാധ്യതകൾ ശാസ്ത്രലോകം മുന്നിൽ കാണുന്നുണ്ട്.

മുകളിൽ വിവരിച്ചത് സൂപ്പർ ഹ്യൂമൻപവർ ഭൂമിയിലും ബഹിരാകാശത്തും നടത്തിയിട്ടുള്ള ശാസ്ത്രീയ നേട്ടങ്ങളിൽ ചില ഉദാഹരണങ്ങൾ മാത്രം. വലുതും ചെറുതുമായ എല്ലാ ശാസ്ത്രീയ നേട്ടങ്ങളുടേയും പിന്നിൽ മുഖ്യമായത് മനുഷ്യന്റെ തലച്ചോർ മാത്രമാണ്. മനുഷ്യന്റെ ബ്രെയിൻ എത്രയോ വലിയ അദ്ഭുത വസ്തുവാണ്. ഇത്ര മഹത്തായ ബ്രെയിൻ മനുഷ്യനു നൽകിയത് ആർ?

ഈ പുസ്തകത്തിലെ പ്രധാന പ്രതിപാദ്യ വിഷയം സൂപ്പർ നാചറൽ പവർ പ്രപഞ്ചത്തിലും ഭൂമിയിലും ഒരുക്കിയിരിക്കുന്ന വിസ്മയക്കാഴ്ച കളുടെ ചെറിയൊരു പട്ടിക നിരത്തുകയെന്നതു തന്നെ. ആശങ്കകളില്ലാത്ത മനുഷ്യനേയും മറ്റ് ജീവജാലങ്ങളേയും സസ്യങ്ങളേയും സംരക്ഷിച്ചു കൊണ്ട് പ്രകൃതി ഒരുക്കിയിരിക്കുന്ന അനേക ലക്ഷം വിസ്മയക്കാഴ്ച കൾ ഈ ഭൂമിയിൽ തന്നെയുണ്ട്. അങ്ങനെയുള്ള കാഴ്ചകളിലേക്ക് എന്റെ വായനക്കാരെ ഞാൻ ക്ഷണിക്കട്ടെ. ഇവയൊക്കെ നമ്മെ കൊണ്ടെത്തി ക്കുന്നതോ പ്രപഞ്ചത്തിലെ ഒരേയൊരു മഹാശക്തിയുടെ മുമ്പിൽ. അതാണ് സൂപ്പർ നാചറൽപവർ The Most HIgh Power in the Universe.

രണ്ട്

ധ്രുവദീപ്തി

ധ്രുവദീപ്തി ലോകത്തിലെ ഏഴ് പ്രകൃതിദത്ത മഹാദ്ഭുതങ്ങളിൽ ഒന്ന്. പ്രകൃതി ആകാശത്തു ഒരുക്കിയിരിക്കുന്ന നിറങ്ങളുടെ പൂരം. പച്ച, ചുവപ്പ്, മഞ്ഞ, നീല, പിങ്ക് കൂടാതെ പല നിറങ്ങൾ സംയോജിച്ച് പ്രകാശ വർണ്ണങ്ങൾ അന്തരീക്ഷത്തിൽ വാരിവിതറുന്ന കാഴ്ച അതിമനോഹരം. ഇത്തരം വർണ്ണങ്ങൾ കൊണ്ട് ആകാശത്ത് യവനിക സൃഷ്ടിക്കുന്നു. നിറങ്ങളുടെ സമൂഹം, ആരുടെയും കണ്ണഞ്ചിപ്പിക്കുന്ന ദൃശ്യ വിരുന്നാണ്.

ധ്രുവദീപ്തി ഉയർന്ന ലാറ്റിറ്റൂട് ഉള്ള ആർട്ടിക്, അന്റാർട്ടിക് എന്നീ ധ്രുവപ്രദേശങ്ങളിലാണ് കാണുന്നത്. വടക്കൻ ഹെമിസ്ഫിയറിലുണ്ടാകുന്ന ധ്രുവദീപ്തിയെ നോർത്തേൺ ലൈറ്റ്സ് അല്ലെങ്കിൽ അറോറ ബോറിയലിസ് എന്നും തെക്കൻ ഹെമിസ്ഫിയറിലുണ്ടാകുന്ന ധ്രുവദീപ്തിയെ സതേൺ ലൈറ്റ്സ് അല്ലെങ്കിൽ അറോറ ഒസ്ട്രയ്ൽസ് എന്നും വിളിക്കുന്നു.

ഈ പ്രകൃതിപ്രതിഭാസത്തിന് ഓറോറ എന്ന പേരു ലഭിച്ചത്, റോമൻ പ്രഭാത ദേവിയായിരുന്ന ഓറോറയിൽ നിന്നുമാണ്. സൂര്യോദയത്തിന് മുമ്പുള്ള അരുണ നിറം ആരെയും വശീകരിക്കുന്ന നിറമാണല്ലോ. പ്രഭാത ദീപ്തിക്ക് തുല്യവും എന്നാൽ ബഹുവർണ്ണങ്ങൾ ചാലിച്ച് ആകാശത്തു കോരിയൊഴിക്കുന്നതാണ് ധ്രുവദീപ്തി.

ധ്രുവദീപ്തി എങ്ങനെ ഉണ്ടാകുന്നു? സൂര്യൻ അതിന്റെ എല്ലാ ദിശകളിലേക്കും തീ തുപ്പികൊണ്ടിരിക്കുകയാണ്. ഇങ്ങനെ സൂര്യൻ പുറം തള്ളുന്ന തീ സൂര്യന് ചുറ്റും ഒരു വലയം തീർത്തിരിക്കുന്നു. ഈ വലയത്തെയാണ് കോറോണയെന്ന് വിളിക്കുന്നത്. ലാറ്റിൻ ഭാഷയിൽ ക്രൗൺ എന്നു പറയും. ഇതിലെ താപം സൂര്യന്റെ ഉള്ളിലുള്ളതിനെക്കാൾ വളരെ കൂടുതലാണ്. കൊറോണ ബഹിരാകാശത്തു ലക്ഷക്കണക്കിനു കിലോമീറ്റർ വ്യാപിച്ചിരിക്കുന്നു. ഇത് സൂര്യഗ്രഹണ സമയത്ത് വ്യക്തമായി കാണാം.

സൂര്യനിൽ നിന്നും പുറംതള്ളുന്ന സൗരജ്വാല എപ്പോഴും പുറം തള്ളികൊണ്ടിരിക്കും. ഭൂമിയിലിരിക്കുന്ന നമ്മുടെ ശ്രദ്ധയിൽപ്പെടാതെ സൗരജ്വാലയിൽ നിന്നു പുറത്തുവരുന്നത് നൂറു കോടി ഹൈഡ്രജൻ

ബോംബ് പൊട്ടുമ്പോഴുണ്ടാകുന്ന ഊർജ്ജമാണ്. മാരകമാംവിധം ഉന്നതോർജ്ജം വഹിക്കുന്ന നൂറു ബില്യൺ ടൺ കണങ്ങളെയാണ് ബഹിരാകാശത്തേക്ക് പുറംതള്ളുന്നത്. ഭൂമിയുടെ അന്തരീക്ഷവും മാഗ്ന റ്റോസ്ഫിയറും ഈ സൗരജ്വാലയെ ബഹിരാകാശത്തേക്ക് തിരിച്ച യയ്ക്കും. ശേഷിക്കുന്നവ സുരക്ഷിതമായി ഭൂമിയിൽ ആൾപാർപ്പില്ലാത്ത ധ്രുവമേഖലയിലേക്ക് തിരിച്ചു വിടും. സൂര്യനിൽ നിന്നും പുറംതള്ളുന്ന വികിരണങ്ങൾ (സോളാർ ഫ്ളെയർ) ഭൂമിയുടെ കാന്തികവലയത്തെ ഭേദിച്ച് അന്തരീക്ഷത്തിൽ (അപ്പർ അറ്റ്മോസ്ഫിയർ) എത്തിച്ചേരുന്നു. അവിടെയുള്ള ആറ്റങ്ങളുമായും തന്മാത്രകളുമായും കൂട്ടിയിടിക്കുന്നു. ഈ കൂട്ടിയിടിയുടെ ഫലമായുണ്ടാകുന്ന ഫോട്ടോൺസ് (Packet of energy) മൂലമാണ് ധ്രുവദീപ്തി ഉണ്ടാകുന്നത്. സൂര്യനിൽ നിന്നും അന്തരീക്ഷ ത്തിലെത്തുന്ന വികിരണങ്ങൾ ഓക്സിജനുമായിട്ടാണ് കൂട്ടിമുട്ടൽ നട ക്കുന്നതെങ്കിൽ ദീപ്തിയുടെ വർണ്ണം പിങ്ക് അല്ലെങ്കിൽ പർപ്പിൾ ആയി രിക്കും. ധ്രുവമേഖലയിലെത്തിയാൽ പ്രകാശനങ്ങളുടെ കണ്ണഞ്ചിക്കുന്ന കൂട്ടങ്ങളായി തീരും വിധം വിവിധ വർണങ്ങളോട് കൂടിയ വെളിച്ചസമൂ ഹത്തെ സൃഷ്ടിക്കുന്നു. ഇതിനെ ധ്രുവദീപ്തിയെന്നു പറയുന്നു.

മുകളിൽ വിവരിച്ച തരത്തിൽ വലിയൊരു സൗരജ്വാല ഭൂമിയിലേക്കു വന്നാൽ ഭൂമിയുടെ വ്യോമപ്രതിരോധമെല്ലാം പരാജയപ്പെടും. അതിന്റെ ഒളി ചെന്നെത്തുന്ന ഇടങ്ങളിലുള്ളതെല്ലാം ചത്തൊടുങ്ങും. ചരിത്രത്തെ ത്തന്നെ തുടച്ചു നീക്കിയെന്നുവരാം. എന്നാൽ ഒരു മഹാശക്തി ഭൂമിയെ കാത്തു പരിപാലിക്കുന്നു.

ധ്രുവദീപ്തി എന്ന മഹാദൃശ്യ വിരുന്ന് മഞ്ഞുകാലങ്ങളിലാണ് ഭംഗി യായി കാണാൻ കഴിയുക. ഉത്തരധ്രുവപ്രദേശങ്ങളിൽ സെപ്തംബർ മുതൽ മാർച്ച് വരെയും ദക്ഷിണധ്രുവപ്രദേശങ്ങളിൽ മാർച്ച് മുതൽ സെപ്തംബർ വരെയുമായിരിക്കും. മഞ്ഞുകാല മാസങ്ങൾ വടക്കൻ ഭാഗത്ത് പോളാർ രാത്രി ആയിരിക്കുമ്പോൾ തെക്കൻ ഭാഗത്ത് പോളാർ ദിനം ആയിരിക്കും. വടക്കൻ ധ്രുവപ്രദേശങ്ങളോട് ചേർന്നിരിക്കുന്ന സ്ഥല ങ്ങളാണ് അലാസ്ക, റഷ്യ, സ്വീഡൻ എന്നിവ. ഈ പ്രദേശങ്ങൾ ആർട്ടിക് ധ്രുവമേഖലയോടു ചേർന്നു കിടക്കുന്നവയാണ്.

നോർവേയുടെ വടക്കു കിടക്കുന്ന സ്ഥലങ്ങളിൽ രണ്ടുമാസത്തോളം അതായത് നവംബർ മുതൽ ജനുവരി വരെ സൂര്യനെ കാണാറേയില്ല. നോർവേയുടെ വടക്കുള്ള ട്രോംസോ, പോളാർ രാത്രികൾ ദർശിക്കുന്ന തിന് ഉചിതമായ സ്ഥലമാണ്. ധാരാളം സഞ്ചാരികൾ ഈ കാലയളവിൽ നോർവയിലേക്ക് ഒഴുകിക്കൊണ്ടിരിക്കും. കാരണം അറുപതോളം പോളാർ രാത്രികൾ തുടർച്ചയായി കണ്ണുകൾക്ക് വിരുന്നിനെത്തും.

ദൈവശക്തിയുടെ ഒരു അടയാളമായി ഭൂമിയിൽ ഈ പ്രതിഭാസം നില കൊള്ളുന്നു. ഭൂമിക്കു യാതൊരു മാലിന്യ പ്രശ്നങ്ങളോ അപകട ങ്ങളോ ഉണ്ടാക്കാതെ.

മൂന്ന്

ദ കാറ്റാറ്റുംബ് ലൈറ്റനിങ്

കാറ്റാറ്റുംബ് മിന്നൽ പ്രകൃതിദത്ത ലോകാദ്ഭുതങ്ങളിൽ ഒന്നാണ്. തെക്കൻ അമേരിക്കയിൽ വടക്കേ വെനസ്വലയിൽപ്പെട്ട കാറ്റാറ്റുംബ് എന്ന നദിയുടെ ഭൂപ്രദേശത്തു ദൃശ്യമാകുന്ന പ്രകൃതിയുടെ വിസ്മയിപ്പിക്കുന്ന പ്രതിഭാസം. ഉയർന്ന ഫ്രീക്വൻസിയിൽ ഭൂമിയിലേക്ക്, ത്വരിതഗതിയിൽ ഒഴുകിയെത്തുന്ന മിന്നലുകളുടെ പ്രവാഹം. സങ്കീർണ്ണമായ ഇടിയും മിന്നലും പേമാരിയും കൊടുങ്കാറ്റും കാറ്റാറ്റുംബ ഭൂപ്രദേശത്ത് നിരന്തരം ഉണ്ടായിക്കൊണ്ടിരിക്കുന്ന പ്രതിഭാസമായ കാഴ്ച വിരുന്നാണ് സമ്മാനിക്കുക. നിരീക്ഷണങ്ങൾക്കും പഠനങ്ങൾക്കും വിധേയമാക്കേണ്ടതു തന്നെയാണ് ഇത്.

കാറ്റാറ്റുംബ് നദി ഒഴുകിയെത്തുന്നത് ഒലോഗ എന്ന വില്ലേജിലുള്ള മരകെയ്ബ് എന്ന തടാകത്തിലേക്കാണ്. ലോക പ്രസിദ്ധമായ ഈ മിന്നൽ പ്രഹരിക്കുന്നത് തടാകത്തിന്റെ മീതെ ആയതുകൊണ്ട് കൂടുതൽ സൗന്ദര്യം ജനിപ്പിക്കുന്നു. ചക്രവാളത്തിന്റെ ഈ ഭാഗത്ത് പ്രൗഢ ഗംഭീരമായ മിന്നലുകൾ മിക്ക ദിവസങ്ങളിലും ചൊരിഞ്ഞുകൊണ്ടിരിക്കും. ഇത് ഭൗമോപരിതലത്തിലെ പ്രതിഭാസമായി നിലകൊള്ളുന്നു. പ്രകൃതിയെ നാം പ്രണയിച്ചു പോകും വിധം.

ഭൂമിയിൽ നിന്നും ആറു മുതൽ പന്ത്രണ്ടു മൈൽ മുകളിലുള്ള ട്രോപോസ്ഫിയറിൽ പ്രകൃതി സൃഷ്ടിക്കുന്ന ഏറ്റവും വലിയ വൈദ്യുതിയുടെ ഒറ്റ ഉത്പാദക യന്ത്രമായി ഇതിനെ കണക്കാക്കുന്നു. ഒരു വർഷത്തിൽ 140 മുതൽ 160 വരെയുള്ള രാത്രികളിൽ ഭൂമിക്കു മുകളിൽ ഏകദേശം അഞ്ചു കിലാമീറ്ററിനു മേൽ കൊടുങ്കാറ്റിന്റെ മേഘക്കൂട്ടങ്ങളിൽ നിന്നും മിന്നലുകളുടെ ജ്വലനത്തിനു തുടക്കം കുറിക്കുന്നു. ഇതാരംഭിക്കുന്നത് സായംസന്ധ്യാസമയത്താണ്. ഒരു ദിവസം പത്തുമണിക്കൂർ മിന്നലുകളുടെ പ്രളയം ഉണ്ടായിക്കൊണ്ടിരിക്കും. ഒരു സെക്കന്റിൽ ഒരു മിന്നൽ വീതം പത്തു ലക്ഷത്തോളം മിന്നൽ പ്രഹരങ്ങളാണ് ഒരു വർഷത്തിൽ ഉണ്ടാകുന്നത്. നാല്പതിനായിരം മിന്നൽ പ്രഹരങ്ങൾ ഒരു ദിവസം മാത്രം ഉണ്ടാകുന്നു. ഒരു ചെറിയ പ്രദേശത്താണ് ഇത്രയും മിന്നൽ പ്രഹരങ്ങൾ ഉണ്ടാകുന്നത് എന്നുള്ളത് ശ്രദ്ധേയമാണ്.

ജുവൻ മാനുവൽ ഡി അഗസ് നാഷണൽ പാർക്കിൽ മിന്നലുകൾക്ക് സാധ്യതയുള്ള പല എപിക് സെന്ററുകളുണ്ട്. ഈ പ്രദേശത്തിന്റെ പ്രത്യേക ലക്ഷണങ്ങളും കാറ്റിന്റെ പ്രത്യേക രീതികളും വ്യത്യസ്തമാണ്. മർകെയ്ബ് തടാകം പർവ്വതങ്ങൾ കൊണ്ട് ചുറ്റപ്പെട്ടു കിടക്കുന്നു. അവിടെ ചൂടുള്ള വാണിജ്യവാതം വീശിയടിക്കുന്നു. അടുത്തുള്ള ആൻഡീസ് പർവ്വതങ്ങളിൽ നിന്നും തുളുമ്പിയിറങ്ങുന്നത് തണുത്ത വായുവാണ്. ചൂടുള്ള വായുവും തണുത്ത വായുവും ചേർന്ന് സാന്ദ്രീകരണം നടക്കുന്നു. ഇലക്ട്രിക്കൽ ചാർജസ് സൃഷ്ടിക്കപ്പെടുന്നു. ഇത് കൊടുങ്കാറ്റിനും മിന്നലിനും ഇടിക്കും പേമാരിക്കും വഴി തെളിയിക്കുന്നു. ഇത്തരത്തിൽ ഈ പ്രദേശത്ത് ലഭിക്കുന്ന പ്രകൃതിദത്തമായ വൈദ്യുതി ലാറ്റിനമേരിക്കയിലെ എല്ലാ ബൾബുകളും കത്തിക്കുവാനുള്ള വൈദ്യുതി ഈ പ്രദേശത്തേക്ക് മിന്നൽ രൂപത്തിൽ പെയ്തിറങ്ങുന്നു.

ഈ വിസ്മയ പ്രതിഭാസത്തെ ഗിന്നസ് ബുക്സ് ഓഫ് റിക്കോർഡിൽ എഴുതി ചേർക്കപ്പെട്ടിട്ടുണ്ട്. 2015ൽ മാത്രമാണ് ഈ അംഗീകാരത്തിനുള്ള തീരുമാനമായത്. പ്രകൃതിപ്രതിഭാസം ആയതുകൊണ്ടാകാം അംഗീകാരം വൈകിപ്പോയത്.

അസാധാരണമായ ഈ മിന്നൽ കൊണ്ട് പല ഗുണങ്ങളുമുണ്ട്. പണ്ട് അധിനിവേശത്തിനായി വെനസ്വലയുടെ അതിർത്തിയിൽ കടക്കുന്ന (പ്രവേശിക്കുന്ന) കപ്പലുകളെ തിരിച്ചറിയുന്നതിനും പ്രതിരോധിക്കുന്നതിനും കഴിഞ്ഞിട്ടുണ്ട്. കപ്പൽ നാവികർക്ക് ദിശ തെറ്റാതെ വഴികാട്ടിയായി ഈ പ്രതിഭാസം നിലകൊള്ളുന്നു.

ധാരാളം അന്ധവിശ്വാസങ്ങൾ ഈ പ്രതിഭാസത്തെ ചുറ്റിപ്പറ്റി പ്രചരിച്ചിട്ടുണ്ട്. വാമൊഴിയായും ടെക്സ്റ്റ് പുസ്തകങ്ങളിലുടേയും ഇന്റർനെറ്റ് വഴിയും അന്ധവിശ്വാസങ്ങൾ പ്രചരിപ്പിക്കുന്നുണ്ട്. എന്നാൽ പ്രകൃതിയിലെ വൈവിധ്യമാർന്ന പ്രതിഭാസങ്ങളിൽ ഒന്നാണിത്. പ്രകൃതിയുടെ മഹത്തായ സംഭാവന.

എന്നാൽ നൂറ്റാണ്ടുകളായി വളരെ കൃത്യതയോടെ സംഭവിച്ചുകൊണ്ടിരിക്കുന്ന ഈ പ്രകൃതി പ്രതിഭാസം 1905 ൽ നിലച്ചുപോയി. ആ പ്രദേശത്ത് 8.8 മാഗ്നിറ്റ്യൂഡിൽ ഭൂമികുലുക്കമുണ്ടായി, സുനാമി ആഞ്ഞടിച്ചു. പക്ഷേ, മൂന്നാഴ്ചയ്ക്കുശേഷം വീണ്ടും പഴയതു പോലെ മിന്നൽ തിരിച്ചെത്തി. വീണ്ടും 2010 ൽ ഈ പ്രകൃതിപ്രതിഭാസം അപ്രത്യക്ഷമായി. അന്നുണ്ടായ എൽ-നിനോയുടെ ഫലമായി മഴ നിലച്ചു. നദികൾ വറ്റിവരണ്ടു. ലോകത്തെ അമ്പരപ്പിച്ചുകൊണ്ടു ജനുവരി മുതൽ മാർച്ച് വരെ ഒരൊറ്റ മിന്നൽപോലും ആ പ്രദേശത്തുണ്ടായില്ല. എന്നന്നേക്കുമായി ഇവിടത്തെ അന്തരീക്ഷത്തിന്റെ അവസ്ഥ നിന്നുപോയിയെന്ന് ജനം കരുതി. 2010 മാർച്ചിനു ശേഷം വരൾച്ചയ്ക്ക് വിരാമമിട്ടുകൊണ്ട് അന്തരീക്ഷം പൂർവ്വസ്ഥിതിയിലെത്തി. അതോടെ മിന്നലും പുനരാരംഭിച്ചു പ്രകൃതിയുടെ വിചിത്ര മുഖങ്ങൾ നമ്മുടെ കൺമുമ്പിൽ വരച്ചുകാട്ടിതരുന്നു.

നാല്

വോൾകാനിക് ലൈറ്റനിങ്

അഗ്നിപർവ്വതം പൊട്ടിത്തെറിക്കുന്ന അവസരത്തിൽ ഭൂമിയുടെ അന്തർ ഭാഗത്തു നിന്നും ഉരുകിയ പാറയുടെയും മറ്റും മിശ്രിതവും ചെറിയ തരികളും ഗ്യാസും പുകയും ആകാശത്തേയ്ക്ക് വലിച്ചെറിയപ്പെടുമ്പോൾ വോൾകാനിക് മിന്നലുകൾ സൃഷ്ടിക്കപ്പെടുന്നു. ഇത് അന്തരീക്ഷ അവസ്ഥയിൽ വരുന്ന പ്രതിഭാസമാണ്. ഭൂമിയുടെ ഉൾഭാഗത്തു നിന്നും ശക്തിയോടെ പുറത്തെത്തുന്നവയിൽ അടങ്ങിയിരിക്കുന്ന ചെറിയ പാറ ക്കഷ്ണങ്ങളും ചാരവും മഞ്ഞു പാളികളും തമ്മിൽ കൂട്ടി ഉരസുന്നതിന്റെ ഫലമായി സ്റ്റാറ്റിക് ചാർജുകൾ ഉത്പാദിപ്പിക്കുന്നു. ഈ വൈദ്യുത ചാർജിന്റെ ഉത്പാദനം തുടക്കത്തെക്കാൾ ശക്തിയേറിയതായിരിക്കും തുടർന്നുള്ളവ. അതുകൊണ്ടു തന്നെ മിന്നലുകൾ നിലയ്ക്കാതെ തുടർന്നു കൊണ്ടിരിക്കും.

അഗ്നിപർവ്വത സ്ഫോടനത്തിന്റെ ഫലമായി മൂന്നു സ്ഥാനങ്ങളിൽ വോൾകാനിക് മിന്നലുകൾ സൃഷ്ടിക്കപ്പെടുന്നു, സ്ഫോടന ഗർത്ത ത്തിന്റെ വായ് ഭാഗത്ത് മിന്നലുകളുടെ സൃഷ്ടി ആരംഭിക്കുന്നു. ഭൂമിക്കു ള്ളിൽ രൂപപ്പെട്ട പോസിറ്റീവ് ചാർജസ് പുറത്തു വരുന്നതിന്റെ ഫലമാ യിട്ടാണ് ഗർത്തത്തിന്റെ വായ് ഭാഗത്ത് മിന്നൽ ഉണ്ടാകുന്നത്. ഇത് വളരെ തീവ്രതയുള്ള മിന്നലുകളായിരിക്കും. ഈ സ്ഥാനത്തിനെ എറപ്റ്റീവ് ഫെയ്സ് എന്നു പറയും.

രണ്ടാമത് പ്ലം ഫെയ്സിൽ (Plume phase) ഉണ്ടാകുന്ന മിന്നലുകളാണ്. ലാവയുടെ പുകയും പാറയുടെ ചെറിയ തരികളും ചാരവും ഉഗ്രൻ സ്ഫോടനത്താൽ മുകളിലേയ്ക്ക് ഉയർത്തപ്പെടുമ്പോൾ ഭീമാകാരമായ ഗോപുര രൂപം സൃഷ്ടിച്ചുകൊണ്ടാണ് മുകളിലേക്ക് പായുന്നത്. ഇങ്ങനെ മുകളിലേക്ക് ഉയർത്തപ്പെട്ട ഭാഗങ്ങളിൽ മിന്നലുകൾ ഉണ്ടാകുന്നു. ഈ സ്ഥാനത്തിനെ പ്ലം ഫെയ്സ് എന്നു വിളിക്കും. ഈ സ്ഥാനത്തിനെ ജെറ്റ് ഫെയ്സ് എന്നും കണക്റ്റീവ് ഫെയ്സ് എന്നും വിളിക്കുന്നു. മുകളി ലേക്ക് എത്തിയാൽ മൂന്നാമത്തേതാണ് അംബ്രല ഫെയ്സ്. അംബ്രല ഫെയ്സിലും മിന്നലുകൾ സൃഷ്ടിക്കപ്പെടുന്നു.

പ്ലൂം ഫെയ്സിൽ ശാഖകൾ സൃഷ്ടിച്ചു കൊണ്ട് മിന്നലുകൾ ഉണ്ടാകാറുണ്ട്. ലാവയും പുകയും ചാരവും പുറത്തേക്ക് എറിയപ്പെടുന്നതിന്റെ ഫലമായി വായുവും ഗ്യാസും ഊർജ്ജം ഉൾക്കൊള്ളുന്നു. ഇത്തരത്തിൽ ഊർജ്ജം ഉൾകൊണ്ട വായുവും ഗ്യാസും അന്തരീക്ഷത്തിലെ തണുത്ത തരികളുമായി കൂട്ടിമുട്ടുന്നു. ഇതിന്റെ ഫലമായി വോൾകാനിക് മിന്നൽ മുകളിൽ ശാഖകളോടുകൂടിയ മിന്നലുകളെ സൃഷ്ടിക്കുന്നു. വളരെ ഉയർന്ന താപനിലയും താഴ്ന്ന താപനിലയും തമ്മിലുള്ള ഉരസൽ വൈദ്യുതി ചാർജ് ഉത്പാദിപ്പിക്കുന്നതിന് കാരണമാകുന്നു.

വോൾകാനിക് മിന്നലുകളെ പഠനവിഷയമാക്കുക വളരെ ശ്രമകരമായ ഒന്നായിരുന്നു. കാരണങ്ങൾ പലതാണ്. ഒന്നാമത് അഗ്നിപർവ്വതം പൊട്ടിത്തെറിക്കൽ അപൂർവ്വമായിട്ടാണ് സംഭവിക്കുന്നത്. രണ്ടാമത് അഗ്നിപർവ്വത സ്ഫോടനം നടക്കുന്ന ഭാഗങ്ങളിൽ എത്തിപ്പെടുക വളരെ ബുദ്ധിമുട്ടുള്ള കാര്യമാണ്. മൂന്നാമത് നിബിഡമായ പുകയും ചാരവും കൊണ്ടുള്ള മേഘം. മിന്നലുകളെ നിരീക്ഷിക്കുന്നതിന് ബുദ്ധിമുട്ടുണ്ടാക്കുന്നു.

പുതിയ സാങ്കേതിക വിദ്യയുടെ കണ്ടുപിടിത്തത്തോടെ സുഗമമായി നിരീക്ഷണം നടത്തുന്നതിന് കഴിഞ്ഞിട്ടുണ്ട്. അതിൽ ഒന്ന് ഉയർന്ന ഫ്രീക്വൻസിയിലുള്ള റേഡിയോ തരംഗങ്ങളെ അയച്ച് നിരീക്ഷണം നടത്തുക. രണ്ട് ഇലക്ട്രോ മാഗ്നറ്റിക് തരംഗങ്ങളെ അയച്ചും നിരീക്ഷണം നടത്തുക. ഇതുമൂലം പുകപടലങ്ങളുടെ ഉള്ളിൽ ചൂഴ്ന്നിറങ്ങി വിശദമായ പഠനത്തിന് സഹായിക്കുന്നു.

ഈ പ്രകൃതി പ്രതിഭാസത്തെ മറ്റ് അധികം പ്രതിഭാസങ്ങളുമായി താരതമ്യം ചെയ്യാനാവില്ല. അത്രയ്ക്ക് മനുഷ്യനെ അതിശയിപ്പിക്കുന്ന ഒന്നാണിത്. എന്നാൽ അധികനേരം നീണ്ടു നിൽക്കില്ലല്ലോ. നഗ്നനേത്രങ്ങൾ കൊണ്ട് കാണുവാൻ ഭൂമിയിൽ ചിലർക്ക് മാത്രമേ കഴിഞ്ഞിട്ടുള്ളൂ. മറ്റുള്ളവർ പകർത്തിയ ഫോട്ടോകൾ കൊണ്ടും വീഡിയോകൊണ്ടും തൃപ്തിപ്പെടണം. ഇനിയും വോൾകാനിക് ലൈറ്റനിങ് ഉണ്ടാകുന്ന സ്ഥലങ്ങളെ പരിചയപ്പെടാം.

അഞ്ച്

ആക്ക വോൾകാനിക് ലൈറ്റനിങ്

ഈ പ്രതിഭാസം സംഭവിച്ചിട്ടുള്ളത് ചിലിയിലെ ചെയ്റ്റൻ എന്ന അഗ്നി പർവ്വതത്തിലാണ്. അഗ്നിപർവ്വതം ചെയ്റ്റ് പട്ടണത്തിൽ നിന്നും പത്തു കിലോമീറ്റർ ദൂരത്തായി വടക്കുകിഴക്കു ഭാഗത്തു സ്ഥിതിചെയ്യുന്നു. ചിലിയുടെ തെക്കു ഭാഗത്തുള്ള ഗൾഫ് കോർകോവാഡോയ്ക്ക് സമീപത്തായി സ്ഥിതി ചെയ്യുന്നു. സമീപകാലത്തായി വോൾകാനിക് ലൈറ്റനിങ് ഉണ്ടായത് 2008 മെയ് മാസം രണ്ടാം തിയതിയാണ്. 2008 മെയ് മൂന്നാം തിയതി അവസാനിച്ചു. അഗ്നിപർവ്വത സ്ഫോടനത്തിൽപ്പെട്ട് ഒരു വൃദ്ധനായ മനുഷ്യൻ കൊല്ലപ്പെട്ടു. ഈ സ്ഫോടനത്തെ പുതിയ സാങ്കേതിക വിദ്യ കൊണ്ട് നിരീക്ഷിച്ചതായി രേഖപ്പെടുത്തിയിട്ടില്ല. പ്രകൃതിയുടെ ശക്തി വിളിച്ചോതുന്ന ഒരു പ്രകൃതിപ്രതിഭാസമാണിത്.

ആക്ക വോൾകാനിക് ലൈറ്റനിങ്

ആറ്

ഇജാവുൽക്കൾ വോൾകാനിക് മിന്നൽ

ഐസ്‌ലാന്റ് രാജ്യത്തിന്റെ വടക്ക് സ്കോഗാർ എന്ന സ്ഥലത്താണ് ഈ അഗ്നിപർവ്വതം സ്ഥിതിചെയ്യുന്നത്. ഇവിടെ തുടർച്ചയായി അഗ്നി പർവ്വത സ്ഫോടനങ്ങളും മിന്നലുകളും ഉണ്ടാകാറുണ്ട്. അവസാനമായി ഈ അഗ്നിപർവ്വതം പൊട്ടിത്തെറിച്ചത് 2010 ഏപ്രിൽ 15-ാം തിയതി. വ്യാഴാഴ്ചയാണ്. അഗ്നിപർവ്വത സ്ഫോടനത്തോടെ വോൾകാനിക് മിന്നലുകളും ആരംഭിച്ചു.

ഇജാവുൽക്കൾ പർവ്വതത്തിൽ നടക്കുന്ന സ്ഫോടനങ്ങളിൽ ആദ്യ മായിട്ടാണ് പുതിയ സാങ്കേതിക വിദ്യയിലൂടെ ഇലക്ട്രോ മാഗ്നറ്റിക് തരംഗങ്ങൾ ഉപയോഗിച്ച് മിന്നലുകളെ നിരീക്ഷിച്ചത്. ഭൂമിയിലാദ്യമായി പൊതുജനങ്ങൾ വോൾകാനിക് മിന്നലുകളെ നഗ്നനേത്രങ്ങൾ കൊണ്ട് കണ്ടു. ഈ വിസ്മയം തീർത്ത പ്രകൃതിയുടെ വെടിക്കെട്ട് ധാരാളം പേർ കൺകുളിർക്കെ ആസ്വദിച്ചു.

ഏപ്രിൽ 15-ാം തിയതി അഗ്നിപർവ്വതം പൊട്ടിത്തെറിച്ചതോടെ കട്ടി കൂടിയ വോൾകാനിക് ചാരം കൊണ്ട് അന്തരീക്ഷം നിറഞ്ഞു. ഗർജ്ജി ക്കുന്ന ശബ്ദത്തോടെ ആകാശത്തേക്കുള്ള ചുഴറ്റിയെറിയൽ ദിവസങ്ങൾ നീണ്ടു നിന്നു. ഒപ്പം വോൾകാനിക് മിന്നലുകളും. പാറത്തരികൾ യൂറോ പ്പിന്റെ മുകളിലൂടെ പറന്നു നടന്നു. അന്തരീക്ഷം പുകകൊണ്ടു മൂടിയി രുന്നതുകൊണ്ട് വിമാന സർവ്വീസുകൾ നിർത്തിവെച്ചു. വാരാവസാനം ആയതുകൊണ്ട് ലക്ഷക്കണക്കിനു സഞ്ചാരികളുടെ യാത്രയെ ഇതു ബാധിച്ചു. സുരക്ഷിത സ്ഥാനങ്ങളിലേക്ക് ജനങ്ങൾ പാഞ്ഞെത്തി. കൃഷി സ്ഥലങ്ങൾ ചാരം കൊണ്ട് മൂടി.

ജനീവ തടാകത്തിന്റെ തീരം വരെ ചാരമെത്തി. മഞ്ഞുകഷ്ണങ്ങൾ ഒഴുകി നടന്നു. 2010 മെയ് 21-ാം തിയതി അഗ്നിപർവ്വത സ്ഫോടനം അവ സാനിച്ചു.

ഈ പൊട്ടിത്തെറി ഭയാനകവും ശക്തിയേറിയതുമായിരുന്നു. രണ്ടു നൂറ്റാണ്ടുകളിലായി 150ൽ പരം സ്ഫോടനങ്ങളും അതേ തുടർന്ന് വോൾകാനിക് മിന്നലുകളും ഇവിടെ സംഭവിച്ചിട്ടുള്ളതായി ചരിത്രം രേഖ പ്പെടുത്തിയിട്ടുണ്ട്.

ഏഴ്

ഷിൻമൊയ്ഡേക്ക് വോൾകാനിക് മിന്നൽ

ജപ്പാനിലെ കിരീഷിമ പർവ്വതത്തിലാണ് ഈ അഗ്നിപർവ്വതം സ്ഥിതി ചെയ്യുന്നത്. കിരീഷിമ പട്ടണത്തോട് ചേർന്നു കിടക്കുന്ന പർവ്വതമാണിത്. എ.ഡി. 742 മുതൽ ഇവിടെ അഗ്നിപർവ്വത സ്ഫോടനം സംഭവിക്കുന്നതായി രേഖപ്പെടുത്തിയിട്ടുണ്ട്. വളരെ ശക്തിയേറിയ സ്ഫോടനം ഉണ്ടായത് 788, 1716,1717 എന്നീ വർഷങ്ങളിലാണ്. അഗ്നിപർവ്വത സ്ഫോടനങ്ങളുടെ സജീവ സാന്നിദ്ധ്യമുള്ള സ്ഥാനമാണ് ഷിൻമൊയ്ഡെക്. കിരീഷിമ പർവ്വതം ജപ്പാനിലെ നൂറ് പ്രധാന പർവ്വതങ്ങളിൽ ഒന്നാണ്.

അവസാനമായി ഈ അഗ്നിപർവ്വതം പൊട്ടിത്തെറിച്ചത് 2011 ജനുവരി 28 നാണ്. അമ്പതു വർഷങ്ങൾക്കുള്ളിലെ ഏറ്റവും വലിയ സ്ഫോടനമായിരുന്നു അത്. സ്ഫോടനം മൂന്നു ദിവസം നീണ്ടു നിന്നു. ഭൂമിയുടെ അന്തർഭാഗത്തു നിന്നും പുറം തള്ളിയ മാഗ്മ, ചാരം മുതലായവ ഉയരങ്ങളിലേക്ക് കുതിക്കുമ്പോൾ മനംകവരുന്ന മിന്നലുകളുമുണ്ടായി. മിന്നലുകൾ നൃത്തമാടിയും ശാഖകൾ സൃഷ്ടിച്ചും ജനങ്ങളുടെ മനം കവർന്നു. ആകർഷകങ്ങളായ മിന്നലുകളെ കൊണ്ട് നയനങ്ങൾക്ക് കാഴ്ച വിരുന്നൊരുക്കി. ആറായിരത്തിഅഞ്ഞൂറ് അടിയോളം ഉയരത്തിൽ പുകപടലങ്ങളും മറ്റും ഉയർത്തപ്പെട്ടു. സ്ഫോടനം നടക്കുന്ന ദിവസങ്ങളിൽ വ്യോമയാന സർവ്വീസുകൾ തടസ്സപ്പെട്ടു. അയണീകരണം മൂലം ഇലക്ട്രോൺസ് മുകളിലേക്ക് ഒഴുക്കപ്പെട്ടു. ഇവിടെയും സാധാരണ മിന്നലുകൾ സൃഷ്ടിക്കപ്പെട്ടു.

വോൾകാനിക് മിന്നലുകളെപ്പറ്റിയുള്ള പഠനങ്ങൾ ശാസ്ത്രലോകം ഇപ്പോഴും നടത്തിക്കൊണ്ടിരിക്കുന്നു. വോൾകാനിക് സ്ഫോടനം മൂലം മുകളിലേക്ക് ഉയർത്തപ്പെടുന്ന ചാരം വൈദ്യുതപരമായി ചാർജുള്ളവയാണ്. ഇവയുടെ സഞ്ചാരത്തിനിടയിലുള്ള ഘർഷണം മൂലം മിന്നലുകൾ സൃഷ്ടിക്കപ്പെടുന്നു.

എട്ട്

ദ ഡോർ റ്റു ഹെൽ

(നരകത്തിലേക്കുള്ള വാതിൽ)

മനുഷ്യനെ അതിശയിപ്പിക്കുന്ന ദീപാലംകൃതമായ ദ ഡോർ റ്റു ഹെൽ സ്ഥിതി ചെയ്യുന്നത് റ്റർക്മെനിസ്ഥാൻ രാജ്യത്തിൽ ഡർവേസ് എന്ന പ്രകൃതിദത്തമായ ഗ്യാസ് ഫീൽഡിലാണ്. ഒരു നോക്കു കാണാൻ ആവേശം കൊള്ളിക്കുന്ന പ്രകാശപൂരിതമായ ഈ സ്ഥലം കാരക്കും മരുഭൂപ്രദേശത്താണ്. റ്റർക്മെനിസ്ഥാന്റെ തലസ്ഥാനമായ അഷ്ഗബാറ്റ് എന്ന പട്ടണത്തിൽ നിന്നും 260 കിലോമീറ്റർ ദൂരത്തിൽ ആ രാജ്യത്തിന്റെ വടക്കുഭാഗത്തായി സ്ഥിതിചെയ്യുന്ന ആഹാൽ പ്രവിശ്യയിൽപ്പെട്ട സ്ഥല മാണിത്.

ഡർവേസ് എണ്ണയുടെ കലവറയാണെന്ന് സോവിയറ്റ് യൂണിയൻ ശാസ്ത്രജ്ഞർ മനസ്സിലാക്കിയിരുന്നു. എത്രത്തോളം അളവിൽ ഓയിൽ ലഭ്യമാക്കാനാകുമെന്ന ഗവേഷണത്തിനായി ഒരു സംഘം ശാസ്ത്രജ്ഞർ

ദ ഡോർ റ്റു ഹെൽ

ഇവിടെയെത്തി ഗവേഷണങ്ങൾക്ക് ആവശ്യമായ ക്രമീകരണങ്ങൾ ചെയ്യുകയും ഡ്രില്ലിങ് റിംഗും ക്യാമ്പും സ്ഥാപിച്ചു. എന്നാൽ ശാസ്ത്രജ്ഞമാരേയും എഞ്ചിനീയർമാരേയും ഞെട്ടിച്ചുകൊണ്ട് സ്ഥാപിച്ച ഡ്രില്ലിങ് റിംഗും ക്യാമ്പും ഭൂമി വിഴുങ്ങിക്കൊണ്ട് അവിടെ ഒരു വലിയ ഗർത്തം രൂപപ്പെട്ടു.

രൂപപ്പെട്ട ഗർത്തത്തിൽ നിന്നും തീക്ഷ്ണ ഗന്ധമുള്ള ഗ്യാസ് വമിക്കാൻ തുടങ്ങി. മീഥെയ്ൻ ഗ്യാസ് വ്യാപനം ആ പ്രദേശത്തു വ്യാപിക്കാതിരിക്കാൻ വേണ്ടി ഭൗമശാസ്ത്രജ്ഞർ ഗ്യാസിനു തീ കൊളുത്തി. ചില ആഴ്ചകൾക്കുള്ളിൽ ഗ്യാസിന്റെ പുറത്തേക്കുള്ള തള്ളൽ നിലയ്ക്കുമെന്നും അതോടെ തീ അണയുമെന്നുമായിരുന്നു സോവിയറ്റ് ശാസ്ത്രജ്ഞരുടെ കണക്കുകൂട്ടൽ. എന്നാൽ അവരുടെ കണക്കുകൂട്ടലുകളെ തെറ്റിച്ചുകൊണ്ട് തീ അണയാത്ത ഗർത്തമായി മാറി. 1971 ലാണ് ഈ സംഭവം നടക്കുന്നത്. കഴിഞ്ഞ നാല്പത്തിയഞ്ചു (2016) വർഷങ്ങളായി ഈ ഗർത്തം ജ്വലിച്ചുകൊണ്ടിരിക്കുന്നു. അടുത്ത ഭാവിയിലും സഞ്ചാരികൾക്ക് അണയാത്ത പ്രകൃതിപ്രതിഭാസമായ ഈ ഗർത്തം ദൃശ്യവിരുന്നൊരുക്കി ഉണ്ടാകുമെന്നുതന്നെയാണ് പ്രതീക്ഷ.

ഭൂമിയുടെ അന്തർഭാഗത്തുനിന്നും പുറംതള്ളപ്പെടുന്ന ഗ്യാസിന്റെ വരവ് നിർത്തലാക്കാനുള്ള പദ്ധതികൾ ഒന്നും തന്നെ ഫലം കണ്ടില്ല. 2010 ഏപ്രിലിൽ റ്റർക്മെനിസ്ഥാന്റെ പ്രസിഡന്റ് ഗുർബൻഗലി ഈ പ്രദേശം സന്ദർശിച്ചു. വൻ തോതിൽ ഇവിടെ നിന്നും ഗ്യാസ് ഉത്പാദിപ്പിക്കുന്നതിന് പ്രസിഡന്റിന്റെ നേതൃത്വത്തിലുള്ള ഗവൺമെന്റ് തീരുമാനമെടുത്തു. ഒരു വർഷം ഇരുന്നൂറ്റി ഇരുപത്തിയഞ്ചു ബില്ല്യൺ ക്യൂബിക് മീറ്റർ ഗ്യാസ് ഇവിടെ നിന്നും ഉത്പാദിപ്പിച്ചുകൊണ്ടിരിക്കുന്നു. ഇതേ അളവിൽ അടുത്ത ഇരുപതു വർഷത്തേക്ക് ഗ്യാസ് ഉത്പാദിപ്പിക്കുന്നതുകൊണ്ട് റഷ്യ, പാകിസ്ഥാൻ, ഇറാൻ, ഇന്ത്യ, പടിഞ്ഞാറൻ യൂറോപ്പ്, ചൈന മുതലായ രാജ്യങ്ങളിലേക്ക് കയറ്റുമതി നടത്തുന്നു.

അദ്ഭുതം ജനിപ്പിക്കുന്ന ഈ ഗർത്തം പ്രകൃതിദത്ത ലോകാദ്ഭുതങ്ങളിൽ ഒന്നാണ്.

ഒമ്പത്

ഗുബുസ്ഥാനിലെ മട്ടി വോൾകാനോകൾ

അഗ്നിപർവ്വത സ്ഫോടനങ്ങളെക്കുറിച്ച് കേൾക്കാത്തവർ ചുരുക്കമായിരിക്കും. ഉയർന്ന താപനിലയിൽ ഭൂഗർഭത്തിൽ നിന്നും പൊട്ടിത്തെറിയോടെ പുറത്തു വരുന്ന ലാവയ്ക്കു പകരം ഒട്ടിപിടിക്കുന്ന മട്ടിയും മീഥൈൻ ഗ്യാസും ശക്തിയോടെ മുകളിലേയ്ക്ക് ചുഴറ്റിയെറിയുന്ന പ്രകൃതിപ്രതിഭാസം അധികം പേർ കേൾക്കാനിടയില്ല. അസാധാരണമായ ഈ പ്രതിഭാസം ഭൂമിയിൽ കൂടുതലായി സംഭവിക്കുന്നത് അസർബൈജാൻ എന്ന രാജ്യത്തിലാണ്. പ്രത്യേകിച്ച് അസർബൈജാനിലെ ഗുബുസ്ഥാൻ എന്ന സ്ഥലത്താണ്. തലസ്ഥാന നഗരമായ ബാക്കുവിൽ നിന്നും അറുപത്തിനാല് കിലോമീറ്റർ ദൂരത്തായി തെക്കുപടിഞ്ഞാറ് ഭാഗത്ത് സ്ഥിതി ചെയ്യുന്നു. മരുഭൂമിയുടെ വിജനതയിൽ ഗർഗിളിംഗ് ശബ്ദമുണ്ടാക്കിക്കൊണ്ട് ചെളിയുടെ കുമിളകൾ സദാ ഉയർത്തപ്പെട്ടുകൊണ്ടിരിക്കുന്നു.

ലോകത്തിൽ എഴുന്നൂറോളം മഡ് വോൾകാനോകളുണ്ട്. അതിൽ ഏകദേശം പകുതിയോളം അസർബൈജാനിലാണ്. അതിൽ ഏകദേശം മൂന്നൂറോളം ഗുബുസ്ഥാനിലാണ്. ഗുബുസ്ഥാനിലെ മഡ് വോൾകാനോകൾ മരുഭൂമിയുടെ ഏതാണ്ട് മദ്ധ്യഭാഗത്തായിട്ടാണ്. ലോകത്തിലെ എണ്ണ വ്യവസായത്തിന്റെ ജന്മരാജ്യങ്ങളിൽ ഒന്നാണ് അസർബൈജാൻ. രാജ്യത്തിന്റെ എല്ലാഭാഗത്തും എണ്ണയുടെ കനം കുറഞ്ഞ പാളി കര ഭൂമിയിൽ കാണാം. മഡ് വോൾകാനോയുടെ ഫലമായി ചെറുതും വലുതുമായ കുന്നുകൾ രൂപപ്പെട്ടിട്ടുണ്ട്. ഇത്തരത്തിൽ രൂപപ്പെട്ട കുന്നുകളുടെ ബാഹ്യതലം സൂര്യപ്രകാശമേറ്റ് വെടിച്ചുകീറി കാണപ്പെടുന്നു, തണുത്ത മഡ് വോൾകാനോ അന്തരീക്ഷത്തിലെ താപനില ഗണ്യമായി കുറച്ച് മരുഭൂമിയിലെ ചൂടിനെ ശാന്തമാക്കിയിരിക്കുന്നു.

ഈ പ്രതിഭാസം ഭൂഗർഭത്തിലുള്ള എണ്ണയുടെ ശേഖരത്തെ സൂചിപ്പിക്കുന്നു. 1930 ലാണ് ഗുബുസ്ഥാനിൽ മഡ് വോൾകാനോ ഉണ്ടെന്ന് കണ്ടുപിടിച്ചത്. ഭൂമി എന്ന ഗ്രഹത്തിൽ മറ്റു പ്രദേശങ്ങളെ അപേക്ഷിച്ച്

വളരെ പ്രാധാന്യമുള്ള സ്ഥലമാണ് ഗുബുസ്ഥാൻ. എണ്ണയുടെ ശേഖരം ഭൂമിയിൽ ഇവിടെയാണ് കൂടുതലെന്ന് പ്രത്യേകം എടുത്തപറയേണ്ടതി ല്ലല്ലോ.

മഡ് വോൾകാനോകളെ സെഡിമെന്ററി (Sedimentary) വോൾകാനോ കളെന്നും ഗ്യാസ് ഓയിൽ വോൾകാനോകളെന്നും പറയുന്നു. മാഗ്മാ റ്റിക് വോൾകാനോകൾ പൊട്ടിത്തെറിക്കുന്നതുപോലെ മഡ് വോൾകാ നോയും ഭയാനകമായ നിലയിൽ പൊട്ടിത്തെറിക്കാറുണ്ട്. ലക്ഷക്കണ ക്കിനു ടൺ ഹൈഡ്രോകാർബൺ ഗ്യാസും ടൺ കണക്കിനു മട്ടിയും ഭൂമിയുടെ അന്തർഭാഗം പുറത്തേക്ക് തുപ്പുന്നു. ഇതുമൂലം ആ പ്രദേശ ത്തിന്റെ സ്ഥലവർണ്ണനയ്ക്ക് മാറ്റങ്ങൾ സംഭവിച്ചിട്ടുണ്ട്. കാസ്പിയൻ കടലിന്റെ തീരങ്ങൾക്ക് രൂപമാറ്റങ്ങളുണ്ടായിട്ടുണ്ട്. ചില ദ്വീപുകൾ സൃഷ്ടി ക്കപ്പെട്ടു. ചില സന്ദർഭങ്ങളിൽ ഭൂകമ്പം ഉണ്ടാകുന്നു. കാസ്പിയൻ കടലിന്റെ തീരങ്ങളിൽ നിനയ്ക്കാത്ത സമയങ്ങളിൽ സ്ഫോടനം ഉണ്ടാ കാറുണ്ട്. ജനങ്ങൾക്ക് ശ്വാസതടസ്സം സൃഷ്ടിച്ചുകൊണ്ട് അന്തരീക്ഷം ഹൈഡ്രോ കാർബണും മട്ടിയും കൊണ്ട് നിറയും.

2001ൽ അസർബൈജാന്റെ തലസ്ഥാനമായ ബാക്കുവിലുള്ള ഗ്യാസിന്റെ ഒരു ഊറൽ മല പൊട്ടിത്തെറിച്ചു. നൂറ് കണക്കിനടി മുകളി ലേക്ക് മട്ടിയും മീഥൈൻ ഗ്യാസും ഭൂമി വലിച്ചെറിഞ്ഞു. മൂന്നു ദിവസം തുടർച്ചയായി ചുഴറ്റിയെറിഞ്ഞുകൊണ്ടിരുന്നു. അന്തരീക്ഷം കറുത്ത പുകകൊണ്ടും ചെളികൊണ്ടും നിറഞ്ഞു.

ഭൂമിക്കുള്ളിൽ നിന്നും പുറംതള്ളിയ ചെളികൊണ്ട് ഭൂമിക്കുമുകളിൽ പല രൂപങ്ങളിൽ ശേഖരിക്കപ്പെടുന്നു. ഗോപുരം, കോൺ ആകൃതിയിലും കുളങ്ങളും രൂപപ്പെട്ടിട്ടുണ്ട്. അഞ്ചുമീറ്റർ മുതൽ അഞ്ഞൂറ് മീറ്റർ ഉയരം വരെയുള്ള കുന്നുകൾ കാണപ്പെടുന്നു. ലോകത്തിലെ ഏറ്റവും ശക്തി യേറിയ മഡ് വോൾകാനോകൾ ബോയ്ക് ഖനിസഡാഗും റ്റുരാഗവിയു മാണ്. രണ്ടും അസർബൈജാനിലാണ്

ഒരു വർഷം അസർബൈജാനിൽ ഇരുപത് മില്ല്യൺ സ്ക്വയർ മീറ്റർ ഗ്യാസ് ഭൂഗർഭത്തിൽ നിന്നും പുറംതള്ളുന്നു. എന്നാൽ 1946ൽ റ്റുരാഗ വിയിലുണ്ടായ സ്ഫോടനത്തിൽ അഞ്ഞൂറ് മില്ല്യൻ ക്യുബിക് മീറ്റർ ഗ്യാസ് പുറംതള്ളി.

ഭൂമി അതിന്റെ ഊർജ്ജം പുറംതള്ളുന്നതിന്റെ ഉത്തമോദാഹരണമാണ് ഈ പ്രകൃതിപ്രതിഭാസം. ഈ പ്രതിഭാസം നമ്മെ യുഗങ്ങൾക്കപ്പുറ ത്തേക്ക് കൊണ്ടുപോകുന്നു. ജീവനുകളില്ലാത്ത ഭൂമിയെന്ന ഗ്രഹത്തി ലേക്ക്.

ബാക്കു, ഫൈറുസ് ഗർത്തം, സാലിയൻ, ഗുബുസ്ഥാൻ എന്നീ പ്രദേശങ്ങളിലുള്ള വോൾക്കാനോ, മഡിന്റെ കുളങ്ങൾ സൃഷ്ടിച്ചെടുത്തി ട്ടുണ്ട്. ഈ കുളങ്ങളിലേക്ക് ഊറി വരുന്ന ചെളി രോഗശമനത്തിനായി

ഗുബുസ്ഥാനിലെ മഡ് വോൾകാനോ

ജനങ്ങൾ ഉപയോഗിക്കുന്നു. സഞ്ചാരികൾ മണിക്കൂറോളം ഇത്തരം കുള ങ്ങളിൽ മഡ് സ്നാനം നടത്തുന്നു. മിനറലുകൾ കൊണ്ട് സമൃദ്ധമായ മഡിൽ ധാരാളം ഔഷധഗുണങ്ങളുണ്ട്.

മാഗ്മാറ്റിക് വോൾക്കാനോകളെയും മഡ് വോൾകാനോകളെയും ചുറ്റി പ്പറ്റി ധാരാളം സിനിമകളും നൂറു കണക്കിനു പുസ്തകങ്ങളും ആയിര ക്കണക്കിനു നിരീക്ഷണങ്ങളും ലേഖനങ്ങളും രചിക്കപ്പെട്ടിട്ടുണ്ട്. ഇതൊക്കെ ഈ ഗ്രഹത്തിൽ തന്നെ സംഭവിക്കുന്ന കാര്യങ്ങളാണ്. അതും ഭൂമിയുടെ ആഴങ്ങളിലുള്ളവയുടെ സൂചനകൾ നൽകികൊണ്ട് ഇത്തരം പ്രതിഭാസങ്ങൾ നമ്മെ ആശ്ചര്യപ്പെടുത്തുന്നു.

അസർബൈജാൻ എന്ന പേര് ഫയർ എന്ന പേർഷ്യൻ വാക്കിൽ നിന്നാണ് ഉദ്ഭവിച്ചത്. തീയിനെ ആരാധിക്കുന്ന രീതി ഇസ്ലാം മതം സ്ഥാപി ക്കുന്നതിനു മുമ്പ് ഈ ഭാഗത്തുള്ള രാജ്യങ്ങളിൽ ഉണ്ടായിരുന്നു.

പത്ത്

ബരതാങ് മഡ് വോൾകാനോ

അധികം പേരുടെ ശ്രദ്ധയിൽപ്പെട്ടുകാണില്ല, ഇന്ത്യാ മഹാരാജ്യത്തിലും മഡ് വോൾകാനോ ഉണ്ടെന്നുള്ളത്. ഇന്ത്യയിലെ ഏക മട്ടി വോൾക്കാനോയാണ് ബരതാങ്. ഇന്ത്യയുടെ ഭൂപ്രദേശമായ ആൻഡമാൻ ദ്വീപുകളിൽപ്പെട്ടതാണ് ബരതാങ്. ഈ സ്ഥലത്തിന്റെ വിസ്തീർണ്ണം ഏകദേശം 296.6 സ്ക്വയർ കിലോമീറ്റർ. ആൻഡമാനിലെ പ്രധാന ദ്വീപുകളിൽ ഒന്നായ ഇത് ബംഗാൾ ഉൾക്കടലിൽ സ്ഥിതിചെയ്യുന്നു. ഇന്ത്യൻ യൂണിയൻ റ്റെറിട്ടറി ഓഫ് ആൻഡമാൻ ആൻഡ് നിക്കോബാർ ദ്വീപുകളുടെ തലസ്ഥാനമായ പോർട്ട് ബ്ലെയർ ബരതാങിന്റെ തെക്കു ഭാഗത്തും ഏകദേശം നൂറ് കിലോമീറ്റർ ദൂരത്തിലുമാണ്.

ഇവിടെ ഇടവിട്ട് വല്ലപ്പോഴും ഉണ്ടാകുന്ന പ്രകൃതിപ്രതിഭാസമാണിത്. ഏറ്റവും അവസാനമായി സ്ഫോടനം ഉണ്ടായത് 2005 ലാണ്. 2004ൽ ഇന്ത്യൻ മഹാസമുദ്രത്തിൽ ഉണ്ടായ ഭൂകമ്പത്തിന്റെ ഫലമായിട്ടാണ് 2005ൽ വോൾകാനോ ഉണ്ടായതെന്നു കരുതപ്പെടുന്നു. അതിനുമുമ്പ് 2003 ഫെബ്രുവരി 18 നാണ് സ്ഫോടനം ഉണ്ടായത്.

ചെറിയ വോൾകാനോയാണ് ഇവിടെ നടക്കുന്നതെങ്കിലും തിളച്ച മട്ടി ഭൂഗർഭത്തിൽ നിന്നും ഭൂമിയുടെ ഉപരിതലത്തിലേക്ക് ശക്തിയോടെ ബഹിർഗമിക്കുന്ന കാഴ്ച അതിശയിപ്പിക്കുന്നതും ചിന്തിപ്പിക്കുന്നതുമാണ്. നയനങ്ങൾക്ക് മനോഹാരിത നൽകുമെങ്കിലും സൾഫറിന്റെ ദുർഗന്ധം ആ പ്രദേശമാകെ വ്യാപിച്ചിട്ടുണ്ട്. ഭൂഗർഭത്തിൽ നിന്നും പുറത്തെത്തുന്ന മട്ടി ശുദ്ധമായ ഇരുമ്പിന്റെ സാന്നിദ്ധ്യവും ഘടനാരീതി പരുപരുത്തതുമാണ്. ഉപ്പുരസമുള്ളതുകൊണ്ട് മഡിന്റെ സാന്നിദ്ധ്യമുള്ള സ്ഥലങ്ങളിൽ സസ്യങ്ങൾ വളരുന്നില്ല. എന്നാൽ അടുത്ത പ്രദേശങ്ങളിൽ നിന്നും ധാരാളം കാട്ടുകിളികളുടെ കളകൂജനം കേൾക്കാം.

മട്ടി ഭൂമിക്കടിയിൽ നിന്നും 'ഗ്ളൂങ്' 'ഗ്ളൂങ്' ശബ്ദത്തോടെ ഊറി ഭൂതലത്തിലേയ്ക്ക് എത്തുന്ന കാഴ്ച സഞ്ചാരികളെ അദ്ഭുതപ്പെടുത്താറുണ്ട്. ഗ്യാസിനാൽ പുറം തള്ളുന്ന മഡ് അവിടവിടെയായി ശേഖരിക്കപ്പെട്ട് കട്ടി

പിടിച്ചു കിടക്കുന്നു. വീണ്ടും മഡിന്റെ ഊറൽ നടന്നുകൊണ്ടിരിക്കുന്നു. പല തവണ സ്ഫോടനം നടന്നതു മൂലം മട്ടിയുടെ ഭിത്തി നിർമ്മിക്കപ്പെട്ടിട്ടുള്ളത് കാണാം. എന്നാൽ പുതിയ മഡ് തികച്ചും പൊള്ളുന്ന ചൂടുള്ളതാണ്. തുടർച്ചയായ സ്ഫോടനം നടക്കുന്ന സ്ഥലമല്ലെങ്കിലും മട്ടിയുടെ കുന്നുകളും ഊറി വരുന്ന ഗർത്തങ്ങളും ദർശിക്കാം. ബാരതാങ് മഡ് വോൾകാനോ ശക്തിയോടെ പൊട്ടിത്തെറിച്ചത് 1983 ലാണ്. ഈ സ്ഫോടനത്തിൽ അടുത്ത പ്രദേശത്തുള്ള സസ്യജാലങ്ങൾ വെന്തമർന്നു. ഇത്തരം പ്രകൃതിപ്രതിഭാസങ്ങൾ നഗ്നനേത്രങ്ങൾ കൊണ്ട് കണ്ടിരിക്കേണ്ടതു തന്നെ.

പതിനൊന്ന്

യനാർ ദാങ്

'യനാർ ദാങ്' എന്ന വാക്കിന്റെ അർത്ഥം എരിഞ്ഞുകൊണ്ടിരിക്കുന്ന പർവ്വതമെന്നാണ്. സദാ ജ്വലിച്ചുകൊണ്ടിരിക്കുന്ന ദീപ്തി. അസർബൈജാൻ രാജ്യത്തിന്റെ തലസ്ഥാനമായ ബാക്കുവിൽ കാസ്പിയൻ കടലിനോട് ചേർന്ന് കിടക്കുന്ന അബ്ഷറോൺ എന്ന ഉപദ്വീപിലാണ് ഈ പ്രകൃതിപ്രതിഭാസം. ബാക്കുവിന്റെ അർത്ഥം തന്നെ അഗ്നിയുടെ പ്രദേശം എന്നാണ്. കിഴുക്കാൻതൂക്കായി കിടക്കുന്ന കുന്നിൻചരുവിലുള്ള മണൽ കട്ടിപിടിച്ച പാറയിലെ സൂക്ഷ്മ ദ്വാരങ്ങളിൽ നിന്നും പുറം തള്ളുന്ന തീജ്വാല ജ്വലിച്ചുകൊണ്ടിരിക്കുന്നു.

1950കളിൽ ഒരു ആട്ടിടയൻ അവിചാരിതമായി തീ കത്തിച്ചപ്പോൾ കുന്നിൻചരുവിലെ ചില ഭാഗങ്ങൾ ജ്വലിക്കാൻ തുടങ്ങി. അന്നുമുതൽ ഇന്നുവരെ തീനാളങ്ങൾ പൊന്തിവന്നുകൊണ്ടിരിക്കുന്നു. ഭൂമിയുടെ സർഫെയ്സിൽ നിന്നും ഊർന്നു വരുന്ന ഗ്യാസിന്റെ പ്രവാഹം ക്രമമായി വമിച്ചുകൊണ്ടിരിക്കുന്നതു കൊണ്ടാണ് അണയാത്ത തീജ്വാലയുടെ സാന്നിദ്ധ്യം. വോൾകാനോകളിൽ നിന്നും തികച്ചും വ്യത്യസ്തമാണ് ഈ പ്രതിഭാസം. മട്ടിയോ ലാവയോ മറ്റു ദ്രാവകമോ ഒഴുകി പുറത്തു വരുന്നില്ല. എന്നാൽ സമീപത്തുള്ള ലോക്ബറ്റാനിലും ഗുബുസ്ഥാനിലും മഡിന്റെ സ്ഫോടനം ഇടയ്ക്കിടെ നടന്നുകൊണ്ടിരിക്കുന്നു. ഈ കുന്നിൻചരിവിൽ നിന്നും ബഹിർഗമിക്കുന്ന തീജ്വാല ഏകദേശം പത്തു മീറ്റർ വരെ ഉയരത്തിൽ എത്താറുണ്ട്.

ഇതുപോലെ തീകൊളുത്തിയാൽ കത്തുന്ന ഗ്യാസിന്റെ പല ഉറവകളും ഈ പ്രദേശത്തുണ്ട്. ഇത്തരം സ്ഥാനങ്ങളെ 'യനാർ ബുലാക്' എന്നു വിളിക്കുന്നു. ഇതിന്റെ അർത്ഥം 'ബേണിങ് സ്പ്രിംഗ്' എന്നാണ്. വിലാസ്കേ നദിയുടെ പ്രാന്തപ്രദേശങ്ങളിലുള്ള ഈ ഊറ്റുകുഴികളിൽ പ്രദേശവാസികൾ രോഗശമനത്തിനായി സ്നാനം നടത്താറുണ്ട്. ഈ വിധത്തിലുള്ള അഗ്നിയുടെ പർവ്വതങ്ങൾ വളരെ കുറച്ച് മാത്രമേ ഭൂമിയിലുള്ളൂ. അവയിൽ മിക്കതും അസർബൈജാനിൽ തന്നെയാണ്. ഈ പ്രകൃതിപ്രതിഭാസം വളരെ പുരാതനകാലം മുതൽ നിലനിൽക്കുന്നുവെന്ന്

യനാർ ദാങ് പർവ്വതം

ചരിത്രസംബന്ധിയായ എഴുത്തുകാരൻ മാർക്കോ പോളോ രേഖപ്പെടുത്തിയിട്ടുണ്ട്.

ഈ പ്രതിഭാസത്തിന്റെ കാരണം ഹൈഡ്രോകാർബൻ ഗ്യാസാണ്. വളരെ പ്രസിദ്ധമായ തീജ്വാലകളുടെ സാന്നിദ്ധ്യം ബാക്കുവിനടുത്തുണ്ടായിരുന്നു. അറ്റേഷ്ഗസ് എന്ന മതപരമായ സ്ഥലത്താണിത്. പക്ഷേ, ഇവിടുത്തെ പ്രകൃതിദത്തമായ തീജ്വാല കെട്ടണഞ്ഞു. പകരം ഇവിടെയുള്ള അമ്പലത്തിൽ ഗ്യാസ് കൊണ്ട് തീജ്വാല ഉണ്ടാക്കി സഞ്ചാരികളെയും ഭക്തരെയും ആകർഷിക്കുന്നു. പ്രകൃതിദത്തമായ യനാർദാങ് തീജ്വാല പ്രദോഷത്തിൽ ദർശിക്കുന്നത് കൂടുതൽ മനോഹരമായിരിക്കും.

പന്ത്രണ്ട്

എറേബസ് പർവ്വതത്തിലെ മഞ്ഞിന്റെ ധൂമനാളങ്ങൾ

എ. അന്റാർട്ടിക്ക

എറേബസ് പർവ്വതത്തിലെ പുകക്കുഴലുകളെപ്പറ്റിയുള്ള പഠനത്തിനു മുമ്പായി അന്റാർട്ടിക്കയെപ്പറ്റി ചെറിയൊരു പഠനം നടത്താം. ഭൂഗോള പടത്തിന്റെ ഏറ്റവും അടിയിലായി. ഭൂമിയുടെ തെക്കെ അറ്റത്തു കിടക്കുന്ന ഭൂഖണ്ഡം. ഏറ്റവും ചെറിയ ഭൂഖണ്ഡങ്ങളിൽ മൂന്നാം സ്ഥാനം. വിസ്തീർണ്ണം ഒരു കോടി നാല്പതു ലക്ഷത്തോളം സ്ക്വയർ കിലോമീറ്റർ. ഭൂമിയുടെ അർദ്ധഗോളത്തിന്റെ പകുതി ഭാഗമായ ദക്ഷിണ ധ്രുവത്തിൽപ്പെടുന്നു. ഈ ഭൂഖണ്ഡത്തിന്റെ സമുദ്രനിരപ്പിൽ നിന്നും ഏറ്റവും ഉയർന്ന ഭാഗം വിൻസൺ മാസിഫാണ്.

ഒരു രാജ്യം പോലും ഇല്ലാത്തതും മനുഷ്യവാസം തീരെ ഇല്ലാത്തതുമായ ലോകത്തിലെ ഏക ഭൂഖണ്ഡം. ബെഡ്മോർ ഗ്ലേസിയർ ഈ ഭൂഖണ്ഡത്തിൽപ്പെടുന്നു. ഭൂമിയിലെ ഏറ്റവും കൂടുതൽ തണുപ്പുള്ള സ്ഥലം. ലോകത്തിലെ ഏറ്റവും കൂടുതൽ കാറ്റ് വീശുന്നത് ഈ ഭൂഖണ്ഡത്തിലാണ്. അന്റാർട്ടിക്കയിൽ പർവ്വതങ്ങളും തടാകങ്ങളും താഴ്വാരങ്ങളുമുണ്ട്. അന്റാർട്ടിക്കയുടെ ഭൂരിഭാഗവും മഞ്ഞിനാൽ മൂടപ്പെട്ടുകിടക്കുന്നതുകൊണ്ട് ലോകത്തിലെ ഏറ്റവും ഉയരം കൂടിയ ഭൂഖണ്ഡമാണിത്. ലക്ഷക്കണക്കിനു വർഷങ്ങൾ കൊണ്ട് മഞ്ഞു പെയ്തു കട്ട പിടിച്ചു കിടക്കുന്നു.

തണുത്ത കാറ്റ് എപ്പോഴും വീശിക്കൊണ്ടിരിക്കുന്നതു കൊണ്ട് ജലം ഘനീഭവിച്ച് മഞ്ഞിന്റെ ഫ്ളാറ്റ്ഫോംസ് സൃഷ്ടിക്കപ്പെടുന്നു. ഇത്തരം ഫ്ളാറ്റ്ഫോംസുകളുടെ നീളം നൂറ് മീറ്റർ മുതൽ ഒരു കിലോമീറ്റർ വരെ ഉണ്ടാകും. ഉഷ്ണകാലത്ത് മഞ്ഞിന്റെ ഫ്ളാറ്റ്ഫോമുകൾ വിഭജിച്ച് കുന്നുകൂടി മഞ്ഞുമലകൾ സൃഷ്ടിക്കപ്പെടുന്നു.

അധികം സസ്യങ്ങൾ അന്റാർട്ടിക്കയിൽ വളരാറില്ല. കരിമ്പായൽ, ആൽഗെ, ലീച്ചസ് എന്നിവ തീരങ്ങളോടടുത്ത് വളരുന്നു. പാലൂട്ടി കുഞ്ഞുങ്ങളെ വളർത്തുന്ന ജീവികൾക്ക് ഇവിടെ അനുയോജ്യമല്ല. ചെറിയ ചില

പ്രാണികൾ തീരങ്ങളിൽ കാണാം. ചെറിയ ക്രിൽ എന്ന ജീവി ഭൂഖണ്ഡത്തിലെ ജലത്തിൽ അധിവസിക്കുന്നു. ലോകത്തിലെ ഏറ്റവും വലിയ ജീവിയായ നീലതിമിംഗിലവും എലിഫന്റ് സീലുകളും ക്രിൽ എന്ന ജീവിയെ ഭക്ഷണമാക്കുന്നു. ഇവിടെ ധാരാളമായി കണ്ടുവരുന്ന മറ്റൊരു ജീവിയാണ് എംബറർ പെൻഗ്വിൻ. ഈ ഭൂഖണ്ഡത്തിലെ ഏറ്റവും വലിയ പക്ഷിയാണ് എംബറർ പെൻഗ്വിൻ. ഇത് ജലത്തിൽ വളരുന്ന ജീവികളെ ഭക്ഷണമാക്കി ജീവിക്കുന്നു. പെൻഗ്വിൻ പക്ഷികളുടെ ജീവിത രീതി വളരെ ആശ്ചര്യകരമാണ്. കടൽ പക്ഷികളായ ഗാൽ, ടേൺസ് എന്നിവ ആകാശത്തു ദൃശ്യമാണ്.

1820 ലാണ് പര്യവേക്ഷകർ ആദ്യമായി അന്റാർട്ടിക്കയിലെത്തുന്നത്. ഇന്ന് അനേകം ശാസ്ത്രജ്ഞർ ഗവേഷണങ്ങൾക്കായി ഇവിടെ തമ്പടിച്ചിട്ടുണ്ട്. വളരെ ചുരുക്കം ചിലർ മാത്രമേ ഈ ഭൂഖണ്ഡം സന്ദർശിച്ചിട്ടുള്ളൂ. അതിൽ മലയാളിയായ സന്തോഷ് ജോർജ് കുളങ്ങര എന്ന ലോക സഞ്ചാരിയും ഉൾപ്പെടും.

ഭൂമിയിലെ മഞ്ഞിന്റെ തൊണ്ണൂറ് ശതമാനവും അന്റാർട്ടിക്കയിലാണ്. ഈ ലോകത്ത് മഞ്ഞിന്റെ ശേഖരത്തിനുവേണ്ടി പ്രകൃതി ഒരു ഭൂഖണ്ഡത്തെ മാറ്റി വച്ചിരിക്കുന്നു. ശുദ്ധജലം ഖരരൂപത്തിൽ കുമിഞ്ഞു കൂടി ശേഖരിച്ചിരിക്കുന്നു. ഇവിടുത്തെ മഞ്ഞിന്റെ പാളിയുടെ ഘനം ഏകദേശം രണ്ടു കിലോമീറ്ററും ആഴം മൂന്നര കിലോമീറ്ററും. അന്റാർട്ടിക്കയിലെ ഏറ്റവും ഉയർന്ന പർവ്വതങ്ങൾ വിൻസൺ മസ്സിഫ്, റ്റൈറി, സിഡ് ലേ, എറേബസ് എന്നിവകളാണ്. അന്റാർട്ടിക്കയിൽ ഏകദേശം 1534 പർവ്വതങ്ങളുണ്ട്. കഠിന ശൈത്യത്താൽ ശീതീകരിക്കപ്പെട്ട ഒരു തടാകമാണ് ഫ്രൈക്സെൽ.

ബി. എറേബസ് പർവ്വതം

അന്റാർട്ടിക്ക ഭൂഖണ്ഡത്തിലെ പ്രധാന പർവ്വതങ്ങളിൽ ഒന്നാണ് മൗണ്ട് എറേബസ്. ഉയരം 3794 മീറ്റർ. റോസ് ദ്വീപിൽ സ്ഥിതി ചെയ്യുന്നു. ഈ അഗ്നിപർവ്വതം കണ്ടെത്തിയത് 1841 ജനുവരി 27-നാണ്. റോസ് ദ്വീപിൽ റ്റേറർ പർവ്വതം, ബേഡ് പർവ്വതം, റ്റെറാനോവ പർവ്വതം എന്നീ പ്രവർത്തനം മന്ദീഭവിച്ച അഗ്നിപർവ്വതങ്ങൾ കൂടിയുണ്ട്. ക്യാപ്റ്റൻ ജയിംസ് റോസാണ് ഈ പർവ്വതം കണ്ടെത്തിയത്. റോസ് ദ്വീപും കണ്ടെത്തിയത് ഇദ്ദേഹമാണ്. അതുകൊണ്ടാണ് ഈ ദ്വീപിന് അദ്ദേഹത്തിന്റെ പേരിനോടൊപ്പം അറിയപ്പെടുന്നത്.

പുറമെ കഠിന തണുപ്പു കൊണ്ട് മരവിച്ച അന്തരീക്ഷം. മനുഷ്യൻ എത്തിപ്പറ്റിയാൽ മരണം സുനിശ്ചിതം. താപത്തിന്റെ കണികപോലുമില്ലാത്ത പ്രദേശം. എന്നാൽ മൗണ്ട് എറേബസിന്റെ ഭൂഗർഭം 1700 ഡിഗ്രി ഫാരൻ ഹീറ്റിൽ തിളച്ചുമറിയുന്ന മാഗ്മ നിറഞ്ഞതാണ്. എന്നാൽ പുറമേയുള്ള അതിശൈത്യം ഭൂഗർഭത്തിലെ കഠിനമായ താപത്തെ ഒരു

തരത്തിലും തടസ്സപ്പെടുത്തുന്നില്ല, മറിച്ചും അങ്ങനെത്തന്നെ. സൃഷ്ടിയുടെ വിചിത്രമായ മുഖം.

ഭൂമിയുടെ തെക്കേ അറ്റത്ത് ഭൂഗർഭത്തിലെ തീജ്വാലകളും മുകൾപ്പരപ്പിലെ മഞ്ഞുമായി സന്ധിക്കുന്ന സ്ഥലമാണ് മൗണ്ട് എറബസ് അഗ്നിപർവ്വതം. അന്റാർട്ടിക്ക ഭൂഖണ്ഡത്തിലെ നിലവിൽ സജീവമായി സ്ഫോടനങ്ങൾ നടന്നുകൊണ്ടിരിക്കുന്ന പർവ്വതമാണിത്. ഏകദേശം ധാരാളം മൈലുകൾ ആഴത്തിൽ നിന്നും ഭൂമിയുടെ അന്തർഭാഗം പുറം തള്ളുന്ന മാഗ്മ ചുഴറ്റിയടിച്ച് ആകാശത്തേക്കു കുതിക്കുന്ന കാഴ്ച ലോകാദ്ഭുതങ്ങളിൽ ഒന്നാണ്. മാഗ്മ പുറത്തെത്തിയാൽ ലാവ തടാകം സൃഷ്ടിച്ചെടുക്കുന്നു. തണുത്തുറഞ്ഞു കിടക്കുന്ന ഹിമാനിയുടെ നടുവിൽ സൃഷ്ടിക്കപ്പെടുന്ന ലാവ തടാകം. ലോകപ്രതിഭാസങ്ങളിൽ വെച്ച് എന്തുകൊണ്ടും ശ്രദ്ധേയമാണ്. പതിനേഴായിരം വർഷങ്ങൾക്കു മുമ്പു മുതൽ ഈ പ്രകൃതിപ്രതിഭാസം നടന്നുകൊണ്ടിരിക്കുന്നുവെന്ന് ചരിത്രം പഠിപ്പിക്കുന്നു.

പല തരത്തിലുള്ള വോൾകാനോ ഭൂമുഖത്തു സംഭവിക്കുന്നുണ്ട്. ഈ മഞ്ഞുമലയിൽ ഉണ്ടാകുന്നത് സ്ട്രാറ്റോ വോൾകാനോയാണ്. അതായത് പല ഘട്ടങ്ങളിലായി കോണിക്കൽ രൂപത്തിൽ പല അടുക്കുകളായിട്ടാണ് കട്ടിയുള്ള ലാവ ആകാശത്തേക്ക് ബഹിർഗമിക്കുന്നത്. ഇതിന്റെ അർത്ഥം ഭൂമിക്കടിയിലുള്ള പാറക്കെട്ടുകളുടെ അടുക്ക് പല രീതിയിലാണെന്നുള്ളതാണ്. ഉദാഹരണമായി നിറം കുറഞ്ഞ സിലിക്കേറ്റ് മിനറലുകൾ രൂപപ്പെട്ട് ശിലാവോൾക്കാനോ (ഫെൽസിക്) സൃഷ്ടിക്കപ്പെടുന്നു. രണ്ട്, കടും നിറങ്ങളിലുള്ള സിലിക്കേറ്റ് മിനറലുകളായ മഗ്നീഷ്യം, ഇരുമ്പ് എന്നിവ ചേർന്ന് ഉണ്ടായിട്ടുള്ള ശിലാവോൾകാനോ (മാഫിക്)

ലോകത്തിലെ അഞ്ചു ദീർഘകാല ആയുസ്സുള്ള ലാവാ തടാകങ്ങളിൽ ഒന്നാണ് ഈ അഗ്നിപർവ്വതത്തിലുള്ളത്. സ്ട്രോംബോളിയൻ രൂപത്തിൽ സ്ഫോടനം ഉണ്ടാക്കുന്ന ചുരുക്കം ചില അഗ്നിപർവ്വതങ്ങളിൽ ഒന്നാണിത്. പൊട്ടിത്തെറി ദീർഘ സമയം നീണ്ടു നിൽക്കുകയും ചിലപ്പോൾ കിലോമീറ്റർ ഉയരത്തിൽ സ്തംഭങ്ങൾ സൃഷ്ടിച്ചുകൊണ്ട് തുടർച്ചയായി ലാവ ഭൂമുഖത്തേക്ക് പുറംതള്ളുന്ന പ്രക്രിയ. അഗ്നിപർവ്വത്തിൽ നിന്നും ചൂട് ലാവ പുറത്തു വന്ന് ധാരാളം ഗർത്തങ്ങൾ മൗണ്ട് എറബസിൽ കാണാം. സ്ഫോടനത്തിന്റെ ഫലമായി കൂറ്റൻ മഞ്ഞിന്റെ ടവറുകൾ രൂപപ്പെടുന്നു.

പ്രകൃതിദത്ത ലോകാദ്ഭുതങ്ങളിൽ ഒന്നായ എറേബസ് അഗ്നിപർവ്വത സ്ഫോടനം, ഈ പ്രകൃതിപ്രതിഭാസം സംഭവിച്ചുകൊണ്ടിരിക്കുമ്പോൾ നഗ്നനേത്രങ്ങൾ കൊണ്ട് ദർശിക്കാൻ അവസരം കിട്ടുക ബുദ്ധിമുട്ടു തന്നെ. എങ്കിലും ഇതുപോലുള്ള അവിശ്വസനീയമായ പ്രകൃതിപ്രതിഭാസങ്ങൾ ലോകത്തിന്റെ പല ഭാഗങ്ങളിലായി നടന്നുകൊണ്ടിരിക്കുന്നു എന്നുള്ളത് നഗ്നസത്യം.

പതിമ്മൂന്ന്

ദ്വീപുകൾ

(Islands)

ദ്വീപുകൾ മഹാസമുദ്രങ്ങളിലും കടലുകളിലും നദികളിലും തടാകങ്ങളിലും സൃഷ്ടിക്കപ്പെടുന്നു. ദ്വീപുകളുടെ കൂട്ടങ്ങളും മഹാസാഗരത്തിലും മറ്റും രൂപീകൃതമാകുന്നുണ്ട്. ഭൂമുഖത്ത് അഞ്ചു തരത്തിലുള്ള ദ്വീപുകളുണ്ട്.

1. ട്രോപിക്കൽ ദ്വീപുകൾ (Tropical Islands)
2. കോണ്ടിനെന്റൽ ദ്വീപുകൾ (Continental Islands)
3. ഓഷ്യാനിക് ദ്വീപുകൾ (Oceanic Islands)
4. വിജന ദ്വീപുകൾ (Deserted Islands)
5. കൃത്രിമ ദ്വീപുകൾ (Artificial Islands)

ഭൂമിയിൽ കരയുടെ 1/6 ഭാഗം ദ്വീപുകളാണ്. ദ്വീപുകളിലെ ജന്തുക്കളുടെയും സസ്യങ്ങളുടെയും അവ ആശ്രയിക്കുന്ന പരിസ്ഥിതിയുടെയും വ്യവസ്ഥകൾ കരയിൽ നിന്നും തികച്ചും വ്യത്യസ്തമാണ്. ദ്വീപുകളിലെ ജീവജാലങ്ങളുടെ കോളനി രൂപീകരണം, പൊരുത്തപ്പെടൽ, പുതുജീവിവർഗ്ഗങ്ങളുടെ ഉത്പത്തി എന്നിവ പഠിതാക്കൾക്ക് ജിജ്ഞാസയുണർത്തുന്ന വിഷയങ്ങളാണ്.

പുതിയ ദ്വീപുകൾ സൃഷ്ടിക്കപ്പെടുമ്പോൾ പരിസ്ഥിതിയുടെ അനുക്രമം പാലിക്കപ്പെട്ട് ജന്തുക്കൾ കോളനിവൽക്കരിക്കപ്പെടുന്നു. പുതിയ ജീവികൾക്ക് ദ്വീപുകളിൽ കരമാർഗ്ഗം എത്തിപ്പറ്റുന്നതിനു ബുദ്ധിമുട്ടുണ്ട്. അതുകൊണ്ടു തന്നെ മാമലുകളെ അപേക്ഷിച്ച് ദ്വീപുകളിൽ പക്ഷികളും സസ്യങ്ങളുമാണ് കൂടുതൽ കണ്ടുവരുന്നത്. സസ്യങ്ങൾ വായുവിൽ കൂടിയും ജലത്തിൽ കൂടിയും കാറ്റുമുഖേനയും എത്തിപ്പറ്റുന്നു. മറ്റു ജന്തുക്കൾ ജലത്തിൽ കൂടി നീന്തിയും ഒഴുക്കിൽ പെട്ടും എത്തിപ്പെടുന്നു.

ലോകത്തിലെ ഏറ്റവും വലിയ ദ്വീപാണ് ഗ്രീൻലാൻഡ്. 2,175,000 സ്ക്വയർ കിലോമീറ്റർ വിസ്തീർണ്ണമുണ്ട് ഗ്രീൻലാൻഡിന്. ആർട്ടിക് സമുദ്രത്തിൽ സ്ഥിതിചെയ്യുന്നു. മഞ്ഞുകട്ടകൊണ്ടും മൂടൽമഞ്ഞുകൊണ്ടും സദാ മൂടികിടക്കുന്നതുകൊണ്ടും ഇവിടെ ജനജീവിതത്തിന് സാധ്യത കുറവാണ്.

പതിന്നാല്

വോൾകാനിക് ദ്വീപുകൾ

അഗ്നിപർവ്വത സ്ഫോടനത്താൽ സമുദ്രത്തിന്റെ അടിത്തട്ടിൽ നിന്നും ഉയർത്തപ്പെട്ട ലാവ തണുത്തുറച്ച് സൃഷ്ടിക്കപ്പെട്ടതാണ് വോൾകാനിക് ദ്വീപുകൾ, കൂടാതെ ഭൂഗർഭത്തിൽ റ്റെക്റ്റോണിക് ഫോഴ്സസ് മൂലം മാറ്റം സംഭവിക്കുന്നതുകൊണ്ടും ദ്വീപുകൾ സൃഷ്ടിക്കപ്പെടുന്നു. പല തവണത്തെ വോൾകാനിക് സ്ഫോടന ഫലമായിട്ടാണ് സമുദ്രത്തിന്റെ മുകൾപ്പരപ്പിലേക്ക് ലാവ ഉയർത്തപ്പെടുന്നത്. ഉദാഹരണമായി ഹവായ് ദ്വീപ് സൃഷ്ടിക്കപ്പെട്ടത് ധാരാളം പ്രാവശ്യം വോൾകാനോ ഉണ്ടായി, 32000

ഹവായ് ദ്വീപ്

അടി ലാവ കുന്നുകൂടിയതിനുശേഷമാണ് (ഏകദേശം പത്തു കിലോ മീറ്റർ സമുദ്രത്തിന്റെ അടിത്തട്ടിൽ നിന്നുള്ള ദൂരം). ഇതുവരെ പല സ്ഫോടനങ്ങൾ നടന്നിട്ടും സമുദ്രനിരപ്പിനു മുകളിൽ എത്താത്ത ദ്വീപുകളുമുണ്ട്.

ഭൂമികുലുക്കം കൊണ്ടും അഗ്നിപർവ്വത സ്ഫോടനം കൊണ്ടും സമുദ്രത്തിന്റെ ഒരു ഏരിയായിൽ തന്നെ ധാരാളം ദ്വീപുകൾ സൃഷ്ടിക്കപ്പെട്ടിട്ടുണ്ട്. ഈ ദ്വീപസമൂഹങ്ങളെ ഐലൻഡ് ആർക് എന്നു വിളിക്കും. അത്തരത്തിൽ സൃഷ്ടിക്കപ്പെട്ട ദീപസമൂഹങ്ങളാണ് അലാസ്ക ആർക്, കുരിൽ കാംചറ്റിക്ക ആർക്ക്. ഇത്തരം ദ്വീപസമൂഹങ്ങൾ കൂടുതലും കാണുന്നത് പസഫിക് ബേസിന്റെ പടിഞ്ഞാറൻ ഭാഗങ്ങളിലാണ്. സമുദ്രത്തിലെ ദ്വീപുകൾ ശരിക്കും ഏകാകിയായ പർവ്വതങ്ങളാണ്. സമുദ്രത്തിന്റെ അടിത്തട്ടിൽ നിന്നും ആയിരക്കണക്കിനടി ഉയരമുണ്ടാകും സമുദ്രത്തിലെ ദ്വീപുകൾക്ക്. ദ്വീപുകൾ പൂർണ്ണതയിലെത്തുന്നത് നൂറ്റാണ്ടുകൾകൊണ്ടോ സഹസ്രാബ്ദങ്ങൾകൊണ്ടോ ആയിരിക്കും ചിലത് ലക്ഷക്കണക്കിനു വർഷങ്ങൾ എടുക്കാറുണ്ട്.

സമുദ്രത്തിന്റെ അടിത്തട്ടിൽ നിന്നും പുറത്തു വരുന്ന ലാവ പെട്ടെന്ന് തണുക്കുകയും പാറപോലെയായിത്തീരുകയും ചെയ്യുന്നു. ഇങ്ങനെ സമുദ്രത്തിന്റെ അടിത്തട്ടിൽ ഉറച്ച് അടിസ്ഥാനമിട്ട് ഓരോ സ്ഫോടനത്തിലും ഉയർന്നുയർന്ന് ഒരു നാളിൽ ജലനിരപ്പിന്റെ മുകളിൽ എത്തുന്നു.

ഉയർത്തപ്പെട്ട ദ്വീപുകളോട് ചേർന്ന് എറപ്ഷൻ ഉണ്ടാകുകയും നിലവിലുള്ള ദ്വീപ് വിശാലമായി തീരുന്നു. അതിനുദാഹരണമാണ് ഹവായ്. അഞ്ചു വോൾകാനോ എറപ്ഷൻ അടുത്തടുത്തായി ഉണ്ടായി സൃഷ്ടിക്കപ്പെട്ടതാണ് ഹവായ്. മറ്റു ഉദാഹരണങ്ങളാണ് ഇൻഡോനേഷ്യ, പാപുവ, ന്യൂ ഗിനിയ, ഫിലിപ്പയിൻസ് ദ്വീപുകൾ. കൂടാതെ ന്യൂസിലാൻഡ്, ആസ്ട്രേലിയ എന്നീ ദ്വീപുകളും ബഹുസഹസ്രാബ്ദങ്ങൾക്ക് മുമ്പ് വോൾകാനോ എറപ്ഷൻ മൂലം സൃഷ്ടിക്കപ്പെട്ടതാണെന്നാണ് ശാസ്ത്രം പഠിപ്പിക്കുന്നത്.

പതിനഞ്ച്

ഹവായ് വോൾകാനിക് ദ്വീപുകൾ

തെക്കെ പസഫിക് സമുദ്രത്തിൽ സ്ഥിതി ചെയ്യുന്ന ദ്വീപ്സമൂഹങ്ങളാണ് ഹവായ്. ഹവായിലാണ് ലോകത്തിലെ ഏറ്റവും വലിയ പർവ്വത ങ്ങളുള്ളത്. ഹവായിലെ ഏറ്റവും വലിയ വോൾകാനിക് ദ്വീപ് മൗന ലോവ. ഹവായിലെ മാത്രമല്ല ലോകത്തിലെ തന്നെ വലിപ്പമേറിയ സമുദ്രത്തിൽ സ്ഥിതിചെയ്യുന്ന ഒറ്റ പർവ്വതമാണിത്. എന്നാൽ ഇതിന്റെ സമുദ്രനിര പ്പിൽ നിന്നുള്ള ഉയരം ഏകദേശം 13448 അടി മാത്രമാണ്. സമുദ്രനിരപ്പിൽ നിന്നുള്ള ഉയരം മാത്രം നോക്കിയാൽ വലിയ പർവ്വതമായി തോന്നാറില്ല. മൗന ലോവയുടെ ആരംഭം സമുദ്രത്തിന്റെ അടിത്തട്ടിൽ നിന്നുമാണ്. ശരിക്കുള്ള ഉയരം അളന്നാൽ എവറസ്റ്റിനെക്കാൾ കൂടുതൽ വരുമെന്നാണ് അനുമാനം. കാരണം വിസ്തൃതമായ ഏരിയായിൽ ചരിഞ്ഞ് ധാരാളം തട്ടുകളായിട്ടാണ് രൂപീകൃതമായിട്ടുള്ളത്.

ഹവായി ദ്വീപിലെ മൗനകിയ ലോകത്തിലെ ഏറ്റവും ഉയരം കൂടിയ വോൾകാനോ എറപ്ഷൻ മൂലം സൃഷ്ടിക്കപ്പെട്ട പർവ്വതം. മൗനലോവ യേക്കാൾ 350 അടി ഉയരം മൗനകിയയ്ക്കുണ്ട്. എന്നാൽ മൗനലോവ യുടെ പിണ്ഡം മൗനകിയയ്ക്കില്ല. മൗനലോവയുടെ വിസ്തൃതി 9700 ക്യൂബിക് മൈൽ.

ഹവായ് ദ്വീപുകളുടെ സൃഷ്ടി ലക്ഷക്കണക്കിന് വർഷങ്ങൾക്ക് മുമ്പ് ആരംഭിച്ചതാണ്. ഇപ്പോഴത്തെ ദ്വീപ്സമൂഹങ്ങൾ ഭൂമിയുടെ മേൽപടല ത്തിനു പുറത്ത് ഭീമാകാരമായ പാറയുടെ സ്ലാബ് നങ്കൂരമിട്ടിരിക്കുന്നു വെന്നാണ് ശാസ്ത്ര നിഗമനം. ഈ സ്ലാബിൽ നിന്നുമാണ് വോൾകാനോ എറപ്ഷന്റെ ആരംഭമെന്നും ശാസ്ത്രം പറയുന്നു.

ഭൂമിയുടെ മേൽപടലം എന്താണെന്ന് മനസ്സിലാക്കാം. ഭൂമിയുടെ വലുപ്പം കണക്കാക്കുമ്പോൾ പുറമേയുള്ള ചെറിയൊരു അടുക്കാണത്. ആപ്പിളിന്റെ പുറംതൊലി പോലെ. ചില സ്ഥലങ്ങളിൽ കട്ടികുറഞ്ഞ അടുക്കിന്റെ കട്ടി ഏകദേശം 80 കിലോമീറ്റർ വരെയാണ്. ഭൂമിയുടെ മേൽപടലം ഭൂമിയുടെ ചാക്രികതയിൽ പ്രധാന പങ്കുവഹിക്കുന്നുണ്ട്. ചിലയിടങ്ങളിൽ പുറംപടലത്തിന്റെ കട്ടി 80 കിലോമീറ്ററിൽ കൂടുതലും

കുറവും ഉണ്ടാകും. പുറംപടലത്തിന്റെ അടുത്തായിട്ടാണ് മാന്റിലിന്റെ കട്ടി, ഏകദേശം 2700 കിലോമീറ്റർ.

ചിലത് മാഗ്മ സമുദ്രത്തിന്റെ അടിത്തട്ടിൽ നിന്നും ഒരു സ്ഫോടനത്തിൽ ജലനിരപ്പിന്റെ മുകളിൽ എത്തുന്നു. സമുദ്രനിരപ്പിൽ എത്തുന്ന ലാവ പെട്ടെന്ന് തണുത്ത് ദ്വീപായി തീരും. ഇത്തരത്തിൽ വോൾകാനോയുടെ നിരന്തരമായ പൊട്ടിത്തെറിമൂലം പുതിയ പുതിയ ദ്വീപുകൾ സൃഷ്ടിക്കപ്പെടുന്നു.

ഹവായ് ദ്വീപ്സമൂഹം ഏജ്യൻ (Archipelogo) കാലം മുതലുള്ള എട്ട് പ്രധാന ദ്വീപുകളും പല പവിഴം ദ്വീപുകളും ധാരാളം ചെറുദ്വീപുകളും കടൽകുന്നുകളും കൂടി ചേർന്നതാണ്. വടക്കേ പസഫിക്ക് സമുദ്രത്തിൽ 2400 കിലോമീറ്റർ വ്യാപിച്ചു കിടക്കുന്ന ദ്വീപ്സമൂഹങ്ങളാണിത്. ആദ്യകാലങ്ങളിൽ ഈ ദ്വീപസമൂഹത്തെ സാൻഡ്വിച്ച് ദ്വീപുകൾ എന്നാണ് അറിയപ്പെട്ടിരുന്നത്. പിന്നീട് പ്രാദേശികവല്ക്കരിക്കപ്പെട്ടാണ് ഹവായിയെന്നു പേരു വന്നത്. അടുത്ത ഭുഖണ്ഡത്തിൽ നിന്നും ഏകദേശം 3000 കിലോമീറ്റർ ദൂരത്തിലായിട്ടാണ് ഇത് സ്ഥിതി ചെയ്യുന്നത്.

1778 ജനുവരി 18 ാം തിയതി ക്യാപ്റ്റൻ ജയിംസ് കുക്ക് ഈ ദ്വീപുകൾ സന്ദർശിച്ചു. അദ്ദേഹമാണ് സാൻഡ്വിച്ച് ദ്വീപുകൾ എന്നു പേരിട്ടത്. ഈ പേര് 1840 വരെ നീണ്ടു നിന്നു. ഹവായ് ദ്വീപുകൾക്ക് മൊത്തത്തിൽ 16636.5 സ്ക്വയർ കിലോമീറ്റർ വിസ്തീർണ്ണം. മിഡ്വേ ഒഴിച്ചാൽ മറ്റെല്ലാ

വോൾകാനോ ലൂഹ് അഗ്നിപർവതം

ദ്വീപുകളും ചെറുദ്വീപുകളും ചേർന്ന് ഹവായ് മെയിൻ ഐലൻഡ് രൂപീകരിച്ചിട്ടുണ്ട്. അങ്ങനെ ഹവായ് യുണൈറ്റഡ് സ്റ്റേറ്റ്സ് ഓഫ് അമേരിക്കയുടെ 50–ാമത്തെ സ്റ്റേറ്റാണ്.

കിലുവെയ എന്ന അഗ്നിപർവ്വതമാണ് ഇപ്പോൾ ലോകത്തിൽ ഏറ്റവും കൂടുതൽ ലാവ പുറംതള്ളുന്നത്. ഹവായിയിൽ നടക്കുന്ന അഗ്നിപർവ്വത സ്ഫോടനത്തിൽ നിന്നും പുറത്തു വരുന്ന ലാവ കൃഷ്ണശില ഉരുകി പുറത്തുവരുന്നതാണ്. കറുത്തനിറമുള്ള പാറ ഉരുകി പുറത്തുവരുന്ന ലാവ കൂടുതൽ ദ്രവാവസ്ഥയിലുള്ളതാണ്. ഇത് സമ്പന്നമായ സിലിക്ക ഉരുകി എത്തുന്ന ലാവയെക്കാൾ വ്യത്യസ്തമാണ്. സിലിക്ക ഉരുകി പുറത്തുവരുന്ന ലാവ പശയുള്ളതും കട്ടിയുള്ളതുമാണ്. ആകാശത്തിലേക്ക് ഉയർത്തപ്പെട്ട ചാരം കട്ടിയുള്ളതും ഭാരമുള്ളതുമാണ്. അതുകൊണ്ട് തന്നെ സിലിക്ക ഉരുക്കിയുള്ള ലാവയും ചാരവും കൊണ്ടുണ്ടാകുന്ന പർവ്വതങ്ങളോ കുന്നുകളോ കട്ടിയുള്ളതും ദൃഢമുള്ളതുമായിരിക്കും. ചരിവുള്ളതായിരിക്കില്ല. എന്നാൽ കൃഷ്ണശില ഉരുകിയ ലാവ ദ്രവാവസ്ഥ കൂടുതലായതുകൊണ്ട് അത് തണുത്തുറയുമ്പോൾ പർവ്വതങ്ങൾക്കും കുന്നുകൾക്കും ചരിവ് ഉണ്ടാക്കുന്നു. ഈ കാരണത്താലാണ് മൗന ലാവ ചരിഞ്ഞ് കാണപ്പെടുന്നത്.

ഹവായി ദ്വീപുകളിലെ ഏറ്റവും പുതിയ വോൾകാനോ ലൂഹ് (Loihe) ആണ്. ഇപ്പോഴും സമുദ്രത്തിന്റെ മുകൾപരപ്പിൽ നിന്നും 1000 മീറ്റർ താഴെയായി എത്തിയിട്ടേയുള്ളൂ. ചില വോൾകാനോയുടെ സ്ഥാനങ്ങൾക്ക് മാറ്റം സംഭവിക്കുന്നു. കാരണം സമുദ്രത്തിന്റെ അടിത്തട്ട് വടക്കു പടിഞ്ഞാറോട്ട് ചലിച്ചുകൊണ്ടിരിക്കുന്നുവെന്നാണ് ഭൂഗർഭ ശാസ്ത്രജ്ഞന്മാരുടെ കണ്ടുപിടിത്തം. വർഷത്തിൽ 7 മുതൽ 9 വരെ സെന്റീമീറ്റർ നീങ്ങികൊണ്ടിരിക്കുന്നു. വോൾകാനോയുടെ പുതിയ സ്ഥാനങ്ങൾ രൂപീകൃതമാക്കുന്നു. അങ്ങനെയാണ് ലൂഹ് അഗ്നിപർവ്വതത്തിന്റെ ഉദയം. വടക്കുപടിഞ്ഞാറോട്ടാണ് ദ്വീപുകൾ വികസിച്ചുകൊണ്ടിരിക്കുന്നത്.

ഏറ്റവും പ്രവർത്തനക്ഷമതയുള്ളതും കൂടുതൽ വലിപ്പമുള്ളതും സമുദ്രപർവ്വതങ്ങളിൽ വെച്ച് ഉയരം കൂടിയതുമായ പർവ്വതങ്ങളെ സൃഷ്ടിച്ചത് ഹവായിയിലെ ആറ് വോൾകാനോകളാണ്. ഹുലലയ്, മൗന ലാവ, കിലുവെയ എന്നീ അഗ്നിപർവ്വതങ്ങൾ ഇപ്പോഴും പ്രവർത്തനക്ഷമതയുള്ളതാണ്. കോഹാല ഇപ്പോൾ നിഷ്ക്രിയമാണ്. മൗനകിയ സ്വപ്നാവസ്ഥയിലും മഹുകോണ സമുദ്രത്തിന്റെ ജലപ്പരപ്പ് ഇതുവരെ കണ്ടിട്ടില്ല. +900 അടി ജലപ്പരപ്പിൽ നിന്നും താഴെ വരെ എത്തിയിട്ടേയുള്ളൂ.

പതിനാറ്

ന്യൂസിലാൻഡിലെ അഗ്നിപർവ്വത സ്ഫോടനങ്ങൾ

ഭൂമിശാസ്ത്രപരമായി ന്യൂസിലാൻഡിലെ ആകൃതി വോൾകാനോയുമായി ബന്ധപ്പെട്ടതാണ്. പ്രത്യേകിച്ച് വടക്കൻ ദ്വീപുകളും തെക്കുള്ള ഓക്‌ലാൻഡ് ദ്വീപുകളും മറ്റിതര ദ്വീപ്‌സമൂഹങ്ങളും. ഈ രാജ്യത്തിന്റെ വോൾകാനിക് ചരിത്രം ലക്ഷക്കണക്കിന് വർഷങ്ങൾ പഴക്കമുള്ളതാണ്. സീലാൻഡിയ മൈക്രോ കോണ്ടിനന്റ് ലക്ഷക്കണക്കിന് വർഷങ്ങൾക്ക് മുമ്പ് ആസ്ട്രേലിയായിൽ നിന്നും വേർപെടുത്തപ്പെട്ടപ്പോൾ മുങ്ങിത്താണുപോയ ചെറിയ ഭൂഖണ്ഡത്തിന്റെ തുണ്ടായ ഭാഗമാണ്. ഭൂഗർഭത്തിലെ റ്റെക്റ്റോണിക് പ്ലേറ്റിന്റെ സ്ഥാനചലനം മൂലമാണ് ഇങ്ങനെ സംഭവിച്ചത്. അന്നത്തെ ചെറിയ ഭൂഖണ്ഡത്തിന്റെ 93 ശതമാനവും പസഫിക് സമുദ്രത്തിൽ താഴ്ന്നുപോയിയെന്നാണ് ഭൗമശാസ്ത്രം പഠിപ്പിക്കുന്നത്.

ന്യൂസിലാൻഡ്, പസഫിക് റിംഗ് ഓഫ് ഫയറിൽ പെടുന്ന രാജ്യമാണ്. അതായത് ഈ ലോകത്തിൽ നടക്കുന്ന 90 ശതമാനം ഭൂകമ്പങ്ങളും 75 ശതമാനം പ്രവർത്തനക്ഷമമായതും നിഷ്ക്രിയമായതുമായ അഗ്നിപർവ്വതങ്ങൾ ഉള്ള മേഖലയാണ് പസഫിക് റിംഗ് ഓഫ് ഫയർ എന്ന പേരിൽ അറിയപ്പെടുന്നത്. 11700 വർഷങ്ങൾക്കുള്ളിൽ ലോകത്ത് വലിയ 25 എറപ്ഷനുകൾ നടന്നിട്ടുണ്ട്. ഭൗമശാസ്ത്രപരമായും അഗ്നിപർവ്വത സംബന്ധമായും വളരെ കാര്യക്ഷമതയുള്ള മേഖലയാണിത്. പസഫിക് സമുദ്രത്തിന്റെ ഒരറ്റം മുതൽ മറ്റേയറ്റം വരെ ഈ മേഖല വ്യാപിച്ചു കിടക്കുന്നു. ഈ മേഖലയെ സർക്കം പസഫിക് ബെൽറ്റെന്നും വിളിക്കുന്നു. 40000 കിലോമീറ്റർ Horseshoeന്റെ ആകൃതിയിലാണ് ഈ ബെൽറ്റിന്റെ കിടപ്പ്. ഒരറ്റം മുതൽ മറ്റേയറ്റം വരെ വോൾകാനിക് ഗർത്തങ്ങളും വോൾകാനിക് ഐലൻഡ് ആർക്ക്കളും ഉണ്ട്. വോൾകാനിക് പ്രദേശമാണിത്. റ്റെക്റ്റോണിക് പ്ലേറ്റിന്റെ ചലനമാറ്റങ്ങളും ഈ മേഖലയുടെ പ്രത്യേകതകളാണ്.

ഈ മേഖലയിൽ 452 അഗ്നിപർവ്വത സ്ഫോടന സ്ഥാനങ്ങൾ (കാര്യക്ഷമതയുള്ളതും നിഷ്ക്രിയമായതും) ഉണ്ട്. ഇത് തെക്കേ അമേരിക്കയുടെ

തെക്കേ അറ്റം മുതൽ വടക്കേ അമേരിക്കയുടെ തീരങ്ങളും കടന്ന് ബേറിംഗ് സ്ട്രെയിറ്റിലൂടെ ജപ്പാനും താണ്ടി ന്യൂസിലാൻഡിൽ അവസാനിക്കുന്നു. അന്റാർട്ടിക്കയിലെ പ്രവർത്തനനിരതമായതും അല്ലാത്തതുമായ അഗ്നി പർവ്വത സ്ഥാനങ്ങൾ ഈ മേഖലയിൽ ഉൾപ്പെടും. സൃഷ്ടിയുടെ മഹാ ശ്ചര്യമാണ് ഈ മേഖല.

ന്യൂസിലാൻഡിൽ പണ്ടു കാലങ്ങളിൽ ഉഗ്രസ്ഫോടനത്തോടുകൂടി എറപ്ഷൻസ് നടന്നിട്ടുണ്ട്. മകോലേ ദ്വീപ്, റ്റാപോ, വക്കമാരു, മാൻഗ കിനോ, റിപോറ, റോട്ടോറുവ, ഹരോരോ എന്നീ ഭീമാകാരമായ ഗർത്ത ങ്ങൾ ഉഗ്ര എറപ്ഷൻസ് ഉണ്ടായതിന്റെ തെളിവുകളാണ്.

എഴുപതിനായിരം വർഷങ്ങൾക്കുള്ളിൽ ഉഗ്ര എറപ്ഷൻ ഉണ്ടായത് റ്റാപോ അഗ്നിപർവ്വതത്തിലാണ്. അതിന്റെ ഒറുവാനു എറപ്ഷൻ ലോക ത്തിൽ ഇതുവരെ ഉണ്ടായിട്ടുള്ളതിൽ വെച്ച് ഏറ്റവും വലുതാണ്. പൊട്ടി ത്തെറിയുടെ ശക്തി വോൾകാനിക് എക്സ്പ്ലോസിവിറ്റി ഇൻഡക്സ് അനുസരിച്ച് എട്ട് ആയിരുന്നു. ഈ പൊട്ടിത്തെറി ഉണ്ടായത് ഏകദേശം 26500 വർഷങ്ങൾക്കു മുമ്പാണ്. ഈ അഗ്നിപർവ്വതം പൊട്ടിത്തെറിച്ചതിന്റെ ഫലമായി 1200 സ്ക്വയർ കിലോമീറ്റർ ദ്രവ്യം ശേഖരിക്കപ്പെട്ടു. എറപ്ഷ നിൽ കൂടി ഭൂപരപ്പിലെത്തിയ മാഗ്മയും ചാരവും മറ്റും വടക്കൻ സെൻട്രൽ ദ്വീപിനെ മൂടി, ഏകദേശം 200 മീറ്റർ താഴ്ചയിൽ. ന്യൂസിലാൻഡിന്റെ മിക്ക ഭാഗങ്ങളും ചാരം കൊണ്ട് മൂടി. 1000 കിലോമീറ്റർ അകലെയുള്ള ചാത്തം ദ്വീപ് ഏഴിഞ്ച് ചാരം കൊണ്ടു മൂടപ്പെട്ടു. വേയ്കാറ്റോ നദി ദിശ തെറ്റി ഒഴുകി.

റ്റാപോ അവസാനമായി സ്ഫോടനമുണ്ടായത് എ.ഡി: 180 ൽ. ന്യൂസി ലാൻഡിലെ രണ്ടാമത്തെ ഏറ്റവും വലിയ എറപ്ഷന്റെ തീവ്രത VEI സ്കെയിലിൽ ഏഴ് ആയിരുന്നു. 120 സ്ക്വയർ കിലോമീറ്റർ ദ്രവ്യം ഭൂഗർഭ ത്തിൽ നിന്നും ഭൂപരപ്പിൽ ശേഖരിക്കപ്പെട്ടു. ചുരുക്കം ചില മിനിറ്റുകൾ കൊണ്ട് മുപ്പത് സ്ക്വയർ കിലോമീറ്റർ ദ്രവ്യം പുറത്തു വന്നു. എറപ്ഷന്റെ ധൂമരാശി അമ്പത് കിലോമീറ്റർ ഉയരത്തിൽ ഉയർന്നുവെന്നാണ് പഠന റിപ്പോർട്ട്. അതായത് 1980ൽ സെന്റ് ഹെലൻസ് പർവ്വതം പൊട്ടിത്തെറി യുടെ ഇരട്ടി ഉയരം. 5000 വർഷങ്ങൾക്കുള്ളിൽ നടന്ന അതിതീവ്രമായ സ്ഫോടനം. ഇതുപോലെ അതിതീവ്രമായിരുന്നു, ഏകദേശം ആയിരാ മാണ്ടിലെ റ്റിയാൻചി എറപ്ഷനും, 1815 ൽ റ്റാംബോറയിൽ നടന്ന എറ പ്ഷനും.

വോൾകാനിക് എക്സ്പ്ലോസിറ്റി ഇൻഡക്സിനെക്കുറിച്ച് കൂടുതൽ മനസ്സിലാക്കാം. ഭൂകമ്പം റിക്റ്റർസ്കെയിൽ അളക്കുന്നതുപോലെ അഗ്നി പർവ്വതം സ്ഫോടനത്തിന്റെ തീവ്രത അളക്കുന്ന സ്കെയിലാണ് VEI. ഇതുവരെ സംഭവിച്ചിട്ടുള്ള അഗ്നിപർവ്വത സ്ഫോടനത്തിൽ വെച്ച് ഏറ്റവും തീവ്രത കണക്കാക്കിയിട്ടുള്ളത് VEI 8. സ്ഫോടനത്തിൽ ഭൂഗർഭത്തിൽ

നിന്നും ഭൂപരപ്പിലേക്ക് ഉയർത്തപ്പെടുന്ന ദ്രവ്യത്തിന്റെ അളവനുസരിച്ചാണ് തീവ്രത കണക്കാക്കുന്നത്. VEI 8ൽ തീവ്രത അനുമാനിക്കുന്ന മൂന്ന് എറപ്ഷൻസ് മൂലം പുറം തള്ളപ്പെട്ട ദ്രവ്യത്തിന്റെ അളവ് ചുവടെ ചേർക്കുന്നു.

റ്റോബ (Toba)	-	$2800Km^3$
വാ വാ സ്പ്രിംഗ് (Wah Wah) Spring	-	$5500Km^3$
യെല്ലോ സ്റ്റോൺ സ്ഫോടനം (Yellow Stone Eruption)	-	$1000Km^3$

അഗ്നിപർവ്വത സ്ഫോടനത്തിന്റെ തീവ്രത അളക്കുന്ന ഇൻഡക്സ് സ്കെയിൽ ചുവടെ ചേർക്കുന്നു.

1. VEI 1 - 0.0001 and $0.001 Km^3$ of ejecta
2. VEI 2 - 0.001 and $0.01 Km^3$ of ejecta
3. VEI 3 - 0.01 and $0.1 Km^3$ of ejecta
4. VEI 4 - 0.1 and $1 Km^3$ of ejecta
5. VEI 5 - 1 and $10Km^3$ of ejecta
6. VEI 6 - 10 and $100Km^3$ of ejecta
7. VEI 7 - 100 and $1000Km^3$ of ejecta
8. VEI 8 - മുകളിൽ $1000Km^3$ of ejecta

VEI 4 മുതൽ തീവ്രത കൂടിയ സ്ഫോടനങ്ങളാണ് VEI 7ൽ ഉണ്ടായ സ്ഫോടനമാണ് ലോഗ് വാലി കാൽഡേര $500Km^3$. പലതരത്തിലുള്ള വോൾകാനോ ഭൂമുഖത്ത് ഉണ്ടാകുന്നുണ്ട്. അവയിൽ പ്രധാനപ്പെട്ടവ ചുവടെ ചേർക്കുന്നു.

1. അൾട്രാ യുകാനിയൻ സ്ഫോടനം
2. സിലിസിക് വോൾകാനോ ”
3. പ്ലീനിയൻ ”
4. പീലീയൻ ”
5. ബാൾസാൾടിക് ഫ്ളഡ് ”
6. വൾകാനിയൻ ”
7. സ്ട്രോ ബോളിയൻ ”
8. സബ്മറൈൻ ”
9. എഫുസീവ് ”
10. റിയോലിറ്റിക് ”

ന്യൂസിലാൻഡിലെ പ്രധാന ചില വോൾകാനിക് ദ്വീപുകളും വോൾകാനോ സ്ഥാനങ്ങളും

1. കെർമാഡർ ആർക്
2. ഓർലാൻഡ് വോൾകാനോ ഫീൽഡ്
3. കോറോമാഡർ വോൾകാനിക് സോൺ
4. റ്റാപോ വോൾകാനിക് സോൺ
5. ചാൻന്താം ദ്വീപുകൾ
6. ഒമാറു
7. സോളഡർ ദ്വീപുകൾ
8. നോർത്ത് ലാൻഡ്
9. വേയ്കാട്ടോ ആൻഡ് സൗത്ത് ഓക്‌ലാൻഡ്
10. മേയർ ദ്വീപ്
11. റ്ററാങ്കി
12. ബാങ്ക്സ് പെനിൻസുല
13. ഡ്യാസിൽ
14. സബ് അന്റാർട്ടിക്ക് ദ്വീപുകൾ

പ്രകൃതിപ്രതിഭാസങ്ങളുടെ വിളനിലമാണ് ന്യൂസിലാൻഡ്. സൃഷ്ടി പല രൂപത്തിൽ വരച്ചുകാട്ടിയിരിക്കുന്നു ന്യൂസിലാൻഡിനെ. ഭൂമിയുടെ മറ്റു ഇതര ഭാഗങ്ങളും ഒട്ടും മോശമല്ലല്ലോ.

പതിനേഴ്

ബാരൻ വോൾകാനോ ദ്വീപ്

ഇന്ത്യാ മഹാരാജ്യത്തും അഗ്നിപർവ്വത സ്ഫോടനം നടക്കുന്ന സ്ഥല ങ്ങൾ ഉണ്ടെന്നുള്ളത് അധികം ജനങ്ങളുടെ ശ്രദ്ധയിൽപ്പെട്ടിട്ടുണ്ടാവില്ല. ഇന്ത്യൻ യൂണിയൻ റ്റെറിട്ടറി ഓഫ് ആൻഡമാൻ ആൻഡ് നിക്കോബാർ ദ്വീപ്സമൂഹങ്ങളിൽപ്പെട്ട ബാരൻ ദ്വീപിലാണ് അഗ്നിപർവ്വത സ്ഫോടന ങ്ങൾ സംഭവിച്ചുകൊണ്ടിരിക്കുന്നത്. റ്റെറിട്ടറിയുടെ 204 ദ്വീപ്സമൂഹ ങ്ങളിൽ ഒന്നാണ് ബാരൻ ദ്വീപ്. ഇതിന്റെ സ്ഥാനം റ്റെറിട്ടറിയുടെ തല സ്ഥാനമായ പോർട്ട് ബ്ലെയറിൽ നിന്നും 135 കിലോമീറ്റർ വടക്കു കിഴക്കാ യിട്ടാണ്. ആൻഡമാൻ ദ്വീപ്സമൂഹങ്ങളുടെ കിഴക്കെയറ്റത്തു കിടക്കുന്ന ദ്വീപ് തെക്കൻ ഏഷ്യയിൽ പ്രവർത്തനക്ഷമതയുള്ള ഒരേയൊരു വോൾകാനോ എറപ്ഷൻ സ്ഥാനമാണിത്.

1787 ലാണ് ആദ്യമായി ഇവിടെ എറപ്ഷൻ നടന്നതായി രേഖപ്പെടു ത്തിയിട്ടുള്ളത്. അതിനുമുൻപുള്ള ചരിത്രം നിഗമനങ്ങളാണ്. 1787നുശേഷം പത്തു എറപ്ഷൻസ് ഈ ദ്വീപിൽ നടന്നിട്ടുണ്ട്. അവ 1789, 1795, 1803-4, 1852, 1991, 1993, 1994-95, 2005 എന്നീ വർഷങ്ങളിലാണ് ഏറ്റവും അടുത്ത കാലത്തായി എറപ്ഷൻ ഉണ്ടായത്. 2010 സെപ്തം ബർ, 2011 ജനുവരിയിൽ അവസാനിച്ചു.

റ്റെക്നോണിക് പ്ലേറ്റുകളുടെ സ്ഥാനചലനം കൊണ്ടാണ് ബാരൻ ദ്വീപിൽ എറപ്ഷൻസ് ഉണ്ടാകുന്നത്. മൂന്ന് കിലോമീറ്റർ വിസ്തൃതിയുള്ള ഈ ദ്വീപിന്റെ പകുതിയിൽ കൂടുതൽ ഭാഗവും ലാവ ഒഴുകിയെത്തിയ ഗർത്തമാണ്, ഇതിന്റെ ഭിത്തിയുടെ ഉയരം 250-350 മീറ്റർ.

പതിനെട്ട്

വോൾകാനോ മൂലം രൂപപ്പെട്ട തടാകങ്ങൾ

ഭൂമിയിലെ സൃഷ്ടിപരമായ അതിശയമാണ് വോൾകാനോകൾ സൃഷ്ടിക്കപ്പെട്ട തടാകങ്ങൾ. ലോകത്തിന്റെ വിവിധ ഭാഗങ്ങളിൽ ചെറുതും വലുതുമായ നിരവധി തടാകങ്ങൾ ഇത്തരത്തിൽ സൃഷ്ടിക്കപ്പെട്ടിട്ടുണ്ട്. രണ്ടു വിധത്തിലാണ് ഇവ രൂപീകൃതമായിട്ടുള്ളത്.

1. വോൾകാനോ മൂലമുണ്ടാകുന്ന ഗർത്തങ്ങൾ ജലം കൊണ്ടു നിറയും. ചെറിയ തടാകങ്ങൾ ഇത്തരത്തിലാണ് സൃഷ്ടിക്കപ്പെട്ടിട്ടുള്ളത്. ഇതിനെ ഗർത്ത തടാകങ്ങൾ എന്നു വിളിക്കും.

2. വലിയ സ്ഫോടനങ്ങൾ ഉണ്ടാകുമ്പോൾ വൻതോതിൽ മാഗ്മ ഭൂഗർഭത്തിൻ നിന്നും പുറംതള്ളപ്പെടുന്നു. ഇങ്ങനെ മാഗ്മ ചേംബർ ശൂന്യമാകുന്നു. ഭൂഗർഭത്തിൽ ഭീമാകാരമായ അറ രൂപപ്പെടുന്നു. ഇത്തരം ഭീമാകാരമായ ഗർത്തങ്ങളെ കാൽഡേര എന്നു വിളിക്കും. ഭൂമിയുടെ ഭാരം കാരണം ബലഹീനമായ മുകൾഭാഗം തകർന്ന് താഴേക്കു പതിക്കുന്നു. ഇത്തരത്തിൽ രൂപപ്പെടുന്ന ഭീമാകാരമായ ഗർത്തത്തിൽ ജലം നിറയുന്നു. ഇങ്ങനെയാണ് കാൽഡേര തടാകങ്ങൾ സൃഷ്ടിക്കപ്പെടുന്നത്.

ഈ രീതിയിൽ സൃഷ്ടിക്കപ്പെട്ട തടാകങ്ങളുടെ പഴയ ചരിത്രം സ്ഫോടനങ്ങളുടേതാണ്. ഇന്ന് മനോഹരവും പ്രൗഢഗംഭീരവുമായി ജനഹൃദയങ്ങളെ വശീകരിക്കുകയും ആശ്ചര്യപ്പെടുത്തുകയും ചെയ്യുന്നു. എന്നാൽ ഭാവിയിൽ ഇതിന് എന്തു സംഭവിക്കുമെന്ന് പ്രവചിക്കാനാവില്ല.

ശുദ്ധജലം ലഭിക്കാത്ത ഗർത്ത തടാകങ്ങളുമുണ്ട്. അതിനുദാഹരണമാണ് കാവ ഐജൻ തടാകം. ഇന്തോനേഷ്യയിലാണ് ഈ തടാകം സ്ഥിതി ചെയ്യുന്നത്. ഈ തടാകത്തിലെ ജലത്തിന്റെ ശുദ്ധി 0.5p^H ആണ്. ശുദ്ധജലത്തിന്റെ ശുദ്ധി p^H7 നോട് ഏറ്റവും അടുത്തതാണല്ലോ. നിഷ്ക്രിയാവസ്ഥയിൽ ഉള്ളതും പ്രവർത്തനം നിലച്ചതുമായ അഗ്നിപർവ്വത സ്ഥാനങ്ങളിലുള്ള തടാകത്തിലെ ജലം ശുദ്ധിയുള്ളതായിരിക്കും. പുറത്തുനിന്നുള്ള ഒഴുക്കുനീര് ഇല്ലാത്തതും മട്ടിയുടെ അഭാവവുമാണ് ശുദ്ധജല സാന്നിദ്ധ്യം കാണിക്കുന്നത്.

ഗർത്ത തടാകങ്ങളിൽ ഗ്രൗണ്ട് വാട്ടർ സർക്കുലേഷൻ മുഖാന്തരവും മഞ്ഞുരുകിയും മഴവെള്ളം കിനിഞ്ഞിറങ്ങിയും ജലസാന്നിദ്ധ്യം നില നിർത്തുന്നു. ഈ പ്രക്രിയ തടാകത്തിൽ ജലം നിറയുന്നതിന്റേയും ഒഴുകി പോക്കിന്റേയും സന്തുലിതത്വം ഉറപ്പാക്കുന്നതുവരെ നടന്നു കൊണ്ടി രിക്കും. തടാകത്തിലൂടെ ജലത്തിന്റെ കുറവ് ഓന്നോ അധിലധികമോ കാരണത്താൽ സംഭവിക്കുന്നു. ബാഷ്പീകരണം, ഊറൽ ചോർന്നു പോകൽ എന്നീ കാരണങ്ങളാൽ ജലനിരപ്പ് താഴ്ന്നുപോകുന്നു.

ഭൗമശാസ്ത്രപരമായി മുകളിൽ വിവരിച്ച ലക്ഷണങ്ങളുള്ള ഒറിഗോൺ തടാകം ഇതിനുദാഹരണമാണ്. ഈ തടാകം അമേരിക്കയിലെ മസാമ പർവ്വതത്തിൽ സ്ഥിതിചെയ്യുന്നു. ഇതിന്റെ ആഴം 594 മീറ്റർ. അമേരിക്കയിലെ ഏറ്റവും ആഴം കൂടിയ തടാകം. മഞ്ഞുമഴ പെയ്തും മഴവെള്ളം കൊണ്ടും ഈ തടാകം നിറഞ്ഞു കിടക്കുന്നു. ഈ തടാക ത്തിലേക്ക് പുറത്തുനിന്ന് ജലം ഒഴുകിയെത്തുകയോ ജലം നഷ്ടമാകു കയോ ചെയ്യുന്നില്ല. ലോകത്തിലെ ഏറ്റവും ശുദ്ധമായ തടാകങ്ങളി ലൊന്നാണിത്.

ചിലിയിലെ ഓജോസ് ഡെൽ സലാഡോ ആണ് ലോകത്തിലെ ഉയരം കൂടിയ വോൾകാനോ. വോൾകാനോയുടെ ഉയരം 6893 മീറ്റർ. ഇതിന് സ്ഥിരമായ ഒരു വോൾകാനോ തടാകമുണ്ട്. വ്യാസം നൂറ് മീറ്റർ. ഓജോസ് ഡെൽ സലാഡോ ലോകത്തിലെ ഏറ്റവും ഉയരം കൂടിയ തടാകമായി കണക്കാക്കപ്പെടുന്നു.

ഇത്തരം തടാകങ്ങൾ മിഴികൾക്ക് ആശ്ചര്യം പകരുന്നു. അതുപോലെ ജീവനാശകരവുമാണ്. ഉദാഹരണമായി 1986 ൽ കാമറൂണിലെ നിയോസ് തടാകത്തിൽ ഗ്യാസ് സ്രവം ഉണ്ടായി 1800 പേരെ ശ്വാസം മുട്ടിച്ചു. ഇത്തര ത്തിൽ പലവിധത്തിലുള്ള അപകടസാധ്യതകളുള്ള സ്ഥാനങ്ങളാണ് വോൾകാനോ മൂലം രൂപപ്പെട്ടിട്ടുള്ള തടാകങ്ങൾ.

എ) റ്റോബ തടാകം

ഇന്തോനേഷ്യയിലെ സുമാത്ര ദ്വീപിലാണ് ലോകത്തിലെ ഏറ്റവും വലിപ്പമുള്ള വോൾകാനോ തടാകമായ കാൽഡേര സ്ഥിതി ചെയ്യുന്നത്. ഇതിന് നൂറ് കിലോമീറ്ററിൽ കൂടുതൽ നീളവും 30 കിലോമീറ്റർ വിസ്താരവും 505 മീറ്റർ ആഴവുമുണ്ട്. ബാഹ്യതലത്തിന്റെ ഉയരം 900 മീറ്റർ. എഴുപതിനായിരം വർഷങ്ങൾക്കുമുമ്പ് ഈ ഭൂമിയിലുണ്ടായ ഏറ്റവും വലിയ വോൾകാനോ എറപ്ഷൻ മൂലമാണ് ഈ തടാകം സൃഷ്ടി ക്കപ്പെട്ടത്. വോൾകാനിക് എക്സ്പ്ലോസിവിറ്റി ഇൻഡക്സ് എട്ട് സ്കെയി ലിൽ സ്ഫോടനം ഉണ്ടായതായിട്ടാണ് വിശ്വസിക്കപ്പെടുന്നത്. ഈ എറ പ്ഷനിൽ ആഗോളശീതം താഴേക്ക് വരികയും മനുഷ്യസമൂഹത്തിന് വലിയ മാറ്റങ്ങൾ സംഭവിച്ചുവെന്നും പറയപ്പെടുന്നു. ഉയർന്ന ലാറ്റിറ്റ്യൂഡ് ഉള്ള സ്ഥലങ്ങളിലെ താപനില 3^0C മുതൽ 5^0C വരെ താഴേക്ക് എത്തി യെന്നും കരുതപ്പെടുന്നു.

ഫൈറ്റോ പ്ലാങ്കൻ, മൈക്രോ ഫൈറ്റ്സ് എന്നീ ജല സസ്യങ്ങൾ ഇവിടെ വളരുന്നു. ഈ തടാകത്തിന്റെ ചുറ്റുപാടുകൾ മഴക്കാടുകളും സുമാത്രൻ ട്രോപ്പിക്കൽ പൈൻ മരങ്ങളുടെ വനവും ചേർന്ന പർവ്വത ഭാഗങ്ങളാണ്. പലതരത്തിലുള്ള ജലജീവികൾ ഉണ്ടെങ്കിലും ഈ തടാകത്തിലെ ജലം പോഷകക്കുറവുള്ളതാകയാൽ മത്സ്യങ്ങളുടെ സാന്നിദ്ധ്യം വളരെ കുറവാണ്.

ബി.) റ്റാപോ തടാകം

ന്യൂസിലാന്റിലെ വടക്കേ ദ്വീപിൽ കാണപ്പെടുന്ന ഈ രാജ്യത്തെ ഏറ്റവും വലിയ തടാകമാണിത്. ബാഹ്യതലത്തിന്റെ വിസ്തീർണ്ണം 616 സ്ക്വയർ കിലോമീറ്റർ. 26500 വർഷങ്ങൾക്കു മുമ്പേ സൃഷ്ടിക്കപ്പെട്ടുവെന്നു വിശ്വസിക്കപ്പെടുന്നു. 69000 വർഷങ്ങൾക്കുള്ളിൽ ഏറ്റവും വലിയ എറപ്ഷനിൽ രൂപപ്പെട്ടുവെന്ന് കരുതുന്നു. വോൾകാനിക് എക്സ്പ്ലോസിവിറ്റി ഇൻഡക്സ് എട്ട് സ്കെയിലിൽ സ്ഫോടനം നടന്നിട്ടുണ്ട്. 1170 ക്യുബിക് കിലോമീറ്റർ ദ്രവ്യം ഭൂഗർഭത്തിൽ നിന്നും പുറംതള്ളപ്പെട്ടു. ഈ എറപ്ഷനുശേഷം ഇവിടെ 27 പ്രാവശ്യമെങ്കിലും സ്ഫോടനം ഉണ്ടായതായി കണക്കാക്കപ്പെടുന്നു. അവസാനമായി എ.ഡി. 180 ലാണ് എറപ്ഷൻ ഉണ്ടായത്. 30 ക്യൂബിക് കിലോമീറ്റർ ദ്രവ്യം ഈ എറപ്ഷനിൽ പുറന്തള്ളപ്പെട്ടു. VEI6 ആയിരുന്നു ഈ സ്ഫോടനം നടന്നത്. ഇപ്പോൾ ഈ വോൾകാനോ നിശ്ചലാവസ്ഥയിലാണ്.

സി.) ലാച് തടാകം

ഈ തടാകത്തെ ലാചർ സീ എന്നും വിളിക്കും. ഇതൊരു കാൽഡേര തടാകമാണ്. ജർമ്മനിയിലെ റിൻലാൻഡ്, പലാറ്റിനേറ്റ് എന്ന സ്ഥലത്തു സ്ഥിതി ചെയ്യുന്നു. ജർമ്മനിയുടെ തലസ്ഥാനമായ ബോണിൽ നിന്നും 37 കിലോമീറ്റർ ദൂരത്തിലും റീൻ നദിയിൽ നിന്നും 8 കിലോമീറ്റർ ദൂരത്തിലുമാണ് ഇതിന്റെ സ്ഥാനം. ഈ തടാകത്തിന്റെ വ്യാസം ഒമ്പതു കിലോമീറ്റർ.

ഇവിടെയൊരു ഭീമാകാരമായ ഗർത്തം സൃഷ്ടിക്കപ്പെട്ടത് 12900 വർഷങ്ങൾക്കു മുമ്പ് ലാചർ സീ എറപ്ഷനോടുകൂടിയാണ്. ഏകദേശം 6 ക്യൂബിക് കിലോമീറ്റർ മാഗ്മ പുറംതള്ളപ്പെട്ടു. 16 ക്യൂബിക് കിലോമീറ്റർ റ്റെഫ്റ. (റ്റെഫ്റ എന്നത് അഗ്നിപർവ്വത സ്ഫോടനം മൂലം സൃഷ്ടിക്കപ്പെട്ട ചെറിയ ചെറിയ വസ്തുക്കളുടെ കൂട്ടം) സ്ഫോടനത്തിൽ അന്തരീക്ഷത്തിലേക്ക് ചുഴറ്റിയടിക്കപ്പെട്ടു. ഈ എറപ്ഷൻ VEI6 സ്കെയിലിൽ ആയിരുന്നു. ലാച്ർ സീ എറപ്ഷനിൽ ആഗോള താപനില താഴ്ന്നു. ഭൂമിയുടെ അന്തർഭാഗത്തു നിന്നും പുറംതള്ളപ്പെട്ട റ്റെഫ്റ ഇന്നും യൂറോപ്പിൽ ദൃശ്യമാണ്. അസാധാരണായ ചില മിനറലുകൾ ഭൂഗർഭത്തിൽ നിന്നും പുറംതള്ളപ്പെട്ടിരുന്നു. ഈ തടാകം അണ്ഡാകൃതിയിലാണ് കാണപ്പെടുന്നത്.

ഡി.) ഐജൻ തടാകം

ഇതൊരു ഗർത്ത തടാകമാണ്. ഇന്തോനേഷ്യയുടെ കിഴക്കൻ ജാവ യിൽ സ്ഥിതി ചെയ്യുന്നു. ഒരു കിലോമീറ്റർ വിസ്തൃതിയുണ്ട്. ഒരു ആസിഡ് തടാകമാണിത്. സജീവമായി വോൾകാനോ ബഹിർഗമിക്കുന്ന തടാകങ്ങളെ വോൾകാനിക് തടാകങ്ങൾ എന്നു വിളിക്കും. ഇത്തരം തടാകത്തിലെ ജലം അമ്ലാംശം ഉള്ളതായിരിക്കും. ജലവും വോൾകാനിക് ഗ്യാസും പൂരിതമാകുന്നതുകൊണ്ടാണ് ഇരുണ്ടതും നിറവ്യത്യാസ ത്തിലുമുള്ള ജലം കാണപ്പെടുന്നത്.

ഐജൻ തടാകം വളരെ സൗന്ദര്യം ജനിപ്പിക്കുന്ന (Greenish Blue) നീലനിറം ചാർത്തപ്പെട്ടതുമാണ്. സൾഫറിന്റെ ഒരു ഖനന കേന്ദ്രം കൂടി യാണിവിടം. ഇവിടെ സജീവമായി പ്രവർത്തിക്കുന്ന ബഹിർഗമന ദ്വാര ങ്ങളുണ്ട്.. ഈ ദ്വാരങ്ങളിൽ കൂടി സൾഫർ ഉപരിതലത്തിലേക്ക് വമിച്ചു കൊണ്ടിരിക്കും. തണുത്തുറയുന്ന സൾഫർ പൊട്ടിച്ച് കഷ്ണങ്ങളാക്കി ശേഖരിച്ച് ബാസ്ക്കറ്റുകളിലാക്കി കൊണ്ടുപോകുന്നു. കൂടാതെ ഉരുകിയ കടും ചുവപ്പു നിറത്തിലുള്ള സൾഫർ, സെറാമിക് പൈപ്പിലൂടെ കടത്തി വിട്ട് ഭൂതലത്തിൽ ശേഖരിച്ച് തണുപ്പിച്ച് കടും മഞ്ഞനിറത്തോടു കൂടിയ സൾഫർ കയറ്റി കൊണ്ടുപോകുന്നു. ഒരു ദിവസം ഇവിടെ നിന്നും 14 ടൺ സൾഫർ ശേഖരിച്ചുകൊണ്ടുപോകുന്നു. ഇത് ഇവിടുത്തെ സൾഫർ നിർമ്മിതിയുടെ 20 ശതമാനം മാത്രമാണ്. സൾഫർ കൊണ്ട് നിർമ്മിക്കുന്ന ആഭരണങ്ങൾ വളരെ പ്രസിദ്ധമാണ്.

ലോകത്തിലെ ഏറ്റവും അമ്ലത കൂടിയ തടാകമാണ് ഐജൻ. Banyupahit നദിയുടെ ജലസ്രോതസ്സ് ഐജൻ തടാകത്തിൽ നിന്നുമാണ്. അതുകൊണ്ടുതന്നെ ഈ നദിയിലെ ജലം അമ്ലാംശമുള്ളതുമാണ്. ഇത് ഇവിടുത്തെ പരിസ്ഥിതിയെ ഹാനികരമായി ബാധിച്ചിട്ടുണ്ട്. ഐജൻ തടാ കത്തിലെ ജലത്തിന്റെ P^H ലെവൽ 0.5 മാത്രമാണ്. എന്നാൽ ഭൂമിയിലെ പ്രകൃതിപ്രതിഭാസങ്ങളിൽ ശ്രദ്ധേയമായ ഒരിടമാണിത്. ഐജൻ തടാ കത്തെ ബ്ലൂഫയർ ക്രേറ്റർ എന്നും വിളിക്കുന്നു. കാരണം ഇവിടെ പ്രകൃതി ഒരുക്കിയിരിക്കുന്ന വൈദ്യുതിയുടെ നീലദീപ്തി വിസ്മയ കാഴ്ചയാണ്. പണ്ട് ഇവിടെ രാത്രിയിൽ വിനോദ സഞ്ചാരികളും പഠിതാക്കളും എത്തി യിരുന്നില്ല. എന്നാൽ ഇപ്പോൾ ഈ പ്രതിഭാസം ആസ്വദിക്കാൻ സഞ്ചാ രികൾ ധാരാളമെത്തുന്നു.

ഭൂമിയുടെ പിളർ (VENTS) പ്പിൽകൂടി 600^0cൽ സൾഫൂറിക് ഗ്യാസ് കത്തി തീജ്വാല പുറത്തു വരുന്നു. തീജ്വാലകൾക്ക് ഏകദേശം അഞ്ചു മീറ്ററോളം ഉയരമുണ്ടാകും. നീലപ്രകാശം വ്യാപിപ്പിച്ചുകൊണ്ട് തീജ്ജ്വാല കൾ ജ്വലിച്ചുകൊണ്ടിരിക്കും. ലോകത്തിലെ ഏറ്റവും വലിയ പ്രകൃതി ദത്തമായ നീല തീജ്ജ്വാലകളുടെ ഉദ്ഭവസ്ഥാനമാണിത്.

പത്തൊമ്പത്

ലാവ തടാകങ്ങൾ

പൊതുവിൽ ലാവ തടാകങ്ങളെ തടാകങ്ങളുടെ ഗണത്തിൽ പെടുത്താനാകില്ല. എങ്കിലും വോൾകാനോ മൂലം ഉരുകിത്തിളച്ച് പാറയുടെയും മിനറലുകളുടെയും ദ്രവ്യം തടാകങ്ങളായി രൂപപ്പെടുന്നു. ലാവ തടാകങ്ങൾ ഈ ഭൂമിയിൽ അപൂർവ്വമായി സംഭവിക്കുന്ന പ്രകൃതിപ്രതിഭാസമാണ്. ആ സ്ഥാനത്ത് നിരന്തരമായി ആഴ്ചകളോളം സ്ഫോടനം നടക്കുമ്പോൾ ഉരുകിയ ലാവ ഗർത്തത്തിലോ താഴ്ന്ന ഭാഗത്തോ തളം കെട്ടി ലാവയുടെ തടാകം സൃഷ്ടിക്കപ്പെടുന്നു.

ഭൂമിയിൽ ഇപ്പോൾ അഞ്ചു സ്ഥലങ്ങളിൽ സജീവമായ ലാവതടാകങ്ങളുണ്ട്. അവ ചുവടെ ചേർക്കുന്നു.

1. ERTA ALE - എത്യോപ്യ
2. എറേബസ് പർവ്വതം - അന്റാർട്ടിക്ക
3. കിലുവെ - ഹവായ്
4 നിയറഗോൻഗോ - ഡമോക്രാറ്റിക് റിപ്പബ്ലിക്ക് ഓഫ് കോംഗോ
5. മാറും അമ്പ്രിം, വനുവാറ്റു (Marum, Ambrym,Vanuatu)

മുകളിൽ രേഖപ്പെടുത്തിയ ലാവതടാകങ്ങളിൽ ഉരുകിയ ലാവ ശ്രദ്ധേയമായ അളവിൽ കാണപ്പെടുന്നു. സാധാരണയായി ഉരുകിയ ലാവയാണ് മുകളിൽ വിവരിച്ച ലാവതടാകങ്ങളിൽ കാണപ്പെടുന്നത്. ഇത്തരത്തിൽ മൂന്നു വിധത്തിൽ ലാവതടാകങ്ങൾ സൃഷ്ടിക്കപ്പെടുന്നു.

1. ഒരു Craterലുള്ള ഒന്നോ അതിലധികമോ ബഹിർഗമന ദ്വാരങ്ങളിൽ എറപ്ഷൻ ഉണ്ടായി. Crater ഉരുകിയ ലാവകൊണ്ടു നിറയുന്നു.

2. എറപ്ഷൻ ഉണ്ടായി ഗർത്തിലേക്ക് ഒഴുകിയെത്തുമ്പോഴോ ആഴങ്ങളിൽ ശേഖരിക്കപ്പെടുമ്പോഴോ ലാവ തടാകം സൃഷ്ടിക്കപ്പെടുന്നു.

3. പുതിയ ബഹിർഗമന ദ്വാരം തുടർച്ചയായി ആഴ്ചകളോളം സ്ഫോടനം നടന്നുകൊണ്ടിരുന്നാൽ സമനിരപ്പിൽ നിന്നും ഉയരത്തിലുള്ള ഗർത്തം രൂപപ്പെടുകയും ചെയ്യുമ്പോൾ ഈ ഗർത്തത്തിൽ ഉരുകിയ ലാവ നിറയപ്പെടുന്നു. ഈ അദ്ഭുത പ്രതിഭാസം ഭൂമിയുടെ പല ദിക്കുകളിൽ സംഭവിക്കുന്നുണ്ട്.

ഇരുപത്

ആൽക്കലൈൻ തടാകങ്ങൾ

ആൽക്കലൈൻ തടാകങ്ങളിൽ ഉപ്പിന്റെ ആറ്റം ഉയർന്ന അളവിൽ കാണപ്പെടുന്നതുകൊണ്ട് ക്ഷാരത്വം ഉയർന്ന തോതിൽ ആയിരിക്കും. ശുദ്ധജലത്തിൽ അലിഞ്ഞു ചേർന്നിട്ടുള്ള ഉപ്പിന്റെ അളവ് 1000 ppm (Parts per Million)ഉം സമുദ്രജലത്തിന്റെ ഉപ്പുരസം 35000 ppmഉം ആണ്. സമുദ്രജലത്തേക്കാൾ ഉയർന്ന അളവിലായിരിക്കും ആൽക്കലൈൻ തടാകത്തിലെ ജലത്തിന്റെ സാലിനിറ്റി.

ഊഷരവും അർദ്ധഊഷരവുമായ പ്രദേശങ്ങളിലാണ് ആൽക്കലൈൻ തടാകങ്ങൾ രൂപപ്പെട്ടിട്ടുള്ളത്. ഇത്തരം തടാകങ്ങൾ ലോകത്തിന്റെ ആറ് ഭൂഖണ്ഡങ്ങളിലും കാണപ്പെടുന്നു. അതിൽ ലോകത്തിലെ ഏറ്റവും വലിയ തടാകമാണ് കാസ്പിയൻ തടാകം (കാസ്പിയൻ കടൽ). 371000 സ്ക്വയർ കിലോമീറ്ററാണ് ഇതിന്റെ വിസ്തീർണ്ണം. ലോകത്തിലെ ഉൾനാടൻ (കടലിൽ നിന്നും അകലെയുള്ള) ഉപ്പുതടാകങ്ങളുടെ മൊത്തം വിസ്തീർണ്ണത്തിന്റെ 70 ശതമാനം കാസ്പിയൻ തടാകമാണ്.

ലോകത്തിലെ എല്ലാ ആൽക്കലൈൻ തടാകങ്ങളിലേയും വന്യമൃഗങ്ങളുടെ സാന്നിദ്ധ്യവും സൂക്ഷ്മാണുക്കളുടെ വൈവിധ്യങ്ങളും വളരെയേറെ സാദൃശ്യങ്ങളുണ്ട്. ആൽക്കലൈൻ തടാകങ്ങളിലെ ഉയർന്ന P^H ലെവലും ഉയർന്ന സാലിനിറ്റിയും കൊണ്ട് ചെറിയ മാളങ്ങൾ സൃഷ്ടിക്കപ്പെടുന്നു. ഇത്തരം മാള (NICHE) ങ്ങളിൽ ചെറിയ സൂക്ഷ്മാണുക്കൾക്ക് ജീവിക്കുന്നതിനും അതിജീവനം നടത്തുന്നതിനും അനുകൂലപ്രദമാണ്.

ഒരു തടാകം ആൽക്കലൈൻ തടാകമായി മാറ്റപ്പെടുന്നതിന്റെ ഒന്നാമത്തെ കാരണം ഭൂമിശാസ്ത്ര സംബന്ധമായും ഭൂവിജ്ഞാനീയമായും കാലാവസ്ഥയും അനുയോജ്യങ്ങളായിത്തീരണം. ആദ്യമായി അനുയോജ്യമായ ഭൂപ്രകൃതി (Topography) ഉണ്ടായിരിക്കണം. അതായത് തടാകത്തിൽ നിന്നും പുറത്തേക്കുള്ള ഒഴുക്ക് പ്രകൃതിയാൽ തടയപ്പെട്ടിരിക്കണം. ഇതിനെ എൻഡോറിക് ബേസിനെന്നു വിളിക്കും. റ്റെക്റ്റോണിക് പ്ലേറ്റുകളുടെ സ്ഥാനചലനം മൂലമുണ്ടാകുന്ന ഗർത്തങ്ങളും ആഴങ്ങളും എൻഡോറിക് ബേസിൻ സൃഷ്ടിക്കപ്പെടുന്നതിന് കാരണമാകുന്നു.

ഇത്തരം തടാകങ്ങളിലെ ജലം നീരാവിയായി പോകുമ്പോൾ സ്വാഭാവികമായും കൂടുതൽ സാലിനിറ്റിയും ആൽക്കലൈനിറ്റിയും ഉയരുന്നു.

രണ്ടാമത്തെ ഭൂമിശാസ്ത്രപരമായ അവസ്ഥാവിശേഷം രൂപപ്പെടുന്നതിനുള്ള ഘടകം (നിർദ്ധാരണം ചെയ്യുന്ന) മഗ്നീഷ്യത്തിന്റേയും കാൽസ്യത്തിന്റേയും അഭാവമാണ്. ഇവയുടെ സാന്നിദ്ധ്യം ഉണ്ടായിരുന്നുവെങ്കിൽ dissolved കാർബണേറ്റ് അയോണുകളെ ഘനീഭവിക്കൽ (Precipitation) പ്രക്രിയയിലൂടെ നീക്കം ചെയ്യുമായിരുന്നു. ഇങ്ങനെ സംഭവിച്ചാൽ തടാകത്തിലെ ജലത്തിന്റെ P^H ലെവൽ താഴ്ത്തികൊണ്ടുവരും. ഇതിനുദാഹരണമാണ് ചാവുകടൽ.

ആൽക്കലൈൻ തടാകത്തിലെ ജലത്തിൽ അലിഞ്ഞുചേർന്നിട്ടുള്ള പല കെമിക്കലുകളും വൻതോതിൽ വേർതിരിച്ചെടുക്കുന്നുണ്ട്. ഉദാഹരണങ്ങളായി ലിഥിയം, കാർബണേറ്റ്, പൊട്ടാഷ്, സോഡ ചാരം മുതലായവ. ഇനിയും ഭൂമിയിലെ ചില ആൽക്കലൈൻ തടാകങ്ങളെക്കുറിച്ചു പഠിക്കാം.

ഇരുപത്തിയൊന്ന്

മോണോ തടാകം

പ്രകൃതി കനിഞ്ഞൊരുക്കിയ വിസ്മയ കാഴ്ചകളുമായി മോണോ തടാകം സന്ദർശകരേയും കാത്തുകിടക്കുന്നു. ആഴമില്ലാത്തതും എന്നാൽ വലിപ്പമേറിയതുമായ ഈ തടാകം സ്ഥിതി ചെയ്യുന്നത് കാലിഫോർണിയായിലെ മോണോ കൗൺണ്ടി എന്ന സ്ഥലത്താണ്. പുറത്തേക്കുള്ള ഒഴുക്കിന് സാധ്യതയില്ലാത്ത ഈ തടാകം രൂപീകൃതമായത് ഏതാണ്ട് 760000 വർഷങ്ങൾക്ക് മുമ്പുണ്ടായ അഗ്നിപർവ്വത സ്ഫോടനങ്ങൾ മൂലമാണെന്ന് കരുതപ്പെടുന്നു. പുറത്തേക്ക് ഒഴുക്കില്ലാത്ത തടാകമായതുകൊണ്ട് ഉപ്പിന്റെ അളവ് കൂടുതലും ക്ഷാരത്വം വർദ്ധിച്ചതുമാണ്.

വിജനമായ പ്രദേശത്തുള്ള ഈ തടാകത്തിൽ ജീവികളുടെ ഉത്പാദനക്ഷമത അസാധാരണമെങ്കിലും ഈ ദുർബല പരിസ്ഥിതിയിൽ കോടിക്കണക്കിന് (4-6) ട്രില്ല്യൺ ബ്രൈൻ ചെമ്മീൻ പെരുകുന്നു. അതുപോലെ ബ്രൈൻ ഈച്ചകൾ, ആൽക്കലി ഈച്ചകളും. ഈ തടാകത്തിലെ ജീവികളുടെ ഭക്ഷണ ശൃംഖല ഇവിടെ പ്ലാക്റ്റേണിക് ആൽഗെ ധാരാളമായി ഉണ്ടാകുന്നു. ആൽഗെയുടെ സാന്നിദ്ധ്യം കൊണ്ട് ശീതകാലത്തിനു ശേഷവും വസന്തകാലത്തിനു മുമ്പും മോണോ തടാകത്തിലെ ജലത്തിന്റെ നിറം പച്ചയായി കാണപ്പെടുന്നു. ആൽഗ പ്രകാശ സംശ്ലേഷണം നടത്തുന്നതുകൊണ്ടാണ് പച്ച നിറം ലഭിക്കുന്നത്. ഇത് സഞ്ചാരികളെ അദ്ഭുതപ്പെടുത്തുന്നു. ഈ തടാകത്തിലെ ജലം ഉയർന്ന ഉപ്പുരസവും ക്ഷാരത്വവുമുള്ളതായതുകൊണ്ട് മത്സ്യങ്ങൾക്ക് വാസയോഗ്യമല്ല. കോടിക്കണക്കിന് ബ്രൈൻ ചെമ്മീന്റെ ഭക്ഷണം ആൽഗെയാണ്. ഈ ബ്രൈൻ ചെമ്മീനുകളെ ആഹരിക്കുന്നതിനായി ആയിരക്കണക്കിന് കിലോമീറ്റർ അകലെ നിന്നും ദേശാടനപക്ഷികൾ പറന്നെത്തുന്നു. സസ്യഭുക്കായ ബ്രൈൻ ചെമ്മീനുകൾ ആൽഗകളെ ഭക്ഷിക്കുമ്പോൾ മാംസഭുക്കായ ദേശാടനപക്ഷികൾ ബ്രൈൻ ചെമ്മീനുകളെ ഭക്ഷിക്കുന്നു. ദേശാടന പക്ഷികളുടെ പുറുദീസയാണ് മോണോ തടാകം. ദേശാടനപക്ഷികൾക്കുവേണ്ടി പ്രകൃതി ഒരുക്കിയിരിക്കുന്ന ഭക്ഷണമാണ് ഈ തടാകത്തിലെ ബ്രൈൻ ചെമ്മീൻ.

പ്രകൃതി അതിന്റെ സൃഷ്ടികൾക്ക് അതിജീവനത്തിനുള്ള മാർഗ്ഗങ്ങൾ ഭൂമിയിൽ ക്രമപ്പെടുത്തിയിരിക്കുന്നുവെന്നുള്ളത് പ്രത്യേകം ശ്രദ്ധിക്കേണ്ട ഒന്നാണ്. മറ്റൊരു പ്രത്യേകത മനുഷ്യർക്ക് ഭക്ഷ്യയോഗ്യമല്ല ബ്രൈൻ ചെമ്മീനുകൾ എന്നുള്ളതാണ്. പ്രകൃതി പ്രതിഭാസങ്ങളിലെ ശ്രദ്ധേയ മായ വിഷയങ്ങളാണിത്.

മോണോ തടാകം ഭൗമശാസ്ത്രപരമായി സജീവമായ ഏരിയായിൽ പ്പെട്ടതാണ്. വോൾകാനിക് ശൃംഖലയിൽപ്പെട്ട Mono Inyo Crates ഇതിന്റെ വടക്കേ അറ്റത്തും ലോങ് വാലി കാൽഡേര സമീപത്തായും സ്ഥിതി ചെയ്യുന്നു. മോണോ തടാകത്തിന്റെ പരിസരപ്രദേശം സജീവമായി വോൾകാനോ എറപ്ഷൻ തുടർന്നുകൊണ്ടിരിക്കുന്നു. 350 വർഷങ്ങൾക്കു മുമ്പാണ് ഇവിടെ എറപ്ഷൻ നടന്നത്. ആ എറപ്ഷനിൽ സൃഷ്ടിക്ക പ്പെട്ടതാണ് PAOHA തടാകം. പാനും ഗർത്തം ഇതിന്റെ തെക്കേ തീരത്ത് സ്ഥിതി ചെയ്യുന്നു.

തടാകത്തിന്റെ പഠന ശാസ്ത്രം വെളിപ്പെടുത്തുന്നത് 280 മില്യൺ ടൺ അലിഞ്ഞു ചേർന്നിട്ടുള്ള ഉപ്പ് ഉണ്ടെന്നുള്ളതാണ്. തടാകത്തിലെ ജലനിരപ്പ് അനുസരിച്ച് ഉപ്പുരസത്തിനു മാറ്റം വരാം. സമുദ്രജലത്തിന്റെ ശരാശരി ഉപ്പുരസം ഒരു ലിറ്ററിൽ 31.5 ഗ്രാം എന്നാൽ 1941 ലെ മോണോ തടാകത്തിലെ ജലത്തിന്റെ സാലിനിറ്റി 50g/l ആയിരുന്നത് 2002 ൽ 78g/l ആയി വർദ്ധിച്ചു. ഇത് പുനഃസംഭരണം ചെയ്ത് ഇരുപതു വർഷ ങ്ങൾക്കകം 69g/l ആയി ദൃഢീകരിക്കുമെന്നു കരുതപ്പെടുന്നു. കടൽ ജലത്തിൽ ലയിച്ചിട്ടുള്ള ഉപ്പിന്റെ പൂർണ്ണവിവരം പഠനത്തിനുവേണ്ടി ചുവടെ ചേർക്കുന്നു.

ക്ലോറിൻ (Clorine)	-	55.3%
സോഡിയം (Sodium)	-	30.8%
മഗ്നീഷ്യം (Magnesium)	-	3.7%
സൾഫർ (Sulpur)	-	2.6%
കാത്സ്യം (Calcium)	-	1.2%
പൊട്ടാസ്യം (Potassium)	-	1.1%

വിസ്മയക്കാഴ്ചകൾ

തടാകത്തിന്റെ തെക്കു ഭാഗത്തായി രൂപപ്പെട്ടിട്ടുള്ള റ്റുഫാ ഗോപുര ങ്ങൾ അതിരമണീയവും കണ്ണഞ്ചിപ്പിക്കുന്നതുമാണ്. നീലത്തടാകത്തിൽ അവിടവിടെയായി ഉയർന്നു നില്ക്കുന്ന ഗോപുരങ്ങൾ പ്രകൃതി സൗന്ദര്യ ത്തിന്റെ വിഹാരകേന്ദ്രമാണ്. അക്ഷരാർത്ഥത്തിൽ നാം ശ്വാസമടക്കി കണ്ടുനിന്നുപോകുന്നവ. തടാകത്തിന്റെ പല ഭാഗങ്ങളിലായി അസാധാ രണത്വം നിറഞ്ഞ പാറയുടെ രൂപീകരണവും കാണാം.

മോണോ തടാകം

കാത്സ്യം കാർബണേറ്റിന്റെ കൂർത്ത അഗ്രങ്ങളും നോബുകളും പാറ പോലെ ഉറപ്പുള്ളതും ആകർഷിക്കുന്നവകളുമാണ്. ശുദ്ധജല സ്പ്രിംഗുകളും ആൽക്കലൈൻ ജലവും തമ്മിൽ കൂട്ടിയോജിക്കുമ്പോഴുണ്ടാകുന്ന പ്രകൃതിപ്രതിഭാസമാണ് റ്റുഫാ ഗോപുരങ്ങൾ. ഈ തടാകത്തിന്റെ വിസ്തീർണ്ണം 65Km^2. ശീതകാലത്ത് റ്റുഫാ ഗോപുരങ്ങളിൽ വെട്ടിത്തിളങ്ങുന്ന മഞ്ഞിന്റെ ക്രിസ്റ്റൽസ് മറ്റൊരു ദൃശ്യവിരുന്നാണ് സമ്മാനിക്കുന്നത്.

തടാകത്തിലെ ജലനിരപ്പ് ഉയരുന്ന അവസരത്തിൽ അടിഭാഗത്തുനിന്നും ശുദ്ധജല ഉറവകൾ (Spring) നിർഗളിക്കും. തടാകത്തിലെ മിനറലുകളുമായി പ്രതിപ്രവർത്തനം നടത്തുന്നതിന്റെ ഫലമായി സിമന്റുപോലെ ഉറച്ചു കൂർത്ത അഗ്രഭാഗങ്ങളോടുകൂടിയ കാത്സ്യം കാർബണേറ്റിന്റെ ഗോപുരങ്ങൾ സൃഷ്ടിക്കപ്പെടുന്നു. ഇത് ഉപേക്ഷിക്കപ്പെട്ട ഒരു പുരാതന പട്ടണത്തിന്റെ പ്രതീതി ജനിപ്പിക്കും. ഉയരമേറിയ പരുക്കൻ ഗോപുരങ്ങൾ കൂടുതലും കാണുന്നത് തെക്കേതീരത്താണ്. മോണോ തടാകം ലോകത്തിലെ മഹാ പ്രതിഭാസമാണ്.

ഇരുപത്തിരണ്ട്

നാട്രോൺ തടാകം

അന്തർദേശീയ പ്രാമുഖ്യമുള്ള റാംസാർ സൈറ്റ്സ് ചതുപ്പു പ്രദേശ ലിസ്റ്റിൽപെട്ട നാട്രോൺ ബെസിനിൽപ്പെട്ടതാണ് നാട്രോൺ തടാകം. ചതുപ്പുനില പ്രദേശങ്ങളെ ആഗോള വ്യാപകമായി സംരക്ഷിച്ചുനിർത്തുന്നതിനുള്ള ഒരു നിയമം ഐക്യരാഷ്ട്ര സംഘടന രൂപം നൽകിയിട്ടുണ്ട്. അതിനെയാണ് റംസാർ സൈറ്റുകൾ - അന്തർദേശീയമായി പ്രാധാന്യമുള്ള ചതുപ്പുനിലങ്ങൾ എന്നു പറയുന്നത്. മറ്റു തടാകങ്ങളിൽ നിന്നും തീർത്തും വ്യത്യസ്തമായതുകൊണ്ടാണ് 2001 ജൂലൈ നാലാം തിയതി ഈ തടാകത്തെ അന്താരാഷ്ട പ്രാധാന്യമുള്ള ലിസ്റ്റിൽ ഐക്യരാഷ്ട്ര സംഘടന ഉൾപ്പെടുത്തിയിരിക്കുന്നത്. റ്റാൻസാനിയ എന്ന ആഫ്രിക്കൻ രാജ്യത്തിന്റെ വടക്കു ഭാഗത്തു കിടക്കുന്ന അനുഷ പ്രദേശത്തു സ്ഥിതി ചെയ്യുന്നു. ഉപ്പുതടാകമെന്നും സോഡാ തടാകമെന്നും ഇത് അറിയപ്പെടുന്നു.

ഈ തടാകത്തെ പ്രധാനമായും നിറയ്ക്കുന്നത് മദ്ധ്യകെനിയയിൽ നിന്നും ഉദ്ഭവിക്കുന്ന EWASO NGIRO നദിയാണ്. ചൂട് ഉറവകൾ കൊണ്ടും ധാതുക്കൾകൊണ്ടും ഈ നദിയുടെ ഉദ്ഭവ സ്ഥലം സമ്പന്നമാണ്. നാട്രോൺ തടാകത്തിന്റെ ആഴം ഏകദേശം മൂന്നു മീറ്ററും കൂടിയ നീളം 57 കിലോമീറ്ററും വീതി 22 കിലോമീറ്ററുമാണ്. ഇതിന്റെ വൃഷ്ടി പ്രദേശങ്ങളിൽ ക്രമം കെട്ട രീതിയിൽ ഡിസംബറിലും ജൂലൈ മാസത്തിനുമിടയിൽ മഴ ലഭിക്കുന്നു. ഇവിടുത്തെ സാധാരണ ഊഷ്മാവ് 40^0c.

നാട്രോൺ തടാകം പലപ്പോഴായി സന്ദർശിക്കുന്നവർക്ക് പല നിറത്തിലുള്ള ജലാശയമാണ് കാണാൻ കഴിയുക. ഈ തടാകം കടും ചുവപ്പു നിറത്തിലാണ്. ദൂരെ നിന്നു നോക്കിയാൽ രക്തത്തിന്റെ കടലാണെന്നു തോന്നും. പ്രകൃതിദത്ത നിറമാണിതിനുള്ളതെങ്കിലും ഉപ്പു ജലത്തിൽ സമൃദ്ധിയായി വളരുന്ന മൈക്രോ ഓർഗാനിസംസ് ആണ് ജലത്തിന് ഈ നിറം നൽകുന്നത്. ചിലപ്പോൾ ചുവപ്പു നിറത്തിലും മറ്റൊരവസരത്തിൽ പിങ്ക് നിറത്തിലും കാണപ്പെടുന്നു. കൂടാതെ ഇവിടുത്തെ ജലത്തിന്റെ ചൂട് ഉയർന്നതായതു കാരണം ഓർഗാനിക് ടിഷ്യൂസ്

വളരുന്നതിനെ തടസ്സപ്പെടുത്തുന്നു. എന്നാൽ ഇവിടെ നീലയും പച്ചയും കലർന്ന ആൽഗെ ചുവന്ന വർണ്ണത്തോടുകൂടി വളരുന്നു. ഇങ്ങനെ തടാകത്തിന്റെ നിറം പല വർണ്ണങ്ങളിൽ കാണപ്പെടുന്നു. ഈ പ്രകൃതിപ്രതിഭാസം നമ്മെ അദ്ഭുതപ്പെടുത്തും. സമാനതകളില്ലാത്ത മറ്റൊരു ലോകത്ത് നമ്മെ കൊണ്ടെത്തിക്കും.

നാട്രോൺ തടാകത്തിൽ ഉയർന്ന രീതിയിലുള്ള ബാഷ്പീകരണം നടക്കുന്നതുകൊണ്ട് ജലത്തിന്റെ ആൽക്കലിനിറ്റി ഉയർന്ന് P^H 12 നു മുകളിൽ എത്താറുണ്ട്. മറ്റൊരു പ്രത്യേകത തടാകത്തിന്റെ ചുറ്റിലും കാണപ്പെടുന്ന പാറ ക്ഷാരത്വമുള്ളതും അധികമായി സോഡിയം ചേർന്നതാണ്. ഈ ലാവ PLEISTOCENCE കാലഘട്ടത്തിൽ വിസ്ഫോടനം മൂലം ഉണ്ടായിട്ടുള്ളതാണെന്നാണ് പുരാവസ്തു ഗവേഷകർ. PLEISTOCENCE-കാലഘട്ടം എന്നു പറയുന്നത് 2,588,000നും 11,700നും ഇടയ്ക്കുള്ള കാലഘട്ടമാണെന്ന് രേഖപ്പെടുത്തിയിട്ടുണ്ട്. ഈ ലാവയിലെ ഭൂരിഭാഗവും കാർബണേറ്റ് ആണ്. എന്നാൽ കാത്സ്യവും മഗ്നീഷ്യവും വളരെ കുറഞ്ഞ അളവിലാണ് കാണപ്പെടുന്നത്. ഇക്കാരണത്താൽ തടാകത്തിലെ ജലത്തിൽ ക്ഷാരത്വത്തിന്റെ തീവ്രത കൂടുതലാണ്.

ഈ തടാകത്തിലെ പ്രധാന കാഴ്ചവിരുന്ന് ലക്ഷക്കണക്കിന് ഫ്ളെമിംഗോകളുടെ കേന്ദ്രമാണ് ഈ തടാകം. തടാകത്തിലെ ജലാശയം ഗ്രേറ്റ് റിഫ്റ്റ് വാലിയിൽ ഉണ്ടായിട്ടുള്ള വോൾകാനോ മൂലമുണ്ടായതാണ്. ചാരം അടിഞ്ഞു കൂടിയതുകൊണ്ട് സോഡ തടാകം ആയി രൂപാന്തരപ്പെട്ടു. അതുകൊണ്ട് മറ്റു ജീവികളുടെ കടന്നുകയറ്റമില്ല. അതിനാൽ ഫ്ളെമിംഗോകൾ സ്വൈരമായി മുട്ടയിട്ട് കുഞ്ഞുങ്ങളെ വിരിയിച്ച് കഴിയുന്നു.

ജലത്തിലെ ഉപ്പിന്റെ സാന്ദ്രത കൂടുതലായതുകൊണ്ട് മൈക്രോ ഓർഗാനിയം ധാരാളമായി ഉണ്ട്. ഇത് ഹൈനപോലുള്ള വലിയ ജന്തുക്കൾക്ക് വിഷ വസ്തുവാണ്. അതിശയിപ്പിക്കുന്ന കാര്യം ഇത്ര ദുഷ്കരമായ സാഹചര്യത്തിൽ 25 ലക്ഷത്തോളം ലെസ്സർ ഫ്ളെമിംഗോകൾ വാസമുറപ്പിച്ചിരിക്കുന്നു എന്നതാണ്. ഫ്ളെമിംഗോ വർഗ്ഗത്തിലെ ഏറ്റവും ചെറിയ സ്പീഷീസ് പക്ഷിയാണിത്. ഈ തടാകത്തിൽ ധാരാളമായി വളരുന്ന ആൽഗേ ഭക്ഷണമാക്കി ലെസ്സർ ഫ്ളെമിംഗോകൾ ജീവിക്കുന്നു.

മുകളിൽ വിവരിച്ചവയെല്ലാം നാട്രോൺ തടാകത്തിന്റെ ഗുണങ്ങളാണ്. എന്നാൽ ജീവനാശകരമായ രാസപ്രവർത്തനങ്ങളും ഈ തടാകത്തിൽ സംഭവിക്കുന്നുണ്ട്. മഴ പെയ്യുമ്പോൾ തടാകം ജലസമൃദ്ധമാകും. ജലത്തിലെ ആൽക്കലിനിറ്റി അമോണിയയുമായി സമ്പർക്കത്തിലേർപ്പെടുന്നതിന്റെ ഫലമായി തടാകം 60^0c (140^0F) ൽ ഊഷ്മാവ് വർദ്ധിക്കുന്നു.

ജലത്തിലെ ആൽക്കലിനിറ്റിയുടേയും സോഡിയം കാർബണേറ്റിന്റേയും ശക്തികൊണ്ട് മഴ പെയ്യുന്ന അവസരത്തിൽ തടാകത്തിന്റെ

മുകളിലൂടെയോ സമീപത്തുകൂടിയോ പറന്നുപോകുന്ന പക്ഷികളും മറ്റു ജന്തുക്കളും ജീവനറ്റ് ഉണങ്ങിപ്പോകുന്നു. ഇത്തരത്തിൽ ഉണങ്ങിപ്പോയ ജന്തുക്കളും പക്ഷികളും പ്രകൃതിയാൽ സംസ്കരിക്കപ്പെടുന്നു. ജന്തുക്കളുടെ കൂട്ടത്തിൽ വവ്വാൽ, പരുന്ത്, ഫ്ളെമിംഗോ, പ്രാവുകൾ, മത്സ്യം, സോംഗ്ബേർഡ്, കുരുവികൾ എന്നിവയുടെ ശ്മാശാന ഭൂമി കൂടിയാണിത്. പ്രകൃതിദത്തമായി ഇവിടെ സംഭവിക്കുന്ന രാസപ്രക്രിയപോലെ തന്നെയാവാം പഴയ കാലത്ത് ഈജിപ്തിൽ ശവശരീരങ്ങൾ സൂക്ഷിക്കപ്പെട്ടതും.

അമോണിയകൊണ്ട് തടാകത്തിലെ ജലം വിഷമാകുമ്പോൾ ഉപ്പ് കുറഞ്ഞ ഭാഗങ്ങളിലേക്ക് ഫ്ളെമിംഗോകളും ആൽഗകളും വളരെ ചുരുക്കമായി കാണപ്പെടുന്ന മത്സ്യങ്ങളും അഭയം പ്രാപിക്കുന്നു. നമ്മെ അതിശയിപ്പിക്കുന്നത് വളരെ നാമമാത്രമായേ ഫ്ളെമിംഗോകൾ കട്ടിപിടിച്ച് ശവങ്ങളാകുന്നുള്ളൂ എന്നതാണ്.

ഇതുവഴി കടന്നുപോകുന്ന പക്ഷികളുടെയും മറ്റു ജന്തുക്കളുടെയും ശ്മാശാന ഭൂമിയായി മാറുന്നത് ഈ ഗ്രഹത്തിൽ അസാധാരണമായി സംഭവിക്കുന്ന ഒരു പ്രതിഭാസമാണ്. എന്നാൽ മിക്ക വന്യമൃഗങ്ങൾക്കും ഇവിടുത്തെ അപകടസ്ഥിതി തിരിച്ചറിയാനുള്ള കഴിവുണ്ട്. അവ ഈ തടാകത്തിന്റെ സമീപത്തുപോലും എത്താറില്ല. ഇവിടെ നടക്കുന്ന രാസപദാർത്ഥങ്ങളുടെ രൂപീകരണവും അതുണ്ടാക്കുന്ന അപകടവും മൃഗങ്ങൾക്ക് മനസ്സിലാക്കാനുള്ള കഴിവ് പ്രകൃതി നൽകിയിട്ടുണ്ട്.

ഇരുപത്തിമൂന്ന്

മരുഭൂമി

മരുഭൂമിയെന്നു കേൾക്കുമ്പോൾ നമ്മുടെ മനസ്സിലേക്ക് ഓടിയെത്തുന്ന രൂപം സൂര്യപ്രകാശത്താൽ കത്തിജ്ജ്വലിച്ച മണലാരണ്യ ഭൂമിയും അവിടെ അങ്ങിങ്ങായി വളർന്നു നിൽക്കുന്ന കള്ളിമുൾച്ചെടി (CACTI) കളും കുറെ ഒട്ടകങ്ങളുമാണ്. എന്നാൽ എല്ലാ മരുപ്രദേശങ്ങളും അത്തരത്തിലുള്ളതല്ല. ഊഷരവും മഴ അധികം ലഭിക്കാത്തതും ജന്തുക്കൾക്കും സസ്യങ്ങൾക്കും അതിജീവനത്തിന് പ്രതികൂലസാഹചര്യങ്ങളുമുള്ള ഭൂപ്രദേശങ്ങളെ മരുഭൂമിയെന്നു വിളിക്കുന്നു. ഇത്തരം ഭൂപ്രദേശങ്ങളെ ഒമ്പതു വിഭാഗങ്ങളായി തിരിച്ചിരിക്കുന്നു. അവ:

1. ചുട്ടും വരണ്ടതുമായ മരുഭൂമി (Hot and dry Deserts)
2. ശൈത്യ മരുഭൂമികൾ (Temperature deserts)
3. അർദ്ധഊഷര മരുഭൂമികൾ (Semi Arid Deserts)
4. തീരപ്രദേശ മരുഭൂമികൾ (Costal Deserts)
5. ധ്രുവപ്രദേശ മരുഭൂമികൾ (Polar Deserts)
6. റെയിൻ ഷാഡോ മരുഭൂമികൾ (Rain Shadow Deserts
7. മൺസൂൺ മരുഭൂമികൾ (Monsoon Deserts)
8. മൈൽഡ് ലാറ്റിറ്റ്യൂഡ് മരുഭൂമികൾ (Mild Latitude Deserts)
9. ഉപ്പു മരുഭൂമികൾ (Salt Deserts)

എ) ചുട്ടും വരണ്ടതുമായ മരുഭൂമികൾ (Hot and dry Deserts)

സസ്യജാലങ്ങളുടെ അഭാവം മൂലം ഭൂമിയുടെ മുകൾപ്പരപ്പിന് സംരക്ഷണം കിട്ടാതെ അനാവൃതമായിരിക്കുന്ന ഭൂപ്രദേശങ്ങൾ. ഭൂമിയുടെ (1/3)മൂന്നിൽ ഒരു ഭാഗം ഊഷരമോ അർദ്ധഊഷരമോ ആയ മരുപ്രദേശങ്ങളാണ്. ഇത് ധ്രുവമേഖല ഉൾപ്പടെയുള്ള കണക്കാണ്.

ഇത്തരം പ്രദേശങ്ങളിൽ സർവസാധാരണമായി ഊഷ്മാവിന്റെ

കാഠിന്യം കൊണ്ട് നിർജ്ജലീകരണം സംഭവിച്ചതുകൊണ്ടും ഭൂമിശാസ്ത്ര പരമായ സ്ഥാനങ്ങൾ കൊണ്ടും മരുഭൂപ്രദേശങ്ങൾ സൃഷ്ടിക്കപ്പെട്ടു.

അന്തരീക്ഷ അവസ്ഥാപ്രക്രിയയിൽ രാവും പകലും ഉണ്ടാകുന്ന ഊഷ്മാവിന്റെ വ്യതിയാനത്തിൽ ഭൂമിക്ക് വലിച്ചുമുറുക്കം അനുഭവ പ്പെടുന്നു. ഇത് അവിടെയുള്ള പാറകളുടേമേൽ സമ്മർദ്ദം ചെലുത്തുന്നതു കൊണ്ട് കഷ്ണങ്ങളായി പൊട്ടിത്തെറിക്കുന്നു. മഴ അധികമായി ലഭിക്കുന്നില്ലെങ്കിലും അപൂർവ്വമായി പെയ്യുന്നു. ചുട്ടുപഴുത്തു കിടക്കുന്ന പാറയുടെ മുകളിൽ മഴത്തുള്ളികൾ പതിക്കുമ്പോൾ പാറ ഛിന്നഭിന്നമായി ചെറിയ പാറക്കഷ്ണങ്ങളും കരിങ്കൽ തുണ്ടുകളും മരുഭൂമിയിൽ ചിതറപ്പെടുന്നു.

ഇങ്ങനെ ചിതറപ്പെടുന്ന പാറയുടെ കഷ്ണങ്ങൾ മണലും പൊടിയു മായി യോജിച്ച് മണൽക്കാറ്റും പൊടിക്കാറ്റും വീശുമ്പോൾ മുകളിലേക്ക് ഉയർത്തപ്പെടുന്നു. പാറക്കഷ്ണങ്ങളും മണലും കാറ്റും തരംതിരിച്ച് അതിന്റെ കൂട്ടങ്ങളാക്കി മാറ്റുന്നു. ഇങ്ങനെ മണൽക്കൂമ്പാരങ്ങൾ സൃഷ്ടിക്കപ്പെടുന്നു. ചില ഭാഗങ്ങളിൽ മണലും പൊടിയും മറ്റും കാറ്റിനാൽ മാറ്റപ്പെട്ടതിന്റെ ഫലമായി മിന്നുത്ത പാറയുടെ പ്രതലം തെളിഞ്ഞു കാണപ്പെടുന്നു. ഇത്തരം ഭാഗങ്ങളെ മരുഭൂമിയിലെ കൽപ്പടവു കൾ എന്നു വിളിക്കുന്നു. മറ്റുചില സ്ഥലങ്ങളിൽ പാറകളുടെ ഉന്തിയ കൂട്ടങ്ങൾ (Bed Rocks) സൃഷ്ടിക്കപ്പെടുന്നു. മഴ പെയ്യുമ്പോൾ താത് കാലിക തടാകങ്ങളും രൂപപ്പെടുന്നു. ചില മരുപ്രദേശങ്ങളിൽ നീരുറവ കളും ഭൂഗർഭ ജലസംഭരണി (Aquifers) യിൽ നിന്നും ഊറൽ കാണ പ്പെടുന്നു. ഇങ്ങനെയുള്ള പ്രദേശങ്ങളിൽ ശാദ്വലഭൂമി (Oasis) സൃഷ്ടിക്ക പ്പെടുന്നു.

സസ്യങ്ങളും ജന്തുക്കളും മരുഭൂമിയിൽ നിലനിന്നു പോകുന്നതിന് കഠിനമായ പരിസ്ഥിതിയുമായി പ്രത്യേക രീതിയിലുള്ള പൊരുത്തപ്പെടൽ അത്യാവശ്യമാണ്. സസ്യങ്ങൾ പരുക്കൻ അന്തരീക്ഷവുമായി യോജിച്ചു പോകണം. അതിന് സസ്യങ്ങൾ ബലമുള്ളതായിരിക്കണം. ചെറിയ ഇലകളോടുകൂടിയതോ ഇലകൾ ഇല്ലാത്തതോ ആയിരിക്കണം. ബാഹ്യ ചർമ്മം ജലത്തെ സംരക്ഷിച്ചു നിർത്തുന്നതായിരിക്കണം. തൃണഭോജി കളിൽ നിന്നും രക്ഷപ്പെടാൻ മുള്ളുകൾ ഉണ്ടായിരിക്കണം. ഇങ്ങനെ വിവിധ തരത്തിൽ പ്രത്യേകതയുള്ള സസ്യങ്ങളാണ് മരുഭൂമിയിൽ വളരു ന്നത്.

സസ്യജാലം

പ്രകാശസംശ്ലേഷണമാണ് സസ്യങ്ങളുടെ വളർച്ചയ്ക്ക് ഏറ്റവും പ്രധാനപ്പെട്ട ഘടകം. പകൽ സമയങ്ങളിൽ സൂര്യപ്രകാശത്തിൽ നിന്നും ഊർജ്ജം സ്വീകരിച്ചു മാത്രമാണ് പ്രകാശസംശ്ലേഷണം സാദ്ധ്യമാവുക. എന്നാൽ ചുട്ടുപൊള്ളുന്ന പകൽസമയങ്ങളിൽ സസ്യങ്ങളിൽ നിന്നും ജലം പുറത്തു പോകുന്നത് സ്റ്റോമാറ്റ(സസ്യങ്ങളുടെ വായ്)യിൽ

കൂടിയാണ് നടത്തുന്നത്. അത് സസ്യത്തിലെ ജലം നഷ്ടപ്പെടുന്നതിന് കാരണമാകും. അതുകൊണ്ട് ചില സസ്യങ്ങൾ ഈ പ്രതിസന്ധി പരിഹരിക്കുന്നത് ക്രാസ്സുലേഷ്യൻ ആസിഡ് മെറ്റാബോളിസം ഉപയോഗപ്പെടുത്തിയാണ്. അതായത് സസ്യത്തിന്റെ സ്റ്റോമാറ്റ രാത്രിയിൽ തുറന്ന് കാർബൺ ഡൈഓക്സൈഡിനെ സ്വീകരിക്കുകയും പകൽ സമയത്ത് അടച്ചു വയ്ക്കുകയും ചെയ്യുന്നു. ഇതുമൂലം വരണ്ട കാലാവസ്ഥയിൽ സസ്യത്തിലെ ജലാംശം നഷ്ടപ്പെടാതെ സൂക്ഷിക്കാം.

ചില സസ്യങ്ങളുടെ ഇല ചെറുതാക്കിയോ പൂർണ്ണമായും ഒഴിവാക്കിയും കാണപ്പെടുന്നു. ഉദാഹരണമായി കള്ളിമുൾച്ചെടികൾ ഇല പൂർണ്ണമായും ഒഴിവാക്കി, പത്രഹരിതകം (Chlorophyll) സ്ഥാനം മാറ്റി തായ്ത്തണ്ടിൽ ക്രമീകരിച്ചിരിക്കുന്നു. കൂടാതെ കോശഘടനാ വിന്യാസം മാറ്റപ്പെടുത്തി ജലം ശേഖരിക്കും വിധം സൃഷ്ടിച്ചിരിക്കുന്നു. ആഴങ്ങളിലേക്ക് എത്തിപ്പറ്റാത്ത ഇതിന്റെ വേരുകൾ മഴപെയ്യുമ്പോൾ പെട്ടെന്ന് ജലം ആഗിരണം ചെയ്ത് ശേഖരിച്ചുവെച്ച് അടുത്ത മഴവരെ അതിജീവിക്കുന്നു. അടുത്ത മഴലഭിക്കുന്നത് മാസങ്ങളോ വർഷങ്ങളോ നീണ്ടുപോയെന്നും വരാം. അതുവരെ ജലം ശേഖരിച്ചു വെക്കേണ്ടത് ഈ സസ്യജാലങ്ങളുടെ പ്രതിപ്രവർത്തനത്താലാണ്.

സോമാറൻ മരുഭൂമിയിലെ സാൻഗ്വാറ എന്ന സസ്യത്തിന്റെ വളർച്ച സാവധാനം ആണെങ്കിലും 200 വർഷത്തോളം ആയുസ്സുണ്ട്. ഈ സസ്യത്തിന്റെ മേൽഭാഗം കൺസർറ്റിന എന്ന സംഗീതോപകരണം പോലെ മടങ്ങി വളരുന്നു. നല്ല മഴ ലഭിച്ചാൽ 8 ടൺ ജലം വരെ തായ്ത്തണ്ടിൽ ശേഖരിച്ചു വയ്ക്കുന്ന സാൻഗ്വാറോകൾ ഉണ്ട്.

വരണ്ട കാലാവസ്ഥയിൽ വളരുന്ന സെറോഫൈറ്റിക് സസ്യങ്ങളും അതിജീവനം നടത്തുന്നു. ഇവ വായുടെ എണ്ണം കുറച്ചും രോമാവൃതമോ ചെറിയ ഇലകളോടുകൂടിയോ കാണപ്പെടുന്നു. സെറോഫൈറ്റിക് സസ്യങ്ങൾ വായുടെ എണ്ണം കുറയ്ക്കുന്നത് ഈ സസ്യത്തിൽ നിന്നു തന്നെ പുറപ്പെടുന്ന പശിമയുള്ള ലേപനം കൊണ്ടാണ്. ചില സസ്യങ്ങൾ താപനില കൂടിയിരിക്കുമ്പോൾ ഇല പൊഴിച്ച് സസ്യസ്വേദനം കുറയ്ക്കുന്നു. മറ്റുചിലവ നീരുള്ള ഇലകളിലും തടിയിലും മാംസളമായ കിഴങ്ങുകളിലും ജലം സംഭരിക്കുന്നു. മഴ പെയ്യുമ്പോൾ പരമാവധി ജലം സംഭരിച്ചു വയ്ക്കുന്നു ഇത്തരം സസ്യങ്ങൾ.

മണ്ണിൽ വ്യാപിച്ചിട്ടുള്ള, വേരുകളുള്ള സസ്യങ്ങളും നീണ്ട തായ്വേരുള്ള സസ്യങ്ങളും ഭൂമിയുടെ ഉപരിതലത്തിനു താഴെയുള്ള പാറക്കെട്ടുകളുടെ അടുക്കുകളിലെത്തി ജലം സംഭരിക്കുന്നു. കള്ളിമുൾ സസ്യങ്ങളിലുള്ള മുള്ളുകൾ സസ്യഭോജികളായ ജന്തുക്കളിൽനിന്നും രക്ഷ നേടുന്നതിനു സഹായിക്കുന്നു. മരുഭൂമിയിലെ ചില സസ്യങ്ങളുടെ വിത്തുകൾ മണ്ണിൽ നിഷ്ക്രിയ അവസ്ഥയിൽ കിടക്കുകയും മഴ പെയ്യുന്നതോടെ മുളച്ചു വരികയും ചെയ്യുന്നു. മരിച്ചു കഴിഞ്ഞുവെന്നു കരുതുന്ന മരങ്ങൾ മഴ പെയ്യുമ്പോൾ കിളിർത്ത് ജീവൻ വെച്ചു വരുന്നതു കാണാം.

ജന്തുജാലം

മരുഭൂമിയിൽ ജന്തുക്കളുടെ അതിജീവനത്തിന് ധാരാളം പ്രതിസന്ധികൾ തരണം ചെയ്യണം. അവയ്ക്ക് മതിയായ ജലവും ഭക്ഷണവും ലഭിക്കേണ്ടതുണ്ട്. അതോടൊപ്പം പ്രധാനമായും ശാരീരിക ഊഷ്മാവിനെ നിലനിർത്തികൊണ്ടുപോകണം. മരുഭൂമിയിലെ മിക്ക ജന്തുക്കളും രാത്രി സഞ്ചാരികളാണ്. പകൽ സമയങ്ങളിൽ തണലുകളിലോ മാളങ്ങളിലോ വിശ്രമിക്കുന്നു. മരുഭൂമിയിലെ കഠിന പരിതഃസ്ഥിതിയിൽ സ്വയം സംരക്ഷിക്കപ്പെടാൻ പല മാർഗ്ഗങ്ങളും സ്വീകരിക്കുന്നു. ജന്തുക്കളുടെ ശരീരത്തിലെ ജലാംശം സംരക്ഷിക്കുന്നതിനും കഴിക്കുന്ന ഭക്ഷണത്തിൽ നിന്നും ജലാംശം ആഗിരണം ചെയ്യുന്നതിനും മൂത്രത്തിൽ ശ്രദ്ധ ചെലുത്തുന്നതിനുമുള്ള പ്രവണത നമ്മെ അദ്ഭുതപ്പെടുത്തുന്നു. ചില ജന്തുക്കൾ കഠിന ചൂടിൽ നിന്നും രക്ഷ നേടുന്നതിനുവേണ്ടി പ്രവർത്തനരഹിതമായി കഴിഞ്ഞു കൂടുന്നു. മഴ ലഭിക്കുന്നതു വരെ ഈ അവസ്ഥ തുടർന്നു വെന്നു വരാം. അനുയോജ്യമായ കാലാവസ്ഥയിൽ പ്രജനനം നടത്തി വീണ്ടും നിദ്രാവസ്ഥയിലേയ്ക്ക് പോകുന്നു.

മരുഭൂമിയിലെ ജീവിതവുമായി പൊരുത്തപ്പെട്ടുപോകുന്ന ജന്തുക്കളെ സെറോകോൾസ് എന്നു വിളിക്കുന്നു. ശരീരത്തിൽ നിന്നും ജലാംശം നഷ്ടപ്പെട്ടു പോകാതിരിക്കാനുള്ള മെക്കാനിസം അവയ്ക്കുണ്ട്. എന്നാൽ രണ്ടു കാലാവസ്ഥകളിലും ശൈത്യത്തിലും ഉഷ്ണത്തിലും ഒരുപോലെ പൊരുത്തപ്പെട്ടുപോകാൻ സസ്തനികൾക്കും പക്ഷികൾക്കും കഴിയുമെന്നതിന് വ്യക്തമായ തെളിവുകളൊന്നുമില്ല. എന്നാൽ, ചില ജന്തുക്കളും സസ്യങ്ങളും രണ്ടവസ്ഥകളിലും പൊരുത്തപ്പെട്ട് അതിജീവിക്കുന്നുണ്ട്. പക്ഷികൾ കഠിനാന്തരീക്ഷത്തിൽ നിന്നും രക്ഷപ്പെടുന്നതിനായി അനുയോജ്യമായ കാലാവസ്ഥയും ഭക്ഷണവുമുള്ള പ്രദേശങ്ങളിലേക്ക് കുടിയേറി അതിജീവിക്കുന്നു. മരുഭൂമിയിലെ ചില പക്ഷികൾ ഊർജ്ജം സംരക്ഷിക്കുന്നതിനുവേണ്ടി പറക്കുന്നതിനുപകരം ഓടി ഇര തേടുന്നു. ഒപ്പം വിശ്രമിക്കുകയും ചെയ്യുന്നു.

മറ്റൊരു പ്രതിഭാസം ജലവും കാർബൺഡൈഓക്സൈഡുമാണ് മെറ്റബോളിക് പ്രവർത്തനത്തിന്റെ നിർമ്മിതികൾ. ഇവ കൊഴുപ്പുകളേയും പ്രോട്ടീനുകളേയും കാർബോഹൈഡ്രേറ്റുകളേയും ഓക്സിഡേഷനു സഹായിക്കുന്നു. ഒരു ഗ്രാം കാർബോഹൈഡ്രേറ്റ് ഓക്സിഡൈസിംഗ് ചെയ്യുമ്പോൾ 0.60 ഗ്രാം ജലം ഉത്പാദിപ്പിക്കുന്നു. ഇതുപോലെ ഒരുഗ്രാം പ്രോട്ടീൻ ഓക്സിഡൈസിംഗ് ചെയ്യുമ്പോൾ 0.4 ഗ്രാം ജലവും ഒരു ഗ്രാം കൊഴുപ്പ് ഓക്സിഡൈസിംഗ് ചെയ്യുമ്പോൾ 1.07 ഗ്രാം ജലവും ഉത്പാദിപ്പിക്കുന്നു. ഇതുമൂലം മരുഭൂമിയിലെ ജന്തുക്കൾക്ക് അല്പം ജലം കുടിച്ചോ കുടിക്കാതെയോ അതിജീവിക്കുവാൻ കഴിയുന്നു. ഇതിന് ഉദാഹരണങ്ങളാണ് അഡാക്സ് മാനുകൾ ഡിക്ക്-ഡിക്ക്, ഗ്രാന്റ്സ്, ഗാസിൽ, ഓക്സിക്സ് എന്നീ ജന്തുക്കൾ.

എന്നാൽ ഒട്ടകമാണ് ഉത്തമ ഉദാഹരണമായി ചൂണ്ടിക്കാണിക്കാവുന്നത്. മൂത്രത്തെ കടുപ്പമുള്ള അവസ്ഥയിലും ചാണകം ജലാംശം

ഇല്ലാതേയും ഉത്പാദിപ്പിക്കുന്നു. കൂടാതെ 40 ശതമാനം വരെ ഭാരം കുറച്ച് നിർജ്ജലീകരണം സംഭവിക്കാതെ ജീവിക്കുന്നതിനുള്ള കഴിവ് ഒട്ടകത്തിനുണ്ട്. മാംസഭുക്കുകൾക്ക് ആവശ്യമായ ജലത്തിന്റെ ഭൂരിഭാഗവും ഇരയുടെ ശരീരത്തിലെ ദ്രാവകങ്ങളിൽ നിന്നും ലഭിക്കുന്നു.

തണുത്ത മരുഭൂമികളിൽ ജീവിക്കുന്ന ജന്തുക്കളെ സംരക്ഷിച്ചു നിലനിർത്തുന്നത് പല പ്രതിഭാസങ്ങളിൽ കൂടിയാണ്. സസ്തനി ജീവികൾക്ക് ശരീരത്തിലെ ഊഷ്മാവ് നിലനിർത്തുന്നതിന് രോമങ്ങളും തൊലിയുടെ അടിയിലുള്ള കൊഴുപ്പും ഊഷ്മാവ് പ്രവാഹനിരോധകങ്ങളായി പ്രവർത്തിക്കുന്നു. ഉദാഹരണമായി ആർട്ടിക് ധ്രുവപ്രദേശത്തുള്ള കീരിയുടെ പോഷണപരിണാമ തോത് മറ്റു സാധാരണ ജന്തുക്കളിൽ നിന്നും രണ്ടോ മൂന്നോ ഇരട്ടിയാണ്.

പക്ഷികൾക്ക് കാലിൽ കൂടി ഊഷ്മാവ് നഷ്ടപ്പെടാതിരിക്കാൻ യോജ്യമായ നിരോധനം കൊണ്ട് പൊതിഞ്ഞിരിക്കുന്നു. ഭൂമിയിലെ ഏറ്റവും കൂടിയ കഠിന പരിതഃസ്ഥിതിയിൽ ജീവിക്കുന്ന അന്റാർട്ടിക്കയിലെ എംബറർ പെൻഗ്വിന്റെ രോമാവൃതമായ ശരീരവും ഊഷ്മാവിനെ നിയന്ത്രിക്കുന്നതിനുള്ള തൊലിയിലെ സംവിധാനങ്ങളും സൃഷ്ടിയിൽ തന്നെ അവയ്ക്കു ലഭിച്ചിരിക്കുന്നു.

പൊടിക്കാറ്റ്

പ്രകൃതിയുടെപ്രതിഭാസമാണ് പൊടിക്കാറ്റ്. ഇത് സംഭവിക്കുന്നത് സസ്യങ്ങളാൽ സംരക്ഷിക്കപ്പെടാത്ത ഊഷരഭൂമികളിലാണ് മണ്ണിലെ നേരിയ പദാർത്ഥങ്ങൾ ശക്തമായ വായു പ്രവാഹത്താൽ മാറ്റപ്പെടുന്നു. ശക്തമായ വായുപ്രവാഹം തുടർച്ചയായി ഉണ്ടാകുമ്പോൾ നേരിയ പദാർത്ഥങ്ങൾ ചലിക്കാൻ തുടങ്ങും. കൂടുതൽ ശക്തിയായി കാറ്റ് ആഞ്ഞടിക്കുമ്പോൾ ഇവ വായുവിൽ പറന്ന് വായുധാര സൃഷ്ടിക്കുന്നു. അവ താഴേക്ക് വീഴുമ്പോൾ മറ്റു പദാർത്ഥങ്ങളെ ചലിക്കാൻ ഉത്തേജിപ്പിക്കുന്നു. ഇങ്ങനെ തുടർച്ചയായി സംഭവിച്ചു കൊണ്ടിരിക്കും. പദാർത്ഥങ്ങളുടെ വലുപ്പം, സാന്ദ്രത, രൂപം എന്നിവ അനുസരിച്ചു പലഭാഗങ്ങളിലേക്കും ചലിക്കുന്നു. വളരെ ചെറിയ പാർട്ടിക്കിൾസ് (0.1 mm വ്യാസം) ഏകദേശം 6 കിലോമീറ്റർ ഉയരത്തിൽ പറന്നുയരുന്നു. അവ അന്തരീക്ഷത്തിൽ നിലനിന്ന് അന്തരീക്ഷത്തിന്റെ ദൃശ്യം മങ്ങിപ്പോവുന്നു. നിബിഡമായ പൊടിയുടെ മേഘം രൂപപ്പെടുന്നു. ഇങ്ങനെയാണ് പൊടിക്കാറ്റ് രൂപപ്പെടുന്നത്.

2001 ൽ ചൈനയിൽ ഉണ്ടായ പൊടിക്കാറ്റിൽ 6.5 മില്യൺ ടൺ പൊടിപടലം അന്തരീക്ഷത്തിലേക്ക് ഉയർത്തപ്പെട്ടു. ഈ പൊടിപടലം 134,000,000 സ്ക്വയർ കിലോമീറ്റർ ഏരിയായിൽ വ്യാപിച്ചു.

മണൽക്കാറ്റ്

ലോകത്തിലെ മരുഭൂമികളിൽ ഇരുപതു ശതമാനം മണലാരണ്യങ്ങളാണ്, പൊടിക്കാറ്റിനെ തുടർന്നാണ് മണൽക്കാറ്റ് ഉണ്ടാകുന്നത്. കാറ്റിന്റെ

തീവ്രത കൂടുമ്പോൾ ഭാരമുള്ള പദാർത്ഥങ്ങളെ മുകളിലേക്ക് ഉയർത്തുന്നു. 0.5mm വ്യാസമുള്ള മണലിന്റെ തരികളെ കാറ്റ് ഉത്തേജിപ്പിച്ച് വായുവിലേക്ക് ഉയർത്തുന്നു. ഭാരമുള്ളതു കാരണം പെട്ടെന്ന് തിരിച്ച് ഭൂമിയിലേക്ക് പതിക്കുന്നു. ഭൂമിയിൽ പതിച്ച തരികൾ മറ്റു മണൽത്തരികളെ പ്രകമ്പനം കൊള്ളിക്കുന്നു. ഈ അവസ്ഥ തുടർന്നുകൊണ്ടിരിക്കുന്നു. ഇങ്ങനെയാണ് മണൽക്കാറ്റ് ഉണ്ടാകുന്നത്.

മരുഭൂമിയിലെ ഭൂപ്രകൃതിക്ക് രൂപം നൽകിയിട്ടുള്ളത് ഇയോലിയൻ രീതിക്രിയ മുഖേനയാണ്. ഇയോലിയൻ രീതിക്രിയ എന്നത് കാറ്റിന്റെ പ്രവർത്തന ഫലമായുണ്ടാകുന്ന രൂപവ്യതിയാനങ്ങളാണ്. കാറ്റ് ഭൂമിയെ കാർന്നെടുത്തും അവയെ വഹിച്ചുകൊണ്ടുപോയി മറ്റൊരിടത്ത് കുന്നുകൂട്ടിയും അങ്ങിങ്ങായി തലപൊക്കി നിൽക്കുന്ന സസ്യങ്ങൾക്ക് ഏക്കൽ എത്തിച്ചുകൊടുക്കുകയും ചെയ്യുന്നു. ഇത്തരം പ്രവർത്തനങ്ങൾ കാറ്റിനേക്കാൾ കൂടുതൽ ശക്തിയായി നിർവ്വഹിക്കുന്നത് ജലമാണ്. മരുഭൂമിയിലെ ഇയോലിയൻ രീതിക്രിയ വളരെ പ്രാധാന്യമർഹിക്കുന്നു.

മരുഭൂമികളിലെ മനുഷ്യർ

മനുഷ്യർ ബഹുസഹസ്രാബ്ദങ്ങൾക്ക് മുമ്പ് മുതൽ മരുഭൂവാസികളായിരുന്നു. ആഫ്രിക്കയിലെ കലഹാരി മരുഭൂമിയിലെ ബുഷ്മെൻ, ആസ്ട്രേലിയായിലെ അബോരിജിൻസ് വർഗ്ഗക്കാർ, നോർത്ത് അമേരിക്കയിലെ ഇന്ത്യൻ ഗോത്രവർഗ്ഗക്കാർ അറേബ്യൻ മരുഭൂമിയിലെ ബദുക്കൾ മുതലായവർ ഇതിനുദാഹരണങ്ങളാണ്. മൃഗങ്ങളെ വേട്ടയാടിയും പച്ചപ്പുള്ള സ്ഥലങ്ങളിൽ കൃഷി ചെയ്തും കൂട് വിട്ട് മറ്റ് അനുയോജ്യമായ വാസസ്ഥലം അന്വേഷിച്ച് അലഞ്ഞവരാണിവർ. സ്വന്തമായി ആയുധങ്ങൾ നിർമ്മിക്കുന്നതിനും മൃഗങ്ങളെ വേട്ടയാടി പിടിച്ച് വളർത്തുന്നതിനും ജലസാന്നിദ്ധ്യമുള്ള പ്രദേശങ്ങൾ കണ്ടുപിടിക്കുന്നതിനും സമർത്ഥരായിരുന്ന മരുഭൂവാസികൾ ശരീരത്തിന് ഗുണപ്രദമായ ആഹാരപദാർത്ഥങ്ങൾ കണ്ടുപിടിച്ച് ഭക്ഷിച്ചു. പ്രകൃതിദത്തമായ പരിതഃസ്ഥിതിയിൽ കണ്ടുമുട്ടുന്നതൊക്കെ അതിജീവിനത്തിനുതകുംവിധം പ്രയോജനപ്പെടുത്തുന്നവരായിരുന്നു അവർ.

അവരുടെ സ്വയംസിദ്ധമായ നൈപുണ്യവും അറിവുകളും വാമൊഴിയായി തലമുറകൾക്ക് കൈമാറി. മരുഭൂമികളിൽ അവരുടേതായ ഒരു സംസ്കാരം രൂപപ്പെടുത്തി. ദേശാന്തരഗമനം ചെയ്യുന്നവർ (Nomads) അവരുടെ ചെമ്മരിയാട്ടിൻ കൂട്ടത്തേയും കോലാട്, കന്നുകാലികൾ, ഒട്ടകങ്ങൾ, യാക്ക്, മാനുകൾ (Reindeer) എന്നീ മൃഗങ്ങളുടെ കൂട്ടത്തെക്കൂട്ടി പുതിയ പുതിയ മേച്ചിൽ പുറങ്ങൾ തേടി (Nomadic way of life) അലയുന്നവരായിരുന്നു. യാത്രയിൽ തോൽകൊണ്ടോ തുണികൊണ്ടോ ഉണ്ടാക്കിയ ടെന്റുകളും കൂടെ വഹിച്ചിരുന്നു. ടെന്റുകൾ കോലുകളിൽ കെട്ടി വീടുണ്ടാക്കി പാർത്തവരാണ്. അവരുടെ ആഹാരം പാലും മാംസവും മൃഗങ്ങളുടെ ചോരയുമായിരുന്നു.

എന്നാൽ ഇന്നത്തെ സ്ഥിതി അതല്ല. ഇന്ന് മരുഭൂമികളിൽ ധാതുക്കൾ ഖനനം ചെയ്തും ഊർജ്ജോത്പാദന കേന്ദ്രങ്ങളായും മാറ്റിക്കഴിഞ്ഞു. മരുഭൂമികൾ ജലസേചനം നടത്തി ഊഷരഭൂമിയെ പച്ചപ്പുള്ളതാക്കി മാറ്റുന്നു. ഉദാഹരണങ്ങളായി കാലിഫോർണിയ, മദ്ധ്യകിഴക്കൻ രാജ്യങ്ങൾ, സഹാറ മരുഭൂമി എന്നിവ. വലിയ നിരത്തുകൾ മരുഭൂമിയിൽ കൂടി ബന്ധിപ്പിച്ച് കച്ചവട ശൃംഖല വിപുലമാക്കിയിട്ടുണ്ട്. മഴ വെറും 25mm(1") മാത്രം പെയ്തിരുന്ന ഊഷരഭൂമി ഇന്ന് കൃഷിയിടങ്ങളാക്കി മാറ്റിയിട്ടുണ്ട്. ഊഷര ഭൂമിയിൽ ലഭിച്ചിരുന്ന മഴ 25 മുതൽ 200mm (1" to 8")ഉം അർദ്ധഊഷര ഭൂമിയിൽ 200 മുതൽ 500 (8" to 20") വരെ മഴ ലഭിക്കുന്നു.

സാഹിത്യരംഗത്ത് മരുഭൂവാസികൾ നിർണ്ണായക ധർമ്മം നിർവഹിച്ചിട്ടുണ്ട്. കവിത വാമൊഴിയായി ചൊല്ലിയിരുന്നു. മനസ്സിൽ കവിതകൾ സംഗ്രഹിച്ച് പല ആവൃത്തി ഉരുവിട്ട് ഹൃദിസ്ഥമാക്കുമായിരുന്നു. സംസ്കാരത്തിന്റെ മറ്റൊരു കാഴ്ച, സൗദിഅറേബിയൻ ബദുക്കൾ ഉക്കാലി ചന്തയിൽ കവിതകൾ പാടുകയും മറ്റുള്ളവർ കാണുന്നതിനായി ചന്തയിൽ തൂക്കിയിടുകയും ചെയ്തിരുന്നു. കലയിലും സാഹിത്യത്തിലും മുമ്പന്മാരായിരുന്നു ബദുക്കൾ. വെള്ളം സമീപത്തുണ്ടോയെന്ന് ബദുക്കൾ മനസ്സിലാക്കുന്നത് മണൽ മണത്തുനോക്കിയായിരുന്നു.

ലോകത്തിലെ പ്രധാന മരുഭൂമികളും അവയുടെ വിസ്തീർണ്ണവും

1.	അന്റാർട്ടിക് (Artic)	- 14,200,000 Km^2
2.	ആർട്ടിക് (WAH WAH SPRING)	- 13,900,000 Km^2
3.	സഹാറ (ആഫ്രിക്ക) (Sahara Africa)	- 9,100,000 Km^2
4.	അറേബിയൻ മിഡിൽ ഈസ്റ്റ് (Arabian Middle East)	- 2,600,000 Km^2
5.	ഗോപി ഏഷ്യ (Gopi Asia)	- 1,300,000 Km^2
6.	പാന്റഗോറിയൻ തെക്കേ അമേരിക്ക (Pantagorian (S.America)	- 670,000 Km^2
7.	ഗ്രേറ്റ് വിക്ടോറിയ ആസ്ട്രേലിയ (Great Victoria (Australia)	- 647,000 Km^2
8.	കലഹാരി (ആഫ്രിക്ക) Kalahari Africa)	- 570,000 Km^2
9.	ഗ്രേറ്റ് ബേസിൻ (വടക്കേ അമേരിക്ക) (Great Basin N. America)	- 490,000 Km^2
10.	സിറിയൻ (മിഡിൽ ഈസ്റ്റ്) (Syrian (Middle East)	- 490,000 Km^2

ഇരുപത്തിനാല്

പൂവിടുന്ന മരുഭൂമി

ചിലി രാജ്യത്തു സ്ഥിതിചെയ്യുന്ന അറ്റകാമ മരുഭൂമി ലോകത്തിലെ ഏറ്റവും കൂടിയ വരണ്ട പ്രദേശമാണ്. എന്നാൽ EL-NINO യുടെ ഫല മായി സാധാരണ കാലാവസ്ഥയ്ക്ക് വിരുദ്ധമായി ചില വർഷങ്ങളിൽ മഴ ലഭിക്കുന്നു. ലോകത്ത് മറ്റൊരു മരുഭൂമിയിലുമില്ലാത്ത പ്രതിഭാസം ഇവിടെയുണ്ട്. മഴ പെയ്തു കഴിഞ്ഞാൽ പെട്ടെന്ന് മരുഭൂമി മറ്റൊരു അനുഭൂതിയിലേക്ക് വഴിമാറുന്നു. വർണ്ണശബളങ്ങളായ പൂക്കൾ മൊട്ടിട്ടു വിരിയാൻ തുടങ്ങുന്നു.

ഇവിടെ EL-NINO എന്ന പ്രതിഭാസം പ്രധാനഘടകമാണെന്നുള്ളതു കൊണ്ട് അതെക്കുറിച്ച് ചുരുക്കമായി പറഞ്ഞുപോകാം. മദ്ധ്യ പസഫിക് സമുദ്രത്തിലെ ഉഷ്ണജലപ്രവാഹം കാറ്റുകളുടെ ഗതിയെ സ്വാധീനിക്കു ന്നതുമൂലം കാലാവസ്ഥയിൽ പ്രകടമായ മാറ്റം സംഭവിക്കുന്നു. മൂന്നു മുതൽ എട്ടുവരെയുള്ള കാലയളവിൽ ഇത് ആവർത്തിക്കുന്നു. ആഗോള താപനിലയിൽ കാലാവസ്ഥയെ തകിടം മറിക്കുന്നതാണ് ഈ പ്രതിഭാസം. സമുദ്രോപരിതലത്തിലെ താപനില ഉയരുന്നതാണ് എൽ–നിനോ കൊണ്ടു ണ്ടാകുന്ന പ്രകൃതിമാറ്റം.

ഇത് അറ്റകാമ മരുഭൂമിയെ സംബന്ധിച്ചിടത്തോളം ഒരു അനുഗ്രഹം തന്നെയാണ്. വരണ്ട ഭൂപ്രദേശത്തെ പൂക്കൾക്കൊണ്ട് മാലയണിയിക്കു വാൻ പ്രകൃതിക്ക് കഴിയുന്ന മഹാപ്രതിഭാസം. ഈ പ്രതിഭാസത്തിൽ അനേകം ഇനത്തിൽപ്പെട്ട പൂക്കൾ സെപ്തംബർ മുതൽ നവംബർ വരെ യുള്ള മാസങ്ങളിൽ ഉയർന്നു വരുന്നു. വർഷങ്ങളോളം അതികഠിന ചൂടിൽ നശിക്കാതെ ഉറങ്ങിക്കിടന്ന വിത്തുകൾ മഴ പെയ്യുന്നതോടെ അങ്കുരിച്ച് ഉറവകൾ പോലെ പൊന്തി വരുന്നത് തീർത്തും അദ്ഭുതം തന്നെയാണ്.

ഈ പൂക്കൾ നാമ്പിട്ടു വരുന്നതോടെ വ്യാപന (Proliferation) ത്തിനായി ഷഡ്പദങ്ങൾ എത്തിക്കഴിഞ്ഞിരിക്കും. ഇത് മറ്റൊരു പ്രതി ഭാസം. കൂടാതെ പലതരത്തിലുള്ള പക്ഷികളുടെയും മറ്റുപല ഇഴജന്തു ക്കളുടെയും സാന്നിദ്ധ്യം പ്രകടമാക്കുന്നു. ഈ പ്രതിഭാസം 200 കിലോ

മീറ്ററിൽ കൂടുതൽ വ്യാപിച്ചു കിടക്കുന്നു. തീരപ്രദേശങ്ങളായ ചിലി സിറ്റിയുടെ തെക്കുഭാഗത്തു സ്ഥിതി ചെയ്യുന്ന വാലനാർ മുതൽ വടക്കു സ്ഥിതിചെയ്യുന്ന കോപിയപോ വരെയും ഉൾനാടുകളിലും പർവ്വത നിരകളോളം നീണ്ടു കിടക്കുന്ന പ്രദേശങ്ങളിൽ പൂക്കൾകൊണ്ടു നിറയുന്നത് ഒക്ടോബർ മാസത്തിലാണ്.

പ്രാദേശികമായി മാത്രം കണ്ടുവരുന്ന ഇരുനൂറിൽപ്പരം ഇനത്തിൽ പെട്ട പൂക്കൾ ഇവിടെ പുഷ്പിക്കുന്നു. ലോകത്തൊരിടത്തും ഇത്തരം പുഷ്പങ്ങൾ കാണുന്നില്ല. വ്യത്യസ്ത നിലയിലുള്ള പൂക്കൾ ഈ പ്രദേശത്തു മാത്രം അധീശത്വം പ്രാപിച്ചിരിക്കുന്നു. വർഷങ്ങളുടെ കാത്തിരിപ്പിനുശേഷം പുഷ്പിക്കുന്നു. ഇവിടെ ധാരാളമായി കാണുന്ന ഇനങ്ങൾ Ananuca, Lion Paw, Doquilla എന്നിവയും. പല മുൾച്ചെടികളും ഉണ്ട്. എല്ലാ ചെടികളും ഒരേ സമയം പൂക്കുന്നില്ല. ഇടവേളകളിലാണ് പുഷ്പിക്കൽ നടക്കുന്നത്. ഉറങ്ങിക്കിടന്ന സൗന്ദര്യത്തിന്റെ ഉയിർത്തെഴുന്നേല്പ് കാണാൻ ധാരാളം സ്വദേശിയരും വിദേശിയരും എത്തുന്നു. മഹത്തായതും ആകർഷണീയവുമായ കാഴ്ചയ്ക്ക് സാക്ഷ്യം വഹിക്കുന്നു. മണലും പാറക്കൂട്ടങ്ങളും മാത്രമുള്ള ഒരു മരുഭൂമി ദിവസങ്ങൾക്കുള്ളിൽ പൂക്കളുടെ പരവതാനിയായി മാറിയതുകാണാൻ ആരാണ് കൊതിക്കാത്തത്? എന്നാൽ ഈ പ്രദേശം സന്ദർശകരെക്കൊണ്ടു നിറയുമ്പോൾ കാര്യമായ ആഘാതം സംഭവിക്കുന്നുണ്ട്. ഇവിടെ വളരുന്ന ചെടികൾ ലോകത്തിന്റെ ഒരു ഭാഗത്തും ഒരു രീതിയിലും വളരുകയില്ലെങ്കിലും ധാരാളം പേർ ചെടികൾ കൊണ്ടുപോകാറുണ്ട്. ഇത് ഇവിടുത്തെ പരിതഃസ്ഥിതിയെ സാരമായി ബാധിച്ചിട്ടുണ്ട്. പ്രകൃതിയുടെ പാരിസ്ഥിതികത്വം കാത്തു പരിപാലിക്കുന്നതിന് ഗവണ്മെന്റ് ആവശ്യമായ നടപടികൾ സ്വീകരിച്ചിട്ടുണ്ട്.

മരുഭൂമി മാന്ദ്യത്തിൽ നിന്ന് ഉണർന്ന് പൂക്കളെക്കൊണ്ട് മനോഹരമാക്കുമ്പോൾ ജന്തുക്കൾക്കും സസ്യങ്ങൾക്കും വാസയോഗ്യമല്ലാത്ത അവസ്ഥയിൽ നിന്നും പ്രൗഢഗംഭീരമായി ഉയിർത്തെഴുന്നേല്ക്കുമ്പോൾ മറ്റു ജന്തുക്കളും പ്രത്യക്ഷപ്പെടുന്നു. ഗൗളിവർഗ്ഗ ജീവികൾ, ഉരഗജീവികൾ, പക്ഷികൾ, കുറുക്കൻ തുടങ്ങിയ ജന്തുക്കൾ പുതുവസന്തം ആസ്വദിക്കാനെത്തുന്നു. ഷഡ്പദങ്ങളിൽപ്പെട്ട Gyriosomus (തദ്ദേശീയ ജീവി) വണ്ടുകൾ, Caleopterous തുടങ്ങിയവകളുടെ സാന്നിദ്ധ്യം പ്രത്യേകം ശ്രദ്ധേയമാണ്.

ഇരുപത്തിയഞ്ച്

സഹാറയുടെ കണ്ണ്
(Eye of Sahara)

ഭൂമിയിലെ ഏറ്റവും ഉന്നതവും വിചിത്രവുമായ സ്ഥലങ്ങളിൽ ഒന്നാണിത്. ഇതിന്റെ മനോഹാരിതയ്ക്കും അന്യാദൃശവുമായ സ്ഥലത്തിനും പകരം വയ്ക്കാൻ മറ്റൊന്നില്ല. ഐ ഓഫ് സഹാറയുടെ ദൃശ്യഭംഗി നടന്ന് ആസ്വദിക്കുക ബുദ്ധിമുട്ടുളവാക്കുന്നതാണ്. കാരണം ഇതിന്റെ വലുപ്പ മാണ്. തീർത്തും വിജനമായ ഒരു സ്ഥലത്താണ് ഇത് സ്ഥിതി ചെയ്യുന്നത്. മരുഭൂവാസികളിൽ ചിലർ ഇത് കണ്ടിട്ടുണ്ടെങ്കിലും അപൂർവ്വങ്ങളിൽ ഒന്നായ ഇത് എന്താണെന്ന് അറിവുണ്ടായിരുന്നില്ല. 50 കിലോമീറ്റർ വരുന്ന ഈ രൂപവത്കരണം ബഹിരാകാശ സഞ്ചാരികൾ നിരീക്ഷിക്കുന്നതുവരെ പുറംലോകം അറിഞ്ഞിരുന്നില്ല.

സഹാറയുടെ കണ്ണ്

മൗരിതാനിയ എന്ന ആഫ്രിക്കൻ രാജ്യത്ത് Quadane എന്ന സ്ഥലത്താണ് ഇത് സ്ഥിതിചെയ്യുന്നത്. ഐ ഓഫ് സഹാറ ഘടനാപരമായ ഒന്നിനപ്പുറത്തായി വലിപ്പമേറിയ വൃത്താകൃതിയിലുള്ള ഒരു രൂപവത്കരണം. നിഗൂഢരഹസ്യങ്ങൾ അടങ്ങിയ ഭീമാകാരമായ ആഫ്രിക്കയുടെ നീല മിഴി. ഭൗമശാസ്ത്രജ്ഞർ ആദ്യം കരുതിയത്, വോൾകാനിക് എറപ്ഷൻ മൂലം രൂപപ്പെട്ട ഗർത്തം ആണെന്നായിരുന്നു. എന്നാൽ ഇവിടെ വോൾകാനിക് എറപ്ഷൻ നടന്നതായി യാതൊരു സൂചനകളുമില്ല. രണ്ടാമത്തെ സാദ്ധ്യത ആസ്റ്ററോയ്ഡ് ഇംപാക്ട് സ്ട്രക്ച്ചർ ആണെന്നുള്ളതായിരുന്നു. കാരണം ഇതിന്റെ ഉയർന്ന ഡിഗ്രിയിലുള്ള വൃത്താകൃതി ജിയോളജിക്കൽ സമയത്തുണ്ടായ എറപ്ഷന്റെ ഫലമായി രൂപപ്പെട്ടതാണ് ഐ ഓഫ് സഹാറ (Richat Structure) എന്ന നിഗമനത്തിലാണ് എത്തിച്ചേർന്നിട്ടുള്ളത്. പക്ഷേ, സ്ഥിരീകരിക്കുന്ന വ്യക്തമായ തെളിവുകളൊന്നുമില്ല.

ഭൗമശാസ്ത്രജ്ഞരെ അദ്ഭുതപ്പെടുത്തുന്നത് ഐ ഓഫ് സഹാറയുടെ ഉള്ളിലുള്ള വൃത്താകൃതിയിലുള്ള റിംഗുകൾ സെന്ററിൽ നിന്നും സമദൂരത്തിലാണ് കാണപ്പെടുന്നതാണ്. അകമേയുള്ള കുഴിക്ക് 20 മീറ്റർ വീതിയുണ്ട്. സെന്ററിൽ നിന്നും മൂന്നു കിലോമീറ്റർ ദുരത്തിലുമാണ്. പുറമേയുള്ള റിംഗ് ഡൈക്കിന് 50 മീറ്റർ വീതിയും 7 മുതൽ 8 കിലോമീറ്റർ വരെ സെന്ററിൽ നിന്നും ദൂരവുമുണ്ട്. ഇത്തരത്തിൽ 32 Carbonatite Dikes ഉം Sills ഉം ശൂന്യാകാശത്തു നിന്നും എടുത്ത Mapൽ തെളിഞ്ഞു കിട്ടിയിട്ടുണ്ട്. ഓരോ ഡൈക്ക്സും ഏകദേശം 300 മീറ്റർ നീളവും ഒരു മീറ്റർ മുതൽ 4 മീറ്റർ വരെ വീതിയുമുണ്ട്.

സമാനതകളില്ലാത്ത ഈ ഭൗമപ്രതിഭാസത്തെക്കുറിച്ച് ധാരാളം പഠനങ്ങളും നിരീക്ഷണങ്ങളും നടത്തിയിട്ടുണ്ട്. ഈ ഭൂമിയിലെ അദ്ഭുത കാഴ്ചകളിലൊന്നായി സഞ്ചാരികളെയും പഠിതാക്കളെയും ആകർഷിച്ചുകൊണ്ട് ആഫ്രിക്കയിലെ സഹാറ മരുഭൂമിയിൽ നിഗൂഢരഹസ്യങ്ങളും പേറി നിലകൊള്ളുന്നു. ഇതിനുചുറ്റുപാടുമുള്ള പ്രദേശങ്ങളും ഭൗമശാസ്ത്രജ്ഞരുടെ നിരീക്ഷണത്തിലും പഠനത്തിലുമാണ്.

ഇരുപത്തിയാറ്

ഐയുനി ഉപ്പ് മരുഭൂമി

(Uyuni Salt Desert)

ഐയുനി ഉപ്പ് ഫ്ളാറ്റ് ബോളിവിയ എന്ന രാജ്യത്തിന്റെ തെക്കു കിഴക്കായി സ്ഥിതി ചെയ്യുന്നു. ഏകദേശം 12000 സ്ക്വയർ കിലോമീറ്റർ പ്രദേശത്ത് വ്യാപിച്ചു കിടക്കുന്നു, ഡാനിയേൽ ക്യാംപോസ് പ്രവിശ്യ മൊത്തത്തിൽ വ്യാപിച്ചിരിക്കുന്നു. ലോകത്തിലെ ഏറ്റവും വലിയ സാൾട്ട് മരുഭൂമിയാണിത്. സദൃശമായി മറ്റൊന്നില്ലാത്ത ഭൂപ്രകൃതിയാണിതിന്റേത്. ഭൂമിയിലെ പ്രകൃതിദത്തമായ അദ്ഭുതങ്ങളിലൊന്നും ഭൂമിശാസ്ത്ര രൂപീകൃതവുമാണ്. ഈ ദൃശ്യവിരുന്ന് ഉത്തേജനം സൃഷ്ടിക്കുന്നതും അന്വർത്ഥവുമാണ്.

ഇത് രൂപീകൃതമായിരിക്കുന്നത് ഉപ്പിന്റെ പതിനൊന്ന് പാളികൾ കൊണ്ടാണ്. രണ്ടു മുതൽ പത്തു മീറ്റർ വരെ ഘനം ഉണ്ട് ഒരു പാളിക്ക്. ഈ പ്രദേശത്ത് ഏകദേശം 64 ബില്യൺ ടൺ ഉപ്പിന്റെ ശേഖരമുണ്ടെന്ന് കരുതപ്പെടുന്നു.

ലോകത്തിലെ ഏറ്റവും കൂടുതൽ ലീഥിയം ശേഖരമുള്ളത് ഐയുനി ഉപ്പ് മരുഭൂമിയിലാണ്. കൂടാതെ ശ്രദ്ധേയമായ അളവിൽ പൊട്ടാസിയം, മഗ്നീഷ്യം, ബോറോൺ എന്നീ ധാതുക്കളുമുണ്ട്. കരയുടെ ഉൾഭാഗത്തേക്ക് കയറിക്കിടന്ന കടൽ അപ്രത്യക്ഷമായതിന്റെ ഫലമായി രൂപപ്പെട്ടതാണ് ഈ സാൾട്ട് മരുഭൂമിയെന്ന് കരുതുന്നു. ഇത് അൾട്ടിപ്ലാനോ സമതലപ്രദേശങ്ങളും ററ്റിറ്റികാക്ക തടാകം വരെ വ്യാപിച്ചു കിടന്നിരുന്ന കടലാണ് എന്നും വിശ്വസിക്കുന്നു. ഇന്ന് റ്റിറ്റികാക്ക തടാകവും പൂപ തടാകവും ഉപ്പിന്റെ ശേഖരങ്ങളായ ഐയുനിയും കോയ്പാസയും കടൽ വിട്ടുപോയ പ്രദേശങ്ങളാണെന്ന് കരുതുന്നു.

പർവ്വതങ്ങൾകൊണ്ടും വോൾകാനോകൾകൊണ്ടും ചുറ്റപ്പെട്ടതാണ് ഐയുനി ഉപ്പ് മരുഭൂമി. മറ്റൊരു പ്രധാന പ്രത്യേകത ചന്ദ്രനിൽ നിന്ന് നഗ്നനേത്രങ്ങൾകൊണ്ട് കാണാവുന്ന ഭൂമിയിലെ ഏക സ്ഥലമാണിത്. ഇവിടെ ജന്തുക്കൾ വസിക്കുന്നില്ല. ഭീമാകാരമായ ഈ വെളുത്ത പ്രതലം അനേകം ഉപ്പിന്റെ കണികകൾ ഒന്നിനുമുകളിൽ മറ്റൊന്ന് അടുക്കി രൂപപ്പെട്ടിട്ടുള്ളതാണ്. ഭൂമിയിലെ അപൂർവ്വ പ്രദേശങ്ങളിൽ ഒന്നാണിത്.

ഉപ്പ് മരുഭൂമിയുടെ അകത്തു കടന്നാൽ എല്ലായിടവും വെള്ളമയം. നീലാകാശം വളരെ തെളിഞ്ഞതായതുകൊണ്ട് ഉപ്പിന്റെ വെളുത്ത നിറവും ആകാശത്തിന്റെ നീലനിറവും തമ്മിൽ വൈപരീത്യം സൃഷ്ടിക്കുന്നു. മേഘാവൃതമായ ദിവസങ്ങളിൽ ചക്രവാളം മൊത്തത്തിൽ വെള്ളപ്പുതപ്പണിഞ്ഞിരിക്കും. അതുകൊണ്ടു തന്നെ എവിടെയാണ് സോൾട്ട് ഡെസർട്ടെന്ന് കണ്ടുപിടിക്കുക ബുദ്ധിമുട്ടുതന്നെ. ഭൂമിയിലെ വെളുത്ത നിറത്തിന്റെ മറ്റൊരു ലോകം.

ഈ പ്രദേശത്തെ മഴയുടെ സീസൺ നവംബർ മുതൽ മാർച്ചു വരെയാണ്. ഈ സീസണിൽ ഐെയുനി ഉപ്പ് സമതലം ഏകദേശം 20 സെന്റീമീറ്റർ ഘനത്തിൽ ജലം നിറഞ്ഞു കിടക്കും. ഈ സമയത്ത് ഈ പ്രദേശം ഭീമാകാരമായ ഒരു കണ്ണാടി പോലെയാണ്. മഴക്കാലത്ത് സന്ദർശിക്കുന്നവർക്ക് മാത്രം കാണാവുന്ന ഒരു ദൃശ്യമാണത്. ഇരുപത്തയ്യായിരത്തിൽപരം വരുന്ന പിങ്ക് ഫ്ളെമിംഗോകളുടെ കൂട്ടം. കൂടാതെ മറ്റു പക്ഷികളും നിറപ്പകിട്ടാർന്ന തടാകത്തിൽ വിരുന്നുകാരായെത്തും.

ഉപ്പ് മരുഭൂമിയുടെ ഉൾഭാഗത്തുള്ള പല ദ്വീപുകളിലും അസാധാരണമാം വിധം അതിമഹത്തായ കള്ളിമുൾച്ചെടികൾ തലയുയർത്തിപിടിച്ചു നിൽക്കുന്നത് മറ്റൊരു ദൃശ്യവിരുന്നാണ് സമ്മാനിക്കുക; ജലം നിറഞ്ഞു കിടക്കുമ്പോൾ ചക്രവാളവും ഭൂമിയും ഒന്നാക്കി ഒരു പറുദീസയായി മാറി, ഈ ദൃശ്യങ്ങൾ ക്യാമറയിൽ ഒപ്പിയെടുക്കുന്നവർക്ക്.

വരൾച്ചാ സീസൺ ഏപ്രിൽ മുതൽ ഒക്ടോബർ വരെയാണ്. ഈ സ്ഥലത്ത് എത്തിപ്പറ്റുന്നതിന് ഉഷ്ണകാലമാണ് കൂടുതൽ അനുയോജ്യം. ഈ സമയത്ത് അഷ്ടകോണമായ ഉപ്പിന്റെ രൂപവത്കരണം പൂർണ്ണമായും ആസ്വദിക്കുന്നതിനും എല്ലാ പ്രദേശങ്ങളും സന്ദർശിക്കുന്നതിനും കഴിയും.

ഇരുപത്തിയേഴ്

ഇറാനിലെ ലട്ട് മരുഭൂമിയിലെ യാർഡാങ്ങ്സ്

ലട്ട് മരുഭൂമി ഇറാന്റെ കിഴക്കുഭാഗത്തായും തെക്കുകിഴക്ക് ഭാഗത്തായും നീണ്ടുപരന്നു കിടക്കുന്നു. 5400 സ്ക്വയർ കിലോമീറ്റർ വിസ്തീർണ്ണമുണ്ടിതിന്. മരുഭൂമിയുടെ ഭൂരിഭാഗവും ജന്തുക്കൾക്ക് വാസയോഗ്യമോ സസ്യങ്ങളുടെ ആവാസവ്യവസ്ഥിതിക്കോ യോജിച്ചതല്ല. അതുകൊണ്ട് ജന്തുക്കളോ സസ്യങ്ങളോ ഭൂരിഭാഗം പ്രദേശത്തുമില്ല. ഉഷ്ണമേഖലയോട് അടുത്തു കിടക്കുന്ന ഭൂമിയായതുകൊണ്ട് ജൂൺ മുതൽ ഒക്ടോബർ വരെയുള്ള മാസങ്ങളിൽ ഇവിടെ ശക്തിയേറിയ കാറ്റും ശക്തമായ രീതിയിൽ ഇയോലിയൻ മണ്ണൊലിപ്പും ഉണ്ടാകുന്നു.

അനന്തരഫലമായി ചുരുണ്ട് വളഞ്ഞുനീളുന്ന തിട്ടകൾ രൂപപ്പെടുന്നു. ഇതിനെ യാർഡാങ് എന്നു വിളിക്കുന്നു. ആ പ്രദേശം മൊത്തം yardang കൊണ്ട് മരുഭൂമിയെ വളഞ്ഞു പുളഞ്ഞ മണലിന്റെ തിട്ടകൾ കൊണ്ട് മനോഹരമാക്കുന്ന ഭൂമിയുടെ അധികം മറ്റു ഭാഗങ്ങളിൽ കാണാത്ത ദൃശ്യഭംഗി ഇയോലിയൻ യാർഡാങ്ങ്സ് ഒരുക്കുന്നു. കൂടാതെ ഇയോലിയൻ മണ്ണൊലിപ്പുകൊണ്ട് വിശാലമായ പാറക്കൂട്ടങ്ങളുടെ മരുഭൂമിയും മണൽക്കുന്നുകളുടെ ഫീൽഡും രൂപപ്പെടുത്തുന്നു.

ബഹുസഹസ്രാബ്ദങ്ങൾകൊണ്ട് ഇവിടുത്തെ പ്രകൃതിപ്രതിഭാസങ്ങൾ മാറ്റങ്ങൾക്ക് വിധേയമാകാതെ നിലനിന്നുപോകുന്നു. സർവ്വജനകീയമായ നാല് റിക്കോർഡ്സ് ലട്ട് മരുഭൂമിയുടെ പേരിൽ നിലനില്ക്കുന്നു. (1) ലോകത്തിലെ ഏറ്റവും നീളം കൂടിയ യാർഡാങ്ങ്സുകൾ ഉള്ള മരുഭൂമി. 120 കിലോമീറ്റർ നീളത്തിലും 80 കിലോമീറ്റർ വീതിയിലും ലട്ട് മരുഭൂമിയിൽ യാർഡാങ്ങ്സ് വ്യാപിച്ചു കിടക്കുന്നു. (2) ലോകത്തിലെ ഏറ്റവും ഉയരം കൂടിയ മണലിന്റെ പിരമിഡ് ഈ മരുഭൂമിയിലാണ്. പിരമിഡിന്റെ ഉയരം 500 മീറ്റർ. 590-ൽ കുറയാത്ത മണൽക്കൂമ്പാരങ്ങളാണ് ഏറ്റവും ചെറുത്. (3) ഉപഗ്രഹ പഠനത്തിൽ നിന്നും ലോകത്തിലെ ഏറ്റവും താപനില കൂടിയ സ്ഥലമിതാണ്. (4) ലോകത്തിലെ ഏറ്റവും വലിയ നെബ്കാസുകൾ ഉള്ളതും ഈ മരുഭൂമിയിലാണ്. നെബ്കയെന്നു വിളിക്കുന്നത് ഏതെങ്കിലും ഒരു

പദാർത്ഥത്തിൽ തടഞ്ഞ് കൂടുന്ന മണലിന്റെ കൂന. ഇതിനെ മരുഭൂമിയുടെ ചെടിച്ചട്ടിയെന്നു വിളിക്കുന്നു.

മഹത്തായതും മനോഹാരവുമായ ലറ്റ് മരുഭൂമി ഇറാൻ രാജ്യത്തിന്റെ പത്തുശതമാനത്തോളം വരും. ഇത് ഇറാൻ പീഠഭൂമിയുടെ മദ്ധ്യഭാഗത്തായി സ്ഥിതി ചെയ്യുന്നു. മൂന്ന് പ്രവിശ്യകൾ ഇതിനു ചുറ്റുമുണ്ട്. യുനെസ്കോയുടെ ലോകപൈതൃക ലിസ്റ്റിൽ പെടുന്നു. ഗാൻഡം ബറിയൻ വോൾകാനിക് ഫീൽഡിലെ, ലോകത്തിലെ ഏറ്റവും വലിയ മണൽക്കൂനയുടെ കൂട്ടത്തിൽ എന്നേ ഉപേക്ഷിക്കപ്പെട്ട വലിയൊരു പട്ടണത്തിന്റെ അവശിഷ്ടങ്ങൾ തടസ്സമില്ലാത്ത വിശാലമായ മരുഭൂമിയിലെ മറ്റൊരു ദൃശ്യമാണ്. പുരാതന പട്ടണത്തിന്റെ അവശിഷ്ടങ്ങൾ മരുഭൂമിയുടെ ഏകദേശം മദ്ധ്യത്തിലായി ചിന്നിച്ചിതറിക്കിടക്കുന്നു.

മരുഭൂമിയുടെ ഗോദാർബറൂട്ട് പ്രദേശം, ബ്രൗൺ, ഗ്രേ കറുപ്പ് നിറങ്ങളിലുള്ള മണലും ചരൽക്കല്ലുകളും കൊണ്ട് വലിയൊരു ഏരിയ നിറഞ്ഞു കിടക്കുന്നു. ഇത് സന്ദർശകർക്ക് അസാധാരണമായ കാഴ്ചയാണ്.

2005-ലെ ആഗോള താപനില കണക്കാക്കുമ്പോൾ ലോകത്തിലെ ഏറ്റവും കൂടുതൽ ഊഷ്മാവ് രേഖപ്പെടുത്തിയത് ലട്ട് മരുഭൂമിയിലാണ്. അന്നത്തെ ഏറ്റവും ഉയർന്ന താപനില 70^{0}c. അതുകൊണ്ട് ഈ മരുഭൂമിയിൽ ഒരു ബാക്റ്റീരിയെ പോലും കണ്ടെത്തിയിട്ടില്ല. കഠിന ചൂട് അനുഭവപ്പെടുന്ന 480 സ്ക്വയർ കിലോമീറ്ററും മരുഭൂമിക്കകത്തുണ്ട്. ഈ ഏരിയായെ ഗാൻഡം ബറിയും (The Toasted Wheat) എന്നു വിളിക്കുന്നു. ഈ പ്രദേശത്താണ് കറുത്ത ലാവ പാറ കാണപ്പെടുന്നത്. ഈ പാറകൾ ചുട്ടുപഴുത്ത് തീക്കനൽ പോലെ ആയിത്തീരുന്നു.

രണ്ടാമതായി ലോകത്തിൽ ഏറ്റവും കൂടുതൽ താപനില രേഖപ്പെടുത്തിയിട്ടുള്ളത് കാലിഫോർണിയായിലെ മൃത്യു താഴ്വരയിലാണ്. ഇവിടെ ഒരു സമയത്ത് 56.6^{0}c ഊഷ്മാവ് രേഖപ്പെടുത്തി. എന്നാൽ ഈ റിക്കോർഡിനെ മറികടന്നുകൊണ്ട് 1922ൽ നോർത്ത് ആഫ്രിക്കയിലെ EL-AZIZIA യിൽ 66^{0}c ഊഷ്മാവ് രേഖപ്പെടുത്തി.

ആഗോള താപനത്തിന്റെ ഉയർച്ച ലോകത്തിലെ എല്ലാ സയൻസ് ഇൻസ്റ്റിറ്റ്യൂട്ടുകളും സമ്മതിച്ചിട്ടുള്ള വസ്തുതയാണ്. കൂടാതെ വരും കാലങ്ങളിൽ ആഗോള താപനില സാധാരണയിൽ എത്താൻ സാധ്യത കുറവാണെന്നും 1.1^{0}c മുതൽ 6.4^{0}c വരെ ഉയർന്നേക്കാമെന്നു എല്ലാം Developed രാജ്യങ്ങളിലേയും സയൻസ് സ്ഥാപനങ്ങൾ വിലയിരുത്തിയിട്ടുള്ളതാണ്. ഇറാനിലെ ലട്ട് മരുഭൂമിയിലെ താപനിലയെ സൂചിപ്പിച്ചതും ആഗോള താപനില താരതമ്യം ചെയ്തതും പഠിതാക്കൾക്ക് പ്രയോജനപ്രദം ആകുമെന്ന് കരുതിയാണ്.

ഇരുപത്തിയെട്ട്

സെയിൻ ജാജൻസിയ ലാൻഡ്ഫോം

സെയിൻ ജാജൻസിയ ലാൻഡ് ഫോം ചൈനയുടെ വടക്കു പടിഞ്ഞാറ് ഭാഗത്തുള്ള ഗാൻസു പ്രവിശ്യയിൽ സ്ഥിതിചെയ്യുന്നു. പർവ്വതങ്ങൾ കൊണ്ടും താഴ്‌വാരങ്ങൾകൊണ്ടും കുന്നുകൾകൊണ്ടും ചെങ്കുത്തായ പാറകൾകൊണ്ടും നിറഞ്ഞ പ്രദേശം. ചുണ്ണാമ്പുകല്ലിന്റെ ഗോപുരങ്ങളോടുകൂടിയ KARST* പർവ്വതങ്ങളും കണ്ണെത്താത്ത ദൂരത്തോളം നീണ്ടു പരന്നു കിടക്കുന്ന പുൽമേടുകളും ചേർന്നതാണ് ചൈനയുടെ വടക്കു പടിഞ്ഞാറൻ പ്രദേശം.

വർണ്ണങ്ങളുടെ ചായം പൂശി പ്രകൃതി ഒരുക്കിയിരിക്കുന്ന പർവ്വതങ്ങളും കുന്നുകളും ഗോപുരങ്ങളും ഗുഹകളും മറ്റും ലക്ഷക്കണക്കിന് വർഷങ്ങൾക്കു മുമ്പ് രൂപപ്പെട്ടതാണ്. പലതരത്തിലുള്ള അഭിപ്രായങ്ങൾ ഇതിന്റെ രൂപീകരണത്തെ സംബന്ധിച്ച് നിലവിലുണ്ട്. വ്യത്യസ്ത നിറങ്ങളിലുള്ള സാൻഡ്സ്റ്റോണുകളും പല ധാതുക്കളും കൂട്ടിക്കുഴച്ച് റ്റെക്റ്റോണിക് പ്ലേറ്റുകൾ ഭൂമിയിലേക്ക് പുറം തള്ളിയതാണെന്ന് ഭൗമശാസ്ത്രജ്ഞർ രേഖപ്പെടുത്തി. ഈ പ്രദേശം ദർശിച്ചാൽ ഇത്തരത്തിൽ പല നിറങ്ങൾ കൊണ്ടുണ്ടാക്കിയ കേക്ക് ആണെന്നേ തോന്നുകയുള്ളൂ. ഇങ്ങനെ പൊന്തിവന്ന രൂപാന്തരങ്ങളെ മഴയുടേയും കാറ്റിന്റേയും സഹായത്താൽ ഇപ്പോഴുള്ള രൂപത്തിൽ മിനുസപ്പെടുത്തിയെടുത്തുവെന്നും കരുതുന്നു.

ജാജൻസിയ ഭൂപ്രദേശത്തിന്റെ രൂപീകരണത്തിനു കാരണം സമുദ്രത്തിലെ പുറംപാളിയുടെ അടുക്കുകളെ മടക്കി രൂപപ്പെടുത്തിയതാണെന്നും മറ്റൊരുകൂട്ടം ഭൗമശാസ്ത്രജ്ഞർ കണ്ടെത്തുന്നു. സമുദ്രത്തിന്റെ പുറംപാളി എന്നു പറയുന്നത് ഭൂമിയുടെ കേന്ദ്രത്തിന്റെ ഏറ്റവും പുറത്തുള്ള അടുക്കായ ലിതോസ്ഫിയർ സമുദ്രത്തിന്റെ അടിത്തട്ടിൽ കണ്ടുവരുന്നു. ലിതോസ്ഫിയറിൽ ഉണ്ടാകുന്ന പ്രകൃതി പ്രതിഭാസമാണ്

---

* KARST: Lanscape underlain by limestone that has been eroded dissolution, producing ridges, towers, fissures, sinkholes and other characteristic land forms

ഓഷ്യാനിക് ക്രസ്റ്റ്. ഇതിന് ഏകദേശം 6 കിലോമീറ്റർ ഘനമുണ്ട്. പല അടുക്കുകൾ ചേർന്ന് രൂപം നൽകിയിട്ടുള്ളതാണ് ഇത്. ഏറ്റവും മുകളിലുള്ള അടുക്ക് 500 മീറ്റർ ഘനമുണ്ടാകും. ബാസാൾട്ട് ലാവ കൊണ്ട് നിർമ്മിതമാണ്. ക്രിസ്റ്റലൈൻ ധാതുക്കളുടെ പാറയാണ്. അതായത് (FELDSPAR) അലുമിനിയം, സിലിക്കേറ്റ്, സോഡിയം, കാത്സ്യം എന്നിവകൾ ചേർന്ന ആഗ്നേയമായ പാറകൾ കൂടാതെ (Pyrpxene) സിലിക്കേറ്റ് ധാതുക്കൾ. അതിൽ പ്രധാനമായും കാത്സ്യം, മഗ്നീഷ്യം, ഇരുമ്പ് ഇതെല്ലാം ചേർന്ന് വർണ്ണരാജി വിതയ്ക്കുന്ന ക്രിസ്റ്റൽസും ചേർന്നതാണ് വ്യത്യസ്ത രാസവസ്തുക്കളുടെ സംയോജനം.

ഇവ വിവസ്ത്രീകരിച്ചിരിക്കുന്നത് ചരിഞ്ഞ പാറകളുടെ അടുക്കുകൾ അവയ്ക്ക് വ്യത്യസ്ത നിറച്ചാർത്തുകൾ, ഘടനാരീതികൾ, ആകൃതികൾ, വലിപ്പങ്ങൾ, മാതൃകാരൂപങ്ങൾ എന്നീ നിലകളിലാണ്. വ്യത്യസ്ത സാന്ദ്രതയിലുള്ള സംയോജനങ്ങളായതുകൊണ്ട് എറോഷനിൽ കൊടുമുടി പോലുള്ള ഗോപുരങ്ങൾ, ഗുഹകൾ, കല്ലുകൾ പാകിയ ശാലകൾ എന്നിവ സൃഷ്ടിക്കപ്പെട്ടിരിക്കുന്നു. DANXIA നാഷണൽ പാർക്ക് ZHANGYE എന്ന പട്ടണത്തിന് വളരെ അടുത്തായി സ്ഥിതിചെയ്യുന്നു.

സെയിൻ ജാജൻസിയ ഭൗമിക ഘടനാരീതി രൂപീകരണത്തിന് മറ്റൊരു നിഗമനം, മുകളിൽ വിവരിച്ച തരത്തിലുള്ള പാറകൾ ഒന്നിനുമുകളിൽ ഒന്നായി കുന്നുകൂടി രൂപീകൃതമായെന്നാണ്. ഇതിൽ കോടാനുകോടി വർഷങ്ങൾ കൊണ്ട് കാറ്റും മഴയും വെയിലും തണുപ്പേറ്റും ജലത്തിന്റെ എറോഷൻ കൊണ്ടും ഭൗമിക ഘടനാരീതികളായ ചുവന്ന ചരൽക്കല്ല് Psephites, Pelites* എന്നീ പാറകൾക്ക് രൂപമാറ്റവും ചെങ്കുത്തായതുമായ പാറകളായി തീർന്നു.

ചൈനയുടെ വടക്കുപടിഞ്ഞാറൻ പ്രദേശങ്ങളിലെ വലിയൊരു ഏരിയ ജനനിബിഡമല്ലാത്തതും മനോഹര പ്രകൃതി ദൃശ്യവും അരുണ വർണ്ണങ്ങൾ ചാർത്തിയ സാൻഡ്സ്റ്റോണിൽ (Sandstone) കണ്ണഞ്ചിക്കുന്ന തൂക്കാൻ പാറകളുടേയും കുന്നുകളുടേയും രൂപങ്ങളാണ്. ഇവിടുത്തെ പല ലാൻഡ് ഫോമുകളും യുനെസ്കോയുടെ ലോക പൈതൃക സൈറ്റുകളിൽ ഉൾപ്പെടുത്തിയിട്ടുണ്ട്. കാരണം പ്രകൃതിസൗന്ദര്യം അറിവിന്റെ അഗാധതയിലേയ്ക്ക് ആനയിക്കുന്നതുമായ മനോഹര ദൃശ്യങ്ങൾ അവിശ്വസനീയമായതാണ്. ഭൂമിയുടെ നിർമ്മാണ രീതി, നിറങ്ങളുടെ വശ്യത എന്നീ നിലകളിൽ ഏതൊരു സന്ദർശകനേയും

---

* Pelites: Sedimentary Rock composed of fine fragments, as clay or mud.

* Psephites: Rudites, coarse rocks composed of fragments at least 1 mm (One) diameter. The fragments may be rounded (Pebbles, gravel boulders) or angular (Blocks, chips)

ആകർഷിക്കുന്നതും ചിന്തിപ്പിക്കുന്നതുമാണ്. അതിലുപരി പഠിതാക്കളെ ആകർഷിക്കുന്നു. മനുഷ്യന്റെ ഇടപെടലുകൾ ഇല്ലാത്ത പ്രദേശം.

സെയിൻ ജാജൻസിയ നാഷണൽ ജിയോളജിക്കൽ പാർക്ക് സ്ഥിതി ചെയ്യുന്നത് ലിൻസ് കൗണ്ടി, സുനാൻ കൗണ്ടി, സെയിൻജ ഗാൻസു പ്രവിശ്യ എന്നീ സ്ഥലങ്ങൾ ഉൾപ്പെട്ടതാണ്. ഈ പാർക്കിനെ രണ്ടു സവിശേഷ ഭാഗങ്ങളായി തിരിച്ചിട്ടുണ്ട്. ഒന്ന് മുകളിൽ വിവരിച്ച വിപരീത വർണ്ണങ്ങളിൽ ചാലിച്ച കുന്നുകളും രണ്ടാമത് മഞ്ഞിന്റെ താഴ്‌വരയുമാണ്.

സൂര്യപ്രകാശത്തിലും മഴ പെയ്തൊഴിഞ്ഞാലും ജാൻസിയ ലാൻഡ് ഫോമിന്റെ ഭംഗി ഇരട്ടിക്കും. പ്രത്യക്ഷത്തിൽ അവസാനമില്ലാത്ത നിറങ്ങളുടെ കുന്നുകൾ അഗ്നിയുടെ കടലാണെന്നും തോന്നും. പാറയുടെ വിവിധ വർണ്ണത്തിലുള്ള വരകൾ പറക്കാത്ത റിബണുകളുടെ തോരണമാണെന്ന് തോന്നും. ഏഴു വർണ്ണങ്ങളിൽ ചാലിച്ച ഭീമാകാരമായ ക്യാൻവാസ് ആണെന്ന് തോന്നും. സൂര്യാസ്തമയ സമയത്ത് ദൂരെ നിന്നു കാണുന്നവർക്ക് റെയിൻബോ കെട്ടി തൂക്കിയിട്ടിരിക്കുകയാണെന്ന പ്രതീതിയാണ് ജനിപ്പിക്കുക. കുന്നുകളുടെ അരികുകൾ തീർത്തും വ്യത്യസ്തമാണ്. നിറങ്ങൾ മാറികൊണ്ടിരിക്കും. യാന്ത്രികമായ സൗന്ദര്യ ലഹരിയിൽ ആ പ്രദേശം മുഴുകിയിരിക്കും.

ശക്തിമത്തായ മദർനേച്ചറിന്റെ സൃഷ്ടിയിലെ ശില്പചാതുര്യം അത്ര നിസ്സാരമായി കാണാവുന്ന ഒന്നല്ല. 24 മില്യൺ വർഷങ്ങൾക്കു മുമ്പ് ധാതുക്കളുടെ സംയോജനം കൊണ്ട് സൃഷ്ടിക്കപ്പെട്ടതെന്നു കരുതുന്നു. ഈ വൈവിധ്യമാർന്ന വർണ്ണശ്രേണി സ്ട്രാറ്റ് വോൾകാനോ അല്ലെങ്കിൽ കോണിക്കൽ വോൾകാനോ മൂലം ഒന്നിനുമുകളിൽ ഒന്നായി ലാവയുടെ അടുക്കുകൾ അധിപർവ്വത ശില, ചാരം, ധാതുക്കൾ എന്നിവ പ്രകൃതി മിനുക്കിയെടുത്തു. അതാണ് ഡാൻസിയയുടെ പല അടുക്കുകളുള്ള വർണ്ണക്കേക്ക്.

ഇരുപത്തിയൊമ്പത്

ഗുഹകൾ

ഭൂമുഖത്ത് പല തരത്തിലുള്ള ഗുഹകളുണ്ട്. ഇത്തരം ഗുഹകൾ ഭൂമിയുടെ വിവിധ സംവിധാനങ്ങളിൽ രൂപപ്പെട്ടിട്ടുള്ളവയാണ്. അത്തരം ഗുഹകളുടെ ഇനങ്ങൾ ചുവടെ ചേർക്കുന്നു.

1. കടൽ ഗുഹകൾ
2. ആഞ്ചലിയൻ ഗുഹകൾ
3. ഗ്ലേസിയർ ഗുഹകൾ
4. സോലൂഷൻ ഗുഹകൾ
5. ഇയോലിയൻ ഗുഹകൾ
6. റ്റാലസ് ഗുഹകൾ
7. വോൾകാനിക് ഗുഹകൾ
8. റോക്ക് ഷെൽട്ടേഴ്സ്

എ.) കടൽ ഗുഹകൾ

ഒന്നാം ഘട്ടം: കടലിനോടു ചേർന്നുള്ള തൂക്കാൻ പാറകളാണ് കടൽ ഗുഹകളുടെ സ്ഥാനം. കടലിലേക്ക് ഉന്തി നില്ക്കുന്ന പാറകളുടെ മുനമ്പ് ഭൂമിയിൽ സ്പർശിക്കാത്തതു കാരണം ഗുഹകൾ രൂപപ്പെടുന്നതിനുള്ള സാഹചര്യം പ്രകൃതി ഒരുക്കിയിരിക്കുന്നു. ശക്തിയേറിയ തിരമാലകൾ തൂക്കാൻ പാറയിലേക്ക് ആഞ്ഞടിക്കുന്നതിന്റെ ഫലമായി സ്വയം പ്രവർത്തിതമായ ദ്രവീകരണം ഉണ്ടാകുന്നു. പാറയുടെ അടിയിലുള്ള ദുർബല ഭാഗങ്ങൾ തിരമാലകളുടെ ശക്തിയിൽ ഒലിച്ചുപോകും. ഇത്തരത്തിൽ രൂപപ്പെട്ട ദ്വാരങ്ങളിലേക്ക് തിരമാലകൾ ആഞ്ഞടിക്കുമ്പോൾ തിരമാലകളുടെ ജലമർദ്ദത്തിൽ ഗുഹകൾ വികസിക്കുന്നു. ഇതാണ് ഗുഹകളുണ്ടാകുന്നതിന്റെ പ്രാരംഭ ദശ.

രണ്ടാം ഘട്ടം: സ്വയം പ്രവർത്തിതമായ എറോഷനിലൂടെ ചെറിയ ഗുഹ വികസിക്കാൻ തുടങ്ങുന്നു. ഇതിനെ എൻലാർജ്മെന്റ് ഫേയ്സ് എന്നു പറയും. പൂർണ്ണ രൂപത്തിൽ സൃഷ്ടിക്കപ്പെട്ടു കഴിഞ്ഞാൽ മൂന്നാം

ഘട്ടമായ സ്റ്റാഗ്നേഷൻ ആൻഡ് ഡീക്കേ ഫേയ്സിലെത്തും. ഈ അവസ്ഥയിൽ ഗുഹ രൂപപ്പെട്ടുവരാൻ ലക്ഷക്കണക്കിന് വർഷങ്ങൾ എടുക്കും പൂർണ്ണരൂപം പ്രാപിക്കുന്നതിന്.

ചില കടൽ ഗുഹകൾ ഉള്ളിലോട്ടുള്ള വിള്ളലുകളിൽ തീരത്തുനിന്നും നടന്നുകയറി കാണാവുന്നതും മറ്റു ചിലത് വേലിയിറക്കസമയങ്ങളിൽ മാത്രം ബോട്ടുകളിൽ ഉള്ളിൽ പ്രവേശിക്കാവുന്നവയുമാണ്. അതായത് ചെറുതും വിശാലമായ ചേമ്പറുകൾ ഉള്ള ഗുഹകൾ വരെയുണ്ട്. ചില ഗുഹകളിൽ തിമിംഗിലത്തിന്റെ തലയുടെ മുകളിലുള്ള ബ്ലോ ഹോൾസു പോലെ ഭൂതലത്തിനു മുകളിൽ കൂടി ഗുഹയ്ക്കുള്ളിലേക്കുള്ള പ്രവേശന കവാടം ഉണ്ടായിരിക്കും. ഈ ബ്ലോ ഹോൾസിൽ കൂടി വേലിയേറ്റ സമയത്തും കടൽ അശാന്തമായ സമയത്തും ജലം തെറിപ്പിച്ച് മുകളി ലേക്ക് പായിക്കും, തിമിംഗിലം ചെയ്യുന്ന പോലെ. കടൽ ഗുഹകൾ കരയിലെ ഗുഹകൾ പോലെ അധികം ദൂരത്തിൽ രൂപപ്പെടാറില്ല.

ലോകത്തിൽ എല്ലാ ഭാഗത്തും കടൽഗുഹകളുണ്ട്. പൂർവ്വയുഗങ്ങളിൽ രൂപപ്പെട്ട ഗുഹകൾ കടൽത്തീരങ്ങളിലുണ്ട്. ലോകത്തിലെ ഏറ്റവും നീളം കൂടിയ കടൽഗുഹകൾ നോർവേയുടെ തീരങ്ങളിൽ കണ്ടുപിടിക്ക പ്പെട്ടിട്ടുണ്ട്. പക്ഷേ, അവ ഇന്ന് സമുദ്രനിരപ്പിൽ നിന്നും നൂറടിയിൽ കൂടുതൽ ഉയരത്തിലാണ് സ്ഥിതി ചെയ്യുന്നത്. എന്നാൽ ഇത്തരം ഗുഹകളെ ഇപ്പോഴും ലിറ്റോറൽ ഗുഹകളായിട്ടു തന്നെയാണ് കണക്കാ ക്കുന്നത്. കടൽഗുഹകളെ ലിറ്റോറൽ ഗുഹകൾ എന്നും വിളിക്കും.

2013ൽ ലോകത്തിലെ നീളം കൂടിയ കടൽ ഗുഹകളുടെ സർവ്വേ എടുക്കുകയുണ്ടായി. അന്നത്തെ സർവ്വേയിൽ ന്യൂസിലാൻഡിലെ തെക്കെ ദ്വീപിലുള്ള ഒട്ടാഗോ (Ottago) തീരത്തു സ്ഥിതിചെയ്യുന്ന മറ്റയനാക ഗുഹ (Matainaka cave) ഏറ്റവും നീളം കൂടിയ ഗുഹയായി പ്രഖ്യാപിച്ചു. ഇതിന്റെ നീളം 1.54 കിലോമീറ്റർ. ന്യൂസിലാൻഡിലെ വടക്കേ ദ്വീപിൽ Bettells തീരത്തു സ്ഥിതി ചെയ്യുന്ന Cross Ley യുടെ നീളം ഒരു കിലോമീറ്ററുണ്ടെന്നും പ്രഖ്യാപിച്ചു. ധാരാളം വലിയ കടൽ ഗുഹകൾ ഭൂമിയുടെ പല ഭാഗത്തായിട്ടുണ്ട്. പക്ഷേ, അതൊന്നും ഇതുവരെ കണ്ടു പിടിക്കപ്പെട്ടിട്ടില്ല. കാരണം പര്യവേക്ഷണങ്ങൾക്ക് എത്തിച്ചേരാൻ സാധിക്കാത്ത സ്ഥാനങ്ങളിലും മനുഷ്യവാസം തീരെ ഇല്ലാത്ത സ്ഥല ങ്ങളിലും കടലിന്റെ അവസ്ഥ വളരെ രൂക്ഷമായ സ്ഥലങ്ങളിലുമാണ് സ്ഥിതി ചെയ്യുന്നത്.

ബി.) ആഞ്ചലിയൻ ഗുഹകൾ (Anchialine Caves)

സാധാരണയായി സമുദ്ര തീരങ്ങളോടു ചേർന്നുള്ള ഭാഗങ്ങളിലാണ് ഇത്തരം ഗുഹകൾ കണ്ടുവരുന്നത്. അതായത് ശുദ്ധജലവും കടൽ ജലവും ഒത്തുചേരുന്ന ഭാഗങ്ങളിൽ. അതുകൊണ്ടുതന്നെ ഇവിടുത്തെ ഇക്കോളജി വളരെ പ്രാധാന്യമർഹിക്കുന്നു. ഇവിടെ പ്രത്യേകമായ

രീതിയിൽ പ്രാദേശികമായ ജന്തുജാലങ്ങളുടെ വളർച്ചയ്ക്ക് അനുയോജ്യമായ പരിസ്ഥിതിയാണുള്ളത്. ഗുഹകൾ കൂടാതെ സമുദ്രത്തോടു അടുത്ത് കുളങ്ങളും ധാരാളമായി കണ്ടു വരുന്നു. Anchialine എന്ന പദം ഗ്രീക്കു ഭാഷയിൽ നിന്നുള്ളതാണ്. അർത്ഥം സമുദ്രത്തോട് ഏറ്റവും അടുത്തത്.

സി.) ഗ്ലേസിയർ ഗുഹകൾ

Glacierന്റെ അഗ്രഭാഗ(Snout)ങ്ങളിലാണ് ഗുഹകൾ രൂപപ്പെടുന്നത്. അതായത് ഹിമരൂപത്തിനും അടിത്തട്ടിലെ പാറകൾക്കുമിടയിൽ ഹിമപ്പരപ്പിലുള്ള വിടവ് വലുതായി ദണ്ഡ് രൂപപ്പെടുന്നു. ഇത് ഹിമാനിയുടെ ആരംഭസ്ഥാനം വരെ എത്തുന്നു. പ്രവേശന ദ്വാരത്തിലെ ജലം സാവധാനം ഉള്ളിലെ ഹിമത്തെ അലിയിക്കുന്നു. ഇത് Glacierന്റെ ബേയ്സ് വരെ എത്തുന്നു. ഇങ്ങനെ സൃഷ്ടിക്കപ്പെടുന്ന Glacier ഗുഹകൾക്ക് അനേകം കിലോമീറ്റർ ദൂരമുണ്ടാകും. പൂർണ്ണവികാസം പ്രാപിച്ച ഗുഹകൾ കുഴലാകൃതി (Tubular Conduit) യിലുള്ളതായിരിക്കും. ഇവകളുടെ അന്തർഭാഗത്ത് സങ്കീർണ്ണങ്ങളായ കൊത്തുപണികൾ പ്രകൃതി ചെയ്തിട്ടുണ്ടാകും. ചില ഗുഹകൾക്ക് ശാഖകളുമുണ്ടാകും. ഗുഹകളുടെ തളം പാറയായിരിക്കും. Glacier ഗുഹകളുടെ അന്തർഭാഗം ഉറഞ്ഞ (Frozen) അവസ്ഥയിൽ മാത്രമേ പര്യവേക്ഷണം സാധ്യമാകുകയുള്ളൂ. അല്ലാത്ത സമയങ്ങളിൽ ജലം കൊണ്ട് നിറഞ്ഞിരിക്കും. പ്രകൃതിയുടെ വളരെ വിശിഷ്ടമായ പ്രതിഭാസം.

ഡി.) സോലൂഷൻ ഗുഹകൾ

മമ്മോത്ത് ഗുഹകൾ, ബരത്താങ് ഗുഹകൾ, വേയ്റ്റോമോ മിന്നാമിനുങ്ങ് ഗുഹകൾ, ബോറ ഗുഹകൾ എന്നീ സോലൂഷണൽ ഗുഹകളെപ്പറ്റി മറ്റു അദ്ധ്യായങ്ങളിൽ വിവരിക്കുന്നു. കരയിലെ മിക്ക ഗുഹകളും സോലൂഷൻ ഗുഹകളാണ്.

ഇ.) ഇയോലിയൻ ഗുഹകൾ (Eolian Caves)

സാധാരണയായി മരുഭൂമികളിലാണ് ഇയോലിയൻ ഗുഹകൾ കണ്ടു വരുന്നത്. പാറമുനമ്പുകളുടെ അടിയിലുള്ള മണ്ണിനെ ശക്തിയേറിയ കാറ്റ് വീശി നീക്കം ചെയ്യുന്നതു മൂലം പാറയുടെ അടിയിൽ ചേമ്പറുകൾ സൃഷ്ടിക്കപ്പെടുന്നു. ഇത് ശക്തിയേറിയ ജലത്തിന്റെ ഒഴുക്കിലും സംഭവിക്കുന്നുണ്ട്. കാറ്റ് പാറയുടെ അടിയിൽ ഭിത്തികളും തളവും മേൽപ്പരപ്പും സൃഷ്ടിച്ചെടുക്കുന്നു. കവാടത്തേക്കാൾ ഉൾഭാഗം വളരെ വിസ്താരമേറിയതായിരിക്കും. അതായത് ഒരു ബോട്ടിലിന്റെ ആകൃതിയിൽ രൂപപ്പെട്ടിരിക്കും. സാധാരണയായി ഇത്തരം ഗുഹകളുടെ നീളം നൂറ് മീറ്ററിൽ താഴെയായിരിക്കും.

എഫ്) റ്റാലസ് ഗുഹകൾ

പർവ്വത ചരിവുകളിൽ, മഴപെയ്ത് മിനുസപ്പെട്ട വലിയ രണ്ടു ഉരുളൻ പാറകളുടെ നടുവിൽ രൂപപ്പെടുന്ന ഗുഹകളെ റ്റാലസ് ഗുഹകൾ എന്നു വിളിക്കും, ചില റ്റാലസ് ഗുഹകൾ നീളത്തിലും വിസ്താരത്തിലും ചെറുതായിരിക്കും. എന്നാൽ ചിലത് മറ്റൊന്നിനോട് യോജിച്ച് ധാരാളം കിലോമീറ്റർ നീളമുള്ളതായിരിക്കും. ഇവ പര്യവേക്ഷണങ്ങൾക്ക് വിധേയ മാണ്. ഉദാഹരണമായി ന്യൂയോർക്കിലും ന്യൂഇംഗ്ലണ്ടിലും ഗ്രാനൈറ്റ് പാറകളെ ബന്ധിപ്പിച്ചു കൊണ്ടുള്ള ഗുഹകൾ ധാരാളം കാണാം.

ജി) വോൾകാനിക് ഗുഹകൾ

ഇവയെ ലാവാഗുഹകളെന്നും പ്രൈമറി ഗുഹകളെന്നും പറയും. വോൾകാനിക് പ്രവർത്തനം മൂലം ലാവ റ്റ്യൂബുകൾ രൂപപ്പെടുന്നു. ലാവ കുന്നുകളിലൂടെ താഴേക്ക് ഒഴുകുമ്പോൾ ഉപരിതലം തണുത്ത് കട്ടപിടി ക്കുന്നു. മേൽപാലത്തിന്റെ അടിയിലൂടെ ലാവ ഒഴുകികൊണ്ടിരിക്കും. ലാവ പൂർണ്ണമായും ഒഴുകി തീരുമ്പോൾ പൊള്ളയായ റ്റ്യൂബ് രൂപപ്പെടുന്നു. ഇത്തരത്തിൽ ലാവാഗുഹകൾ സൃഷ്ടിക്കപ്പെടുന്നു. ഇതിനുദാഹരണ ങ്ങളായ ഗുഹകളാണ് കാനറി ദ്വീപുകൾ, ഹവായിലെ കസുമുറ ഗുഹകൾ തുടങ്ങിയവ.

മുപ്പത്

ബോറ ഗുഹകൾ

ഇന്ത്യാ മഹാരാജ്യത്തിൽ ആന്ധ്രപ്രദേശ് സംസ്ഥാനത്തിലെ വിശാഖ പട്ടണത്തു നിന്നും 92 കിലോമീറ്റർ ദൂരത്തിലും പട്ടണത്തിന്റെ വടക്കു ഭാഗത്തായും ഇന്ത്യയുടെ കിഴക്കൻ പർവ്വത നിരകളിലെ ആനന്ദഗിരി മലനിരകളിൽ ബോറാ ഗുഹകൾ സ്ഥിതിചെയ്യുന്നു. 150 മില്യൺ വർഷങ്ങളുടെ പഴക്കമുണ്ടെന്ന് അനുമാനിക്കുന്ന ഈ ഗുഹാസമുച്ചയങ്ങൾ പ്രകൃതിദത്തമായി രൂപപ്പെട്ടിട്ടുള്ളതാണ്. പ്രാചീന ശിലായുഗത്തിന്റെ മദ്ധ്യകാലഘട്ടങ്ങളിൽ മനുഷ്യർ ഉപയോഗിച്ചിരുന്ന, അതായത് ബി.സി. 30000നും 50000നും ഇടയിൽ കല്ലുകൾ കൊണ്ടുണ്ടാക്കിയ പണി ആയുധങ്ങളും മറ്റും ഈ ഗുഹകളിൽ നിന്നും കുഴിച്ചെടുത്തിട്ടുണ്ട്. കണ്ടെത്തലുകൾക്കും ഗവേഷണങ്ങൾക്കും നേതൃത്വം നൽകിയത് ആന്ധ്ര യൂണിവേഴ്സിറ്റിയിലെ പുരാവസ്തു ഗവേഷകരാണ്. നരവംശ ശാസ്ത്രജ്ഞരും ഇവിടെ പഠനങ്ങൾ നടത്തി അതേ നിഗമനങ്ങളിൽ എത്തിച്ചേർന്നിട്ടുണ്ട്.

ഇന്ത്യയിലെ ബോറാ ഗുഹകളിൽ കാണുന്ന ഭൗമശാസ്ത്രപരമായ ലക്ഷണങ്ങൾ മറ്റൊരു രാജ്യത്തും കാണുന്നില്ല. നാലാംഘട്ടമായ ആർച്ചൻ കാലഘട്ടം 400–250 മില്യൺ വർഷങ്ങൾക്കു മുമ്പാണ് ബോറാഗുഹകളുടെ രൂപീകരണം നടന്നിട്ടുള്ളതെന്നും കരുതപ്പെടുന്നു. ഭൗമ പരിണാമത്തെ പല കാലഘട്ടങ്ങളായി വിഭജിച്ചിരിക്കുന്നു. അത്രത്തോളം പഴക്കമുള്ളതാണ് ഈ ഗുഹകളെന്നുള്ള നിഗമനത്തിലാണ് ശാസ്ത്രലോകം.

ബോറാ ഗുഹകളുടെ കവാടം 100 മീറ്റർ സമാന്തരവും 75 മീറ്റർ ലംബവുമാണ്. ഒരു സ്ക്വയർ കിലോമീറ്റർ വിസ്തീർണ്ണത്തിൽ വ്യാപിച്ചു കിടക്കുന്നു. ഈ ഗുഹകളിൽ നിന്നുമാണ് ഗോസ്താനി നദിയുടെ ഉദ്ഭവം. വിശാഖപട്ടണത്തെ ജലസമൃദ്ധമാക്കുന്നത് ഈ നദിയിലെ ജലം കൊണ്ടാണ്. ബ്രിട്ടീഷ് ഭൗമശാസ്ത്രജ്ഞനായ വില്യംകിംഗ് 1807ലാണ് ഈ ഗുഹകൾ കണ്ടുപിടിക്കുന്നത്. അതുവരെ പുറംലോകം ഇതിനെക്കുറിച്ച് അറിഞ്ഞിരുന്നില്ല.

ഇവിടുത്തെ ജലത്തിൽ അലിഞ്ഞുചേർന്നിട്ടുള്ള ചുണ്ണാമ്പുകല്ലിലെ കാത്സ്യം കാർബണേറ്റും മിനറലുകളും ഹുമിക് ആസിഡുമായി

പ്രതിപ്രവർത്തനം നടക്കുന്നതിന്റെ ഫലമായിട്ടാണ് ബോറ ഗുഹകൾ രൂപപ്പെട്ടത്. ഇവിടെയുള്ള പാറകൾ ക്രമേണ ഛിന്നമായിക്കൊണ്ടിരുന്നു. ഇത്തരത്തിലുള്ള രാസപ്രതിഭാസം കാലഘട്ടങ്ങളിലൂടെ കടന്നുപോയതിന്റെ പശ്ചാത്തലത്തിൽ ഇപ്പോഴുള്ള അവസ്ഥയിൽ ഗുഹകൾ രൂപപ്പെട്ടുവെന്നാണ് ഭൗമശാസ്ത്രജ്ഞരുടേയും പുരാവസ്തു ഗവേഷകരുടേയും കണ്ടെത്തൽ. ഗുഹകളുടെ മേടുകളിലുള്ള പാറകളിൽ നിന്നും ഊറി ഇറങ്ങുന്നവ ചുണ്ണാമ്പുകൽപ്പുറ്റു (Stalagamites) കളായി ഇവിടെ രൂപപ്പെട്ടിട്ടുണ്ട്. സ്റ്റലാഗമൈറ്റുകൾ രൂപപ്പെട്ടത്, മേടുകളിൽ നിന്നും ഒലിച്ചിറങ്ങുന്ന കാത്സ്യം ബൈകാർബണേറ്റും മറ്റു മിനറലുകളും കൂടി സംയോജിച്ചതിന്റെ ഫലമായിട്ടാണ്. പാറയിൽ നിന്നും ഒലിച്ചു തൂങ്ങി കിടക്കുന്ന ചുണ്ണാമ്പുകല്ലുകൾ പല രൂപത്തിലും കാണപ്പെടുന്നു. ഇവിടെ രൂപപ്പെട്ടിട്ടുള്ള സ്റ്റലാഗമൈറ്റുകളും സ്റ്റലാക്റ്റൈറ്റുകളും വ്യത്യസ്ത പേരുകൾ സ്വദേശികളും സഞ്ചാരികളും ചാർത്തിയിട്ടുണ്ട്. അവ ശിവ-പാർവ്വതി, അമ്മയും കുഞ്ഞും, ഋഷിയുടെ താടി, മനുഷ്യന്റെ തലച്ചോർ, പല ജീവികൾ, പശുവിന്റെ അകിട് മുതലായ രൂപങ്ങളിൽ കാണുന്നത് തികച്ചും ആശ്ചര്യം ജനിപ്പിക്കുന്നു.

ബോറാ ഗുഹകൾ സ്ഥിതിചെയ്യുന്ന അരാക്കു മലനിരകളിലെ ശരാശരി താപനില 25^0c. ഇവിടുത്തെ ശരാശരി ഒരു വർഷത്തെ മഴ 950mm. നോർത്ത് ഈസ്റ്റ് വടക്കു കിഴക്കൻ മൺസൂൺ ആണ് ഇവിടെ കൂടുതലും ഭൂമിയെ നനയ്ക്കുന്നത്. ഗുഹകളുടെ ഉള്ളിലെ താപം ഏകദേശം 16^0c ആണ്.

ഇവിടുത്തെ ഗുഹകൾ എൺപതുമീറ്ററോളം ആഴത്തിലുള്ളതും പൂർണ്ണമായും ഇരുട്ടറകളുമാണ്. ചില ഭാഗങ്ങളിൽ അരുണോദയം മേടുകളെ തുളച്ചെത്തുന്നു. സൾഫറിന്റെ ഉറവകൾ, ഗുഹകളുടെ ഇടനാഴികളിൽ കൂടി ഒഴുകുന്നതു കാരണം ചുണ്ണാമ്പുകല്ലുകൾക്ക് ദ്രവിക്കൽ സംഭവിക്കുന്നുണ്ട്.

ഇവിടെ പല അടുക്കുകളിലുള്ള മൈക്രോ ഓർഗാനിസത്തിന്റെ ഷീറ്റുകൾ രൂപപ്പെട്ടിട്ടുണ്ട്. ഇവ കടും ഓറഞ്ചു നിറത്തിലും 2.5 സെന്റീമീറ്റർ മുതൽ 3 സെന്റീമീറ്റർ വരെ ഘനത്തിൽ കാണുന്നതുമാണ്. ഇതിനു ചുറ്റിലും മൈക്കയുടെ രൂപീകരണം നടന്നിട്ടുണ്ട്. ഇത് ദൂരക്കാഴ്ചയിൽ ശോണരത്നം (Ruby) പോലെ തോന്നും.

ബോറാ ഗുഹകൾ സ്ഥിതി ചെയ്യുന്ന സ്ഥലത്തിന്റെ ഭൂപ്രകൃതി സസ്യശ്യാമളവും പർവ്വത ശിഖരങ്ങളും താഴ്വാരങ്ങളും കൊണ്ട് മനോഹരവുമാണ്. ട്രെയിൻ സഞ്ചാരികൾക്ക് ബോറ ഗുഹേലു റെയിൽവേസ്റ്റേഷൻ എത്തുന്നതിനു മുമ്പായി 42 തുരങ്കങ്ങൾ കടക്കണം.

ഇവിടുത്തെ മറ്റു പ്രധാന ആകർഷണങ്ങൾ

കാറ്റികി വെള്ളച്ചാട്ടം	(Katiki Water falls)
റൈഡ പാർക്ക്	(Tida Park)

ബോറ ഗുഹകൾ

അരാക്കു താഴ്വര	(Araku valley)
ആനന്ദഗിരി	(Ananthagiri Valley)
ട്രൈബൽ മ്യൂസിയം	(Tribal Museum)
ധുംബ്രിഗുഡ വെള്ളച്ചാട്ടം	(Dumbriguda Water falls)
ചാപാറ വെള്ളച്ചാട്ടം	(Chapara Water falls)
ബീമിലി ബീച്ച്	(Beemili Beach)

ബോറാ ഗുഹകളിലെ ജന്തുവർഗ്ഗങ്ങളിൽ മുഖ്യമായത് വവ്വാലുകളാണ്. അതുപോലെ പൊൻനിറമുള്ള ഗൗളികളും. സാധാരണ വലിയ ഗുഹകളിലും പഴയ കെട്ടിടങ്ങളിലും ഇരുട്ടറകളിലും പഴയ കോട്ടകളിലും വാസസ്ഥലങ്ങളാക്കാറുള്ള ഫ്രൂട്ട് ബാറ്റുകളാണ് ഇവിടെയുള്ളത്. ഈ ജീവിയുടെ പ്രത്യേകത ചെറുതും കൃശമായ പേശികളും കാഴ്ച ശക്തിയേറിയ വലിയ കണ്ണുകളുമാണ്. അവ പൂക്കൾ, പഴങ്ങൾ, പട്ട്, കോട്ടൺ മുതലായവ ഭക്ഷണമാക്കുന്നു. ഇരുട്ടറകളിൽ ജീവിക്കുന്നതിനുപറ്റിയ ശക്തിയേറിയ കണ്ണുകൾ പ്രത്യേകം പഠനവിഷയമാക്കേണ്ടതാണ്. വവ്വാൽ പറക്കുമ്പോൾ പുറപ്പെടുവിക്കുന്ന തുടർച്ചയായ അൾട്രാസോണിക് ശബ്ദപ്രവാഹം ഇരുട്ടിലൂടെ അതിനെ മുന്നോട്ടു ഗമിക്കാൻ സഹായിക്കുന്ന റഡാർ സംവിധാനമെന്നു പറയാം. ഈ ശബ്ദം ചില നിശാലഭങ്ങൾക്കും ശ്രവിക്കാൻ കഴിയും. അവ വവ്വാലുകളുടെ പിടിയിൽ നിന്നും രക്ഷപ്പെടാറുണ്ട്.

മുപ്പത്തിയൊന്ന്

വേയ്റ്റോമോ ഗ്ലോവോം ഗുഹകൾ

ന്യൂസിലാൻഡിന്റെ നോർത്ത് ഐലൻഡിൽ കിംഗ് കൗണ്ടിയുടെ വടക്കു ഭാഗത്തായും പ്രധാന പട്ടണമായ റ്റി ക്യൂറ്റിയിൽ നിന്നും 12 കിലോമീറ്റർ ദൂരത്തിലുമാണ്. വേയ്റ്റോമോ സ്ഥിതിചെയ്യുന്നത്. വേയ്റ്റോമോ മിന്നാമിനുങ്ങ് ഗുഹകൾ കടലിന്റെ അടിയിൽ ചുണ്ണാമ്പുള്ള എക്കൽപ്പാളികൾ രൂപപ്പെട്ടുണ്ടായതാണെന്ന് കരുതുന്നു. 30 മില്യൺ വർഷങ്ങൾക്ക് മുമ്പ് കടലിന്റെ അടിത്തട്ടിൽ ചുണ്ണാമ്പുകല്ലിന്റെ സൃഷ്ടി ആരംഭിച്ചതോടെ വേയ്റ്റോമോയുടെ പുരാവൃത്തം തുടങ്ങി. ചുണ്ണാമ്പുകല്ലിന്റെ ഈ രൂപീകരണം ഇന്ന് ലോകത്തിലെ പ്രകൃതിദത്തമായ അദ്ഭുതങ്ങളുടെ ലിസ്റ്റിൽ ഇടം നേടി.

തദ്ദേശീയരായ മാവോറി വംശജർക്ക് ഈ ഗുഹകളെക്കുറിച്ച് അറിവുണ്ടായിരുന്നു. എന്നാൽ 1887-ൽ മാവോറി വംശജരുടെ മുഖ്യൻ റ്റെയിൻ റ്റിനോറോയും ഇംഗ്ലീഷ് സർവ്വേയർ ഫ്രെഡ് മാമക്കെയും ചേർന്ന് അതിസാഹസികവും അതിവ്യാപകവുമായ പര്യവേക്ഷണം നടത്തി. ഗുഹകളുടെ അടിഭാഗത്തുകൂടി ഒഴുകുന്ന അരുവിയിൽ കൂടി ചങ്ങാടം ഉപയോഗിച്ചും മെഴുകുതിരിയുടെ വെളിച്ചത്തിലും പര്യവേക്ഷണം നടത്തി. ഈ യാത്രയിൽ അവരെ ആശ്ചര്യപ്പെടുത്തിയ മനോഹര കാഴ്ചയായിരുന്നു മിന്നാമിനുങ്ങുകളുടെ കൂട്ടം. മിന്നാമിനുങ്ങുകളുടെ തരളപ്രഭയിൽ തുടർന്നുള്ള യാത്ര സുഖകരവും പ്രത്യാശയും ഉളവാക്കി. തുടർന്നുള്ള യാത്ര അവരെ ഒരു കൊത്തളത്തിലെത്തിച്ചു. അവിടെയുള്ള ചുണ്ണാമ്പുകല്ലിന്റെ വിവിധ രൂപത്തിലും ആകൃതിയിലുള്ള രൂപീകരണങ്ങൾ അവരെ അമ്പരപ്പിച്ചു.

അവർ പല പ്രാവശ്യം ഗുഹാന്തർഭാഗങ്ങൾ സന്ദർശിച്ചു. മാവോറി മുഖ്യൻ ഒറ്റയ്ക്ക് കണ്ടുപിടിച്ചതാണ് മുകളിലത്തെ തലം. അതാണ് ഇപ്പോഴത്തെ പ്രവേശന കവാടം. 1889-ൽ Tane Tinorau യും ചേർന്ന് ചെറിയൊരു ഫീസ് ഈടാക്കി സന്ദർശകർക്കായി തുറന്നു കൊടുത്തു. 1906ൽ ഇതിന്റെ ഭരണച്ചുമതല ഗവണ്മെന്റ് ഏറ്റെടുത്തു. 1989-ൽ

വീണ്ടും മുഖ്യന്റെയും ഭാര്യയുടെയും പിൻഗാമികൾക്കായി ഗുഹ വിട്ടു കൊടുത്തു.

ഗുഹകളിലെ മിന്നാമിനുങ്ങുകളുടെ കൂട്ടം ന്യൂസിലാൻഡുകാർക്ക് അനന്യമാണ്. ആയിരക്കണക്കിന് മിന്നാമിനുങ്ങുകൾ കൊതുകിനോളം മാത്രം വലിപ്പം വരുന്ന ഒരു ചെറിയ ജീവി വ്യതിരിക്തമായി പ്രകാശ കിരണങ്ങൾ വികിരണം ചെയ്യുന്നു. പ്രകൃതിമാതാവ് മിന്നാമിനുങ്ങുകളെ കൊണ്ട് നക്ഷത്രതുല്യമായ അദ്ഭുതലോകം സൃഷ്ടിച്ചിരിക്കുന്നു. അസംഖ്യം മിന്നാമിനുങ്ങുകൾ വെളിച്ചം പരത്തുന്നതുകൊണ്ട് മന്ദമായി നദിയിൽ കൂടി സഞ്ചരിച്ച് അകത്തെ ക്രമീകരണങ്ങൾ കണ്ടെത്തുന്ന തിന് കഴിയുന്നു. ഗുഹകൾക്കുള്ളിൽ നടന്നാൽ മിന്നാമിനുങ്ങുകളുടെ നക്ഷത്രക്കൂട്ടങ്ങൾ വഴി തെളിയിക്കുന്നു. സ്വച്ഛതയുള്ളതും ഭ്രമിപ്പിക്കു ന്നതും അമ്പരപ്പിക്കുന്നതുമായ അന്തരീക്ഷം.

ഇവിടുത്തെ പ്രധാന ഗുഹകൾ

1.	വെയ്റ്റോമോ മിന്നാമിനുങ്ങ് ഗുഹകൾ	(Waitomo Glow worm Cave)
2.	റുക്കുറി ഗുഹ	(Ruakuri Cave)
3.	അരാമ്പി ഗുഹ	(Aranui Cave)
4.	ഗാർനേഴ്സ് ഗട്ട്	(Garners Gut)

ഈ ഗുഹകൾ പാറയിൽ നിന്നും ഊറി വരുന്ന ചുണ്ണാമ്പുപുറ്റുകൾ കൊണ്ടും പാറയിൽ നിന്നും ഒലിച്ചു തൂങ്ങിയ ചുണ്ണാമ്പുക്കല്ലുകൾ കൊണ്ടും നിബിഡമാണ്. ഇവകളെ മിന്നാമിനുങ്ങുകൾ പ്രകാശം തെളിയിച്ച് സഞ്ചാരികൾക്ക് ദൃശ്യമാക്കുന്നു.

ഭൗമശാസ്ത്രപരമായും വോൾകാനിക് പ്രവർത്തനം മൂലവും 30 മില്യൺ വർഷങ്ങൾ കൊണ്ട് മുന്നൂറോളം ചുണ്ണാമ്പുകല്ലിന്റെ ഗുഹകൾ വെയ്റ്റോമോ പ്രദേശത്ത് സൃഷ്ടിക്കപ്പെട്ടു. മുപ്പതു മില്യൺ വർഷങ്ങൾക്ക് മുമ്പ് ഈ ഭാഗം കടലിന്റെ അടിത്തട്ടായിരുന്നുവെന്നാണ് നിഗമനം. ഇവിടുത്തെ ചുണ്ണാമ്പുകല്ല് നിർജീവമായ പവിഴങ്ങളും കക്കകളും കടലിലെ ധാരാളം അണുജീവികളും ഒന്നിച്ചുചേർന്ന് പാറപോലെ ഉറച്ച തായി തീർന്നതാണ്. മില്യൺ വർഷങ്ങൾ കൊണ്ട് ഇത്തരത്തിലുള്ള ചുണ്ണാമ്പുകല്ലിന്റെ പാറകൾ അടുക്കുകളായി ഒന്നിനുമുകളിൽ മറ്റൊ ന്നായി സങ്കോചിപ്പിച്ച് ഉറച്ച് സൃഷ്ടിക്കപ്പെട്ടതാണ് വെയ്റ്റോമോ പ്രദേശത്തെ ചുണ്ണാമ്പുകല്ല്. ഇത്തരത്തിൽ സൃഷ്ടിക്കപ്പെട്ട ചുണ്ണാമ്പു പാറയുടെ ഘനം 200 മീറ്ററിൽ കൂടും.

ഭൂമിയുടെ ചലനം മൂലം സമുദ്രാന്തർഭാഗത്ത് രൂപം കൊണ്ട് കട്ടിയുള്ള ചുണ്ണാമ്പുകല്ല് വളഞ്ഞ് സമുദ്രത്തിനു മുകളിലേക്ക് ഉയർത്തപ്പെട്ടുവെന്നും

ഉയർത്തപ്പെട്ട ഭാഗത്തെ സമുദ്രാന്തർഭാഗത്ത് ദൃഢമായി ബന്ധിച്ചുവെന്നും അപ്രകാരമാണ് ഗുഹകൾ രൂപം കൊള്ളാൻ ആരംഭിച്ചതെന്നും ശാസ്ത്രം വെളിപ്പെടുത്തുന്നു. ഇത്തരത്തിൽ ചെറു ഉൾക്കടൽ രൂപപ്പെടുകയും ജലം ചുണ്ണാമ്പുകല്ലിന്റെ മുകളിൽ കൂടി ഒഴുകി ബലഹീനമായ ഭാഗങ്ങളിൽ വിടവുകൾ ഉണ്ടാക്കുകയും ചെയ്തു. ഇങ്ങനെ മില്യൺ വർഷങ്ങളുടെ പ്രവർത്തന ഫലമായി ഇന്നത്തെ രീതിയിലുള്ള വലിയ ഗുഹകൾ സൃഷ്ടിക്കപ്പെട്ടുവെന്നു ശാസ്ത്രം പറയുന്നു.

ഈ ഗുഹയിലെ മറ്റൊരു പ്രത്യേകതയാണ് സ്റ്റലാക്റ്റൈറ്റുകളുടേയും സ്റ്റലാഗ്മൈറ്റുകളുടെ രൂപീകരണം. സ്റ്റലാക്റ്റൈറ്റുകൾ സീലിംഗിന്റെ മുകളിൽ നിന്നും താഴോട്ട് ഒലിച്ചിറങ്ങുന്ന ചുണ്ണാമ്പുകല്ലിന്റെ തൂങ്ങിയ കല്ലുകൾ. സ്റ്റലാഗ്മൈറ്റ് തറയിൽ നിന്നും മുകളിലേക്ക് രൂപപ്പെടുന്ന ചുണ്ണാമ്പുകല്ലിന്റെ പുറ്റുകൾ, ഈ രണ്ടു രൂപീകരണങ്ങൾ തമ്മിൽ യോജിക്കപ്പെടുമ്പോൾ സ്തംഭങ്ങളും തൂണുകളും (Pillers) രൂപീകരിക്കപ്പെടുന്നു. അവ തമ്മിൽ ചുറ്റപ്പെട്ടുണ്ടാക്കുന്നതിനെ Helicti യെന്നും വിളിക്കുന്നു. ഇത്തരത്തിൽ മില്യൺ വർഷങ്ങളുടെ പ്രവർത്തനഫലമായിട്ടാണ് ഇന്നത്തെ അവസ്ഥയിൽ ഗുഹയിലെ രൂപീകരണങ്ങൾ രൂപപ്പെട്ടത്. ചുണ്ണാമ്പിന്റെ തൂങ്ങി കിടക്കുന്ന കല്ല് ഒരു ക്യൂബിക് സെന്റീമീറ്റർ രൂപീകൃതമാകുന്നതിന് 100 വർഷങ്ങൾ വേണം.

ഈ ഗുഹകളുടെ അന്തർഭാഗത്ത് പല തടാകങ്ങളുമുണ്ട്. അവ സൃഷ്ടിക്കപ്പെട്ടത് ശുദ്ധജല ചെറു കൈവഴികളും അരുവികളും കൊണ്ടാണ്. ഗുഹകൾക്കുള്ളിലെ പ്രധാന ജീവി മിന്നാമിനുങ്ങുകളാണ്. നീളമുള്ള ചിറകോടുകൂടി ഈലുകളെ (Longfins eel) ഇവിടെ കണ്ടെത്തിയിട്ടുണ്ട്. കൂടാതെ ആൽബിനോ ഗുഹാ ഉറുമ്പുകൾ, ജയന്റ് ചീവിടുകൾ എന്നിവയുടെ സാന്നിദ്ധ്യവുമുണ്ട്.

വെയ്റ്റോമോ ഗുഹകളെ നാല് തലങ്ങളായി തിരിച്ചിട്ടുണ്ട്. ഒന്നാമത്തെ തലത്തെ റ്റോമോയെന്നു വിളിക്കും. ഇത് ചുണ്ണാമ്പുകല്ലുകൊണ്ടുണ്ടാക്കിയ 16 മീറ്റർ ലംബമായ ഷാഫ്റ്റാണ്. രണ്ടാമത്തെ തലത്തെ ബാൻക്വറ്റ് ചേംബർ എന്നു വിളിക്കും.

മുമ്പ് ഇവിടം സന്ദർശിച്ച സന്ദർശകർ ഭക്ഷിക്കുകയും വിശ്രമിക്കുകയും ചെയ്തിരുന്നത് ഈ തലത്തിലായിരുന്നു. സന്ദർശകർ പുകവലിച്ചിരുന്നുവെന്നുള്ളതിന്റെ സൂചന മുകൾത്തട്ടിൽ കാണാനുണ്ട്. ഇതിന്റെ മുകൾ തലത്തിൽ വലിയ തോതിലുള്ള രൂപീകരണങ്ങൾ നടന്നിട്ടുണ്ട്. ഇതിനെ പൈപ്പ് ഓർഗൻ എന്നു വിളിക്കുന്നു. ഈ ഭാഗം സന്ദർശകർക്ക് വിലക്ക് ഏർപ്പെടുത്തിയിരിക്കുന്നു. കാർബൺ മോണോക്സൈഡിന്റെ വ്യാപനം ഭയന്നാണ് ഇങ്ങനെയൊരു വിലക്കുള്ളത്.

മൂന്നാമത്തെ തലം താഴേക്ക് ഇറങ്ങി ചെന്നെത്തുന്ന കത്തീഡ്രൽ ഡെമോസ്ട്രേഷൻ ഫ്ളാറ്റ്ഫോമും ബോട്ട്ജെട്ടിയുമാണ്. കത്തീഡ്രൽ

ഏറിയ അടച്ചുകെട്ടുള്ളതും പരുക്കൻ പ്രതലത്തോടുകൂടിയതുമായിരുന്നു. ഇപ്പോൾ കല്ലുപാകിയിരിക്കുന്നു. ഇതിനു ഏകദേശം 18 മീറ്റർ ഉയരമുണ്ട്. ഇവിടെ ശബ്ദ പുനരുത്പാദനം ശ്രവിക്കാം. പ്രസിദ്ധ സംഗീതജ്ഞരും ഗായകസംഘങ്ങളും ഇവിടെ സംഗീത പരിപാടികൾ നടത്തിയിട്ടുണ്ട്.

നാലാമത്തേതാണ് ബോട്ട് ജെട്ടി ഇവിടെ നിന്നുമാണ് സന്ദർശകർ അന്തർഭാഗത്തുള്ള വെയ്റ്റോമോ നദിയിലേയ്ക്കുള്ള യാത്ര ആരംഭിക്കുന്നത്. യാത്രയിൽ വെളിച്ചം പകർന്നെത്തുന്നതോ ജീവനുള്ള നക്ഷത്രക്കൂട്ടങ്ങളെക്കൊണ്ട് ആകാശം സൃഷ്ടിച്ച മിന്നാമിനുങ്ങുകൾ.

മുപ്പത്തിരണ്ട്

ബരതാങ് ചുണ്ണാമ്പുകല്ല് ഗുഹകൾ

ഇന്ത്യയിലെ ആൻഡമാൻ ദ്വീപസമൂഹങ്ങളുടെ തലസ്ഥാനമായ പോർട്ട് ബ്ലെയറിൽ നിന്നും തൊണ്ണൂറ് കിലോമീറ്റർ ദൂരത്തായി ബരതാങ് ചുണ്ണാമ്പുകല്ല് ഗുഹകൾ സ്ഥിതിചെയ്യുന്നു. ആൻഡമാൻ ദ്വീപസമൂഹങ്ങൾ സഞ്ചാരികൾക്ക് പരമാനന്ദം നൽകുന്ന പറുദീസയാണ്. വിസ്തൃതമായി കിടക്കുന്ന നഗരം. ചരിത്ര സ്മാരകങ്ങൾ, മഡ് വോൾകാനോകൾ, ബരതാങ് ചുണ്ണാമ്പുകല്ല് ഗുഹകൾ, ട്രോപ്പിക്കൽ വനങ്ങൾ, മാൻഗ്രോവ് വനങ്ങൾ, പാരറ്റ് ദ്വീപ്, പവിഴപ്പുറ്റുകൾ, ഡെസർട്ട്ഡ് ബീച്ച്, ക്രീക്ക് ഇടനാഴി മുതലായവയെകൊണ്ട് സഞ്ചാരികളുടെ മനം കവരും. കൂടാതെ ഭൂമിയുടെ ഉപരിതല രൂപീകരണങ്ങൾ പഠിതാക്കളുടെ ശ്രദ്ധയാകർഷിക്കുന്നു.

ഇവിടുത്തെ ഗ്രാമങ്ങൾ അതിമനോഹരമാണ്. ഗ്രാമീണർ കൂടുതലും അടക്കാമരം വച്ചുപിടിപ്പിക്കുന്നു. സ്ത്രീകൾ അടക്കയുടെ പുറംതൊലി നീക്കി ഉണക്കുന്നതിനുവേണ്ടി പാകപ്പെടുത്തുന്നത് സ്ഥിരം തൊഴിലാക്കിയിരിക്കുന്നു. മീൻപിടിത്തം മറ്റൊരു പ്രധാന വരുമാന മാർഗ്ഗമാണ്.

ലോകത്തിലെ ചുണ്ണാമ്പുകല്ല് ഗുഹകളുടെ രൂപീകരണം സമുദ്രാന്തർഭാഗത്ത് എക്കൽ അടിഞ്ഞു കൂടി രൂപപ്പെട്ടതാണ് ചുണ്ണാമ്പുപാറകൾ. പല ഘടക പദാർത്ഥങ്ങൾ ചേർന്നുണ്ടാക്കുന്നതാണ് എക്കൽ. അതിൽ സമുദ്രത്തിലെ വിവിധയിനം ജീവനുകൾ, കക്കകൾ, അസ്ഥികൂടങ്ങൾ, പവിഴങ്ങൾ മുതലായവയുടെ ജീർണ്ണിച്ച അവശിഷ്ടങ്ങൾ ലക്ഷക്കണക്കിനു വർഷങ്ങൾകൊണ്ട് രൂപീകൃതമായതാണ്. ഇവ പല നിറത്തിലും തനതുരചനയിലും ശുദ്ധതയിലും കാണപ്പെടുന്നു.

ചുണ്ണാമ്പുകല്ലിന്റെ സ്വാഭാവികമായ സവിശേഷതയാണ് മഴവെള്ളത്തിൽ അനായാസേന വിഘടിക്കുകയെന്നത്. മഴപെയ്യുമ്പോൾ മഴത്തുള്ളികൾ അന്തരീക്ഷത്തിൽ നിന്നും കാർബൺഡൈഓക്സൈഡിനെ ആഗിരണം ചെയ്യുന്നു. ഇത് ഭൂമിയുടെ ഉപരിതലത്തിൽ തട്ടി താഴേക്ക് ഒഴുകി ചെറിയ ചിന്നലുകളിലെത്തുന്നു. ഇത് മണ്ണിലെ വായുമർദ്ദം

കുറഞ്ഞ ഭാഗത്തുകൂടി ഒഴുകുന്നു. വായുമർദ്ദം കുറഞ്ഞ ഭാഗങ്ങളിൽ കൂടുതൽ കാർബൺഡൈഓക്സൈഡുണ്ട്. അന്തരീക്ഷത്തിലെ കാർബൺഡൈഓക്സൈഡ് മഴവെള്ളവുമായി സംയോജിക്കുമ്പോൾ ജലം അമ്ലമയമുള്ളതായി തീരുന്നു. ഈ അമ്ലതയാണ് ചുണ്ണാമ്പുപാറയിൽ വിഘടനം ഉണ്ടാക്കുന്നത്. ഈ അമ്ലം ശക്തികുറഞ്ഞ പാറയിലേക്ക് ഇറ്റിറ്റു വീണ് കാത്സ്യം കാർബണേറ്റിനെ വിഘടിപ്പിക്കുന്നു.

ബരതാങ് ചുണ്ണാമ്പുകല്ല് ഗുഹകളുടെ ഉള്ളറകൾ വളരെ ആഴമുള്ളതും ഉയരമുള്ളതുമാണ്. രണ്ടു പാറകൾ ഗുഹാന്തർഭാഗത്ത് വളർന്ന് യോജിക്കാൻ വെമ്പൽ കൊള്ളുന്നതായി കാണാം. കാലാന്തരത്തിൽ ഇവ തമ്മിൽ യോജിക്കുകയും പ്രവേശന വഴികൾ അടഞ്ഞുപോകുകയും ചെയ്യുന്നു. ചില ഭാഗങ്ങളിൽ തറയിൽ നിന്നും രൂപപ്പെട്ടു പൊങ്ങുന്ന ചുണ്ണാമ്പുകല്ലുപുറ്റുകൾ തട്ടിൽ നിന്നും ഒലിച്ചിറങ്ങുന്ന ചുണ്ണാമ്പുകല്ലുമായി യോജിച്ചതും യോജിക്കാൻ വെമ്പൽ കൊള്ളുന്ന ഭാഗങ്ങളായും കാണാം. യോജിച്ചവ തൂണുകളായി രൂപാന്തരപ്പെട്ടുകഴിഞ്ഞു. ഇത്തരത്തിൽ ബരതാങ് ഗുഹകളുടെ അന്തർഭാഗത്ത് സൃഷ്ടിപരമായ പല പ്രക്രിയകളും നടന്നുകൊണ്ടിരിക്കുന്നു.

ഗുഹകളുടെ അന്തർഭാഗം ഇടതിങ്ങിയും ആഴത്തിലും ഇരുണ്ടും കാണപ്പെടുന്നു. സൂര്യരശ്മികളെ തികച്ചും തടത്തുനിർത്തി അകം ഇരുണ്ടുമൂടി കിടക്കുന്നു. സഞ്ചാരികൾക്ക് ടോർച്ച് തെളിയിച്ച് യാത്ര ചെയ്യുകയല്ലാതെ മറ്റൊരു മാർഗ്ഗവുമില്ല. കൂടാതെ ഗുഹകളുടെ ഉൾഭാഗങ്ങൾ വഴുക്കലുള്ളതുമാണ്.

എ) ബരതാങിലെ പാരറ്റ് ദ്വീപ്

ഇത് മനുഷ്യവാസമില്ലാത്ത ഒരു ചെറിയ ദ്വീപാണ്. ബരതാങ് ജെട്ടിയോട് അടുത്തായി സ്ഥിതിചെയ്യുന്നു. ആയിരക്കണക്കിന് തത്തകൾ സായംസന്ധ്യയിൽ ഇവിടെ ചേക്കേറുന്നു. അടുത്ത പ്രഭാതത്തിൽ കൂട്ടം കൂട്ടമായി വിടപറയും.

സൂര്യൻ അസ്തമിക്കാറാകുമ്പോൾ അഞ്ച് തത്തകളുടെ കൂട്ടം പാരറ്റ് ഐലൻഡ് വട്ടമിട്ടുപറക്കും. എന്നിട്ട് തിരിച്ചു പോകും. ഇതുപോലെ മറ്റൊരു കൂട്ടം പറന്നെത്തും. ആ കൂട്ടവും തിരിച്ചു പോകും. ഐലൻഡ് പരിശോധനയ്ക്കായി വരുന്ന തത്തകളാണെന്നാണ് തദ്ദേശവാസികൾ പറയുന്നത്. പത്തുമിനിറ്റ് കഴിഞ്ഞാൽ ഐലൻഡിന്റെ പല ഭാഗത്തു നിന്നും കൂട്ടം കൂട്ടമായി തത്തകൾ വനത്തിൽ തിരിച്ചെത്തും. പകൽ ആഹാരം തേടി മറ്റു പ്രദേശങ്ങളെ ആശ്രയിക്കുന്ന തത്തകൾക്ക് ചേക്കേറുന്ന സ്ഥലം സുരക്ഷിതമാണോയെന്നുള്ള ഉറപ്പു വരുത്തൽ പ്രക്രിയ നടത്തിയതിനു ശേഷം മാത്രമേ കൂട്ടമായി ദ്വീപിൽ തിരിച്ചെത്താറുള്ളൂ. തത്തകളുടെ ബുദ്ധിപരമായ നീക്കം പ്രത്യേകം ശ്രദ്ധിക്കേണ്ടതുതന്നെ.

ബി. ബരതാങ്ങിലെ കണ്ടൽക്കാട്

ബരതാങ്ങിനെ ദൂരെ നിന്നും കാണുമ്പോഴുള്ള സസ്യശ്യാമളത ഒരു തരത്തിലും ക്രീക്കുകളിൽ പ്രവേശിച്ചു കഴിഞ്ഞാൽ കാണില്ല. ഐലൻഡിന്റെ വശ്യശക്തി തീർത്തും വ്യത്യസ്തവുമാണ്. കണ്ടൽ വൃക്ഷങ്ങൾ വളർന്ന് ക്രീക്കിന്റെ വിതാനം താഴ്ന്ന് ഏകദേശം ജലനിരപ്പിൽ നിന്നും നാലടി ഉയരത്തിലാണ്. ചെറിയ ക്രീക്കുകൾ കണ്ടൽക്കാടിന്റെ ആധിക്യത്തിലാണ്. വേലിയേറ്റവും വേലിയിറക്കവും ഇവിടം ചതുപ്പു നിലങ്ങളാക്കിയിരിക്കുന്നു. ആകർഷകമായ കണ്ടൽക്കാടുകളുടെ ചതുപ്പുനിലങ്ങൾ. വളരെ വിചിത്രങ്ങളായ പക്ഷികൾ ഇവിടെ വാസമുറപ്പി ച്ചിരിക്കുന്നു. എന്തുകൊണ്ടും ബരതാങ് ഐലൻഡ് സഞ്ചാരികളുടെ പറുദീസയാണ്.

മുപ്പത്തിമൂന്ന്

മമ്മോത്ത് ഗുഹകൾ

മമ്മോത്ത് ഗുഹകൾ ലോകത്തിലെ ഏറ്റവും നീളം കൂടിയ ഗുഹാഘടന. ഏകദേശം 400 മൈൽ നീളം. ഈ ഗുഹാഘടന സ്ഥിതിചെയ്യുന്നത് നോർത്ത് അമേരിക്കയിലെ സൗത്ത് സെൻട്രൽ കെന്റക്കി എന്ന സ്ഥല ത്താണ്. മമ്മോത്ത് ഗുഹാഘടന ഗ്രീൻ റിവർ വാലിയുടെ ഭാഗമാണ്. ഇതിന്റെ ഉൾഭാഗത്തെ വിശാലമായ ചെമ്പറുകളും സങ്കീർണ്ണമായ ഭൂഗർഭ വ്യൂഹങ്ങളും കാരണം മമ്മോത്ത് എന്ന് നാമം ചാർത്തപ്പെട്ടു. മമ്മോത്ത് എന്ന വാക്കിന്റെ അർത്ഥം അതിബൃഹത്തായത് എന്നാണ്. ഇപ്പോഴും ഇതിന്റെ അറ്റങ്ങൾ പര്യവേക്ഷണം ചെയ്ത് കണ്ടുപിടിക്കപ്പെട്ടിട്ടില്ല. പര്യവേക്ഷണങ്ങൾ തുടർന്നുകൊണ്ടിരിക്കുന്നു.

സെൻട്രൽ കെന്റക്കിയുടെ ഗുഹാപ്രദേശങ്ങൾ മമ്മോത്ത് ഗുഹകളിലെ ലോക നിലവാരത്തിലുള്ള ഭൂഗർഭസൗന്ദര്യത്തെ വിളിച്ചോതുന്നു. ഗുഹാന്തർഭാഗങ്ങളിലുള്ള ഡയമണ്ടിന്റെ നിലവറകൾ, ഗുപ്തമായ ഗുഹാ നദി എന്നിവ വളരെ അത്യാകർഷകങ്ങളാണ്. തടാകങ്ങളും നദികളും വഞ്ചിയാത്ര, മീൻപിടിത്തം, ബോട്ടിൽ സഞ്ചാരം, വാട്ടർ സ്കൈയിങ്ങ്, നീന്തൽ എന്നിവയ്ക്ക് വേണ്ടി ശ്രദ്ധേയമായ അളവിൽ ജലം ഒഴുക്കി വിടുന്നു. കൂടാതെ മമ്മോത്ത് ഒനിക്സ് ഗുഹ, ഒച്ച്ലാ ഗുഹ, ലോസ്റ്റ് റിവർ ഗുഹ എന്നിവ ഭൂഗർഭ സൗന്ദര്യങ്ങൾക്ക് മാറ്റുകൂട്ടുന്നു. പഠിതാക്കളെ അങ്ങോട്ടേയ്ക്ക് ആകർഷിക്കുകയും ചെയ്യുന്നു.

ഗുഹാസമൂഹങ്ങളുടെ പ്രയാണം ഒരു ഗുഹ മറ്റൊന്നിനോട് ബന്ധി പ്പിച്ച് കടന്നു പോകുന്നവയാണ്. പല വിഭാഗങ്ങൾ പര്യവേക്ഷണം നടത്തി യോജിപ്പിച്ചതായതുകൊണ്ട് പല പ്രവേശന കവാടങ്ങളുമുണ്ട്. എന്നാൽ ഒൻപതു മൈൽ ദൂരത്തിൽ മാത്രമേ സഞ്ചാരികൾക്ക് കാണാൻ കഴിയുക യുള്ളൂ. അതും മാർഗ്ഗദർശിനികളുടെ സഹായത്താൽ മാത്രം. അല്ലാത്ത പക്ഷം തിരിച്ചു വരവ് വളരെ പ്രയാസമായിരിക്കും.

1941 ലാണ് മമ്മോത്ത് നാഷണൽ പാർക്ക് സ്ഥാപിച്ചത്. ഈ ഗുഹാ സമുച്ചയങ്ങളുടെയും മറ്റും ഭൗമശാസ്ത്രപരവും പുരാവസ്തുശാസ്ത്ര പരവും ജീവശാസ്ത്രപരവുമായ പ്രാധാന്യങ്ങൾ കണക്കിലെടുത്ത്

1981ൽ യുനെസ്കോയുടെ ലോക പൈതൃക സൈറ്റിൽ ഉൾപ്പെടുത്തുന്നതിന് നാമനിർദ്ദേശം ചെയ്യപ്പെട്ടു. കൂടാതെ ഇവിടുത്തെ അന്തരീക്ഷത്തിന്റേയും ജീവജാലങ്ങളുടെ മണ്ഡലത്തേയും കണക്കിലെടുത്തുകൊണ്ട് 1990ൽ അന്തർദേശീയ ബയോസ്ഫിയർ റിസർവിൽ ഉൾപ്പെടുത്തുന്നതിനും നാമനിർദ്ദേശം ചെയ്യപ്പെട്ടു.

ഇവിടുത്തെ ഭൂആകൃതിയെ ഒരുക്കിയിട്ടിരിക്കുന്നതിൽ പ്രബലമായിരിക്കുന്നത് സ്പഷ്ടീകരിക്കൽ (Solutin Features) രീതിയിലാണ്. അതായത് സിങ്ക്ഹോൾസ്, താഴ്ന്നൊഴുകുന്ന നീർച്ചാൽ, ഗുഹകൾ,അരുവികൾ മുതലായവ കൊണ്ടാണ്. കൂടാതെ ലാൻഡ്സ്കേപ്പ് ചുണ്ണാമ്പുകല്ലിന്റെ അലിയലും ഊറലും കാരണം ലോകത്തിലെ മറ്റു ഗുഹകളിലേതുപോലെ തന്നെ റിഡ്ജസ്, ഗോപുരങ്ങൾ, വിടവുകൾ, സിങ്ക്ഹോളുകൾ തുടങ്ങിയ നൈസർഗ്ഗികമായ ഭൂപ്രദേശം രൂപപ്പെട്ടിട്ടുണ്ട്.

മമ്മോത്ത് ചുണ്ണാമ്പുകല്ലിന്റെ ഗുഹകൾ സ്ഥിതിചെയ്യുന്നത് സമതല പ്രദേശത്താണ്. വ്യത്യസ്തങ്ങളായ മിനറലുകളുടെ ഊറലുകൾ ഈ ഗുഹകളിൽ ധാരാളമായിട്ടുണ്ട്. മുകളിലേക്ക് വളരുന്ന പുറ്റുകൾ, മേടുകളിൽ നിന്ന് കീഴ്പോട്ട് ഒലിച്ചിറങ്ങുന്ന കല്ലുകൾ, ഫ്ളോസ്റ്റോൺ, ശിലാസത്ത് തുടങ്ങിയവയുടെ രൂപപ്പെടൽ ഗുഹാന്തർഭാഗത്തെ സൗന്ദര്യമുള്ളതായി തീർത്തിട്ടുണ്ട്.

ജീവശാസ്ത്രപരമായും പുരാവസ്തുശാസ്ത്രപരമായും ചരിത്രപരമായും വളരെ പ്രാധാന്യം അർഹിക്കുന്ന ഒന്നാണ് മമ്മോത്ത് ഗുഹകൾ. 4000 വർഷങ്ങൾക്കു മുമ്പ് പ്രദേശവാസികൾ മിനറലുകൾ തേടി ഗുഹകളിൽ ബഹുദൂരം സഞ്ചരിച്ചിട്ടുണ്ട്. ആ യാത്രകൾ തികച്ചും സാഹസികമായിരുന്നു. കാട്ടുചൂരൽ കത്തിച്ച് അതിന്റെ വെളിച്ചത്തിൽ ആയിരുന്നു യാത്ര. ധാരാളം പുരാവസ്തുക്കളും ഉപകരണങ്ങളും സുഗന്ധമിട്ടുണക്കിയ (Mummified) ശവശരീരങ്ങളും ഇവിടെ നിന്നും കണ്ടെടുത്തിട്ടുണ്ട്. ഇവിടുത്തെ എക്കലിൽ നിന്നും നൈട്രേറ്റ് ഖനനം ചെയ്തെടുത്തിരുന്നു. നൈട്രേറ്റ് വെടിമരുന്നുണ്ടാക്കി 1812 ലെ യുദ്ധത്തിന് ഉപയോഗിച്ചിരുന്നു. വിവരിച്ചാൽ തീരാത്ത വിവിധ ശേഖരങ്ങളും ദൃശ്യങ്ങളും രൂപീകരണങ്ങളും പ്രകൃതി സൗന്ദര്യങ്ങളുമായി സഞ്ചാരികൾക്കും പഠിതാക്കൾക്കും എന്നും ഒരദ്ഭുത സങ്കേതമായി മമ്മോത്ത് ഗുഹകളും ഭൗമാന്തർഭാഗത്തെ തടാകങ്ങളും നദികളും മറ്റും നിലകൊള്ളുന്നു.

എക്കലുകളുടെയും പാറകളുടെയും പഴക്കം നിശ്ചയിക്കുന്നത് പാലിയോമാഗ്നറ്റിക് അളവുകൾ ഉപയോഗിച്ചാണ്. ഈ രീതിയിൽ മമ്മോത്ത് ഗുഹകളുടെ ഉയരം കൂടിയ ഭാഗത്തിന് ഇരുപതുലക്ഷം വർഷങ്ങളുടെ പഴക്കമുണ്ടാകുമെന്ന് കണക്കാക്കപ്പെട്ടിരിക്കുന്നു. ഏറ്റവും ഉയർന്ന ഉത്കർഷം എന്നു പറയുന്നത് ഏറ്റവും അവസാനമായി രൂപപ്പെട്ടത്. എന്നാൽ ഏറ്റവും പഴക്കമുള്ള എലിവേഷൻ ഹിമയുഗത്തിന്റെ നാലാം ഘട്ടത്തിനു മുമ്പ് (Before Glaciations of the quatenary) രൂപപ്പെട്ടതാകാം.

മുപ്പത്തിനാല്

ലെനാ സ്തംഭങ്ങൾ

സൈബീരിയായുടെ കിഴക്കേ അറ്റത്ത് ലെനാ നദിയുടെ തീരത്ത് ലെനാ പില്ലേഴ്സ് സ്ഥിതിചെയ്യുന്നു. ലെനാ നദി ലോകത്തിലെ നീളം കൂടിയ നദികളിൽ പതിനൊന്നാം സ്ഥാനത്തും ഏഷ്യയിലെ ഏറ്റവും വലിയ നദികളിൽ മൂന്നാം സ്ഥാനത്തുമാണ്. ലെനാ സ്തംഭങ്ങൾ സ്ഥിതി ചെയ്യുന്ന മലഞ്ചെരിവിന് നാല്പതു കിലോമീറ്ററിൽ കൂടുതൽ നീളമുണ്ട്. മലഞ്ചെരിവുകൾക്ക് നാല്പതു മുതൽ നൂറ് മീറ്റർ വരെ ഉയരമുണ്ടാകും.

ജീവശാസ്ത്രപരമായും രസതന്ത്രശാസ്ത്രപരമായും നൈസർഗ്ഗികമായ ലക്ഷണങ്ങളും മനോഹര ദൃശ്യങ്ങളോടുകൂടിയ തടാകങ്ങളും ശുദ്ധ ജലത്തിന്റെ ചട്ടക്കൂട്ടുകളും ലെനാ സ്തംഭങ്ങൾ സ്ഥിതിചെയ്യുന്ന സ്ഥലത്തിന്റെ പ്രാധാന്യവും ഭംഗിയും വർദ്ധിപ്പിക്കുന്നു. ഇത് പുരാവസ്തു ഗവേഷകരെയും, പഠിതാക്കളെയും, പ്രകൃതിയുടെ രസക്കൂട്ട് നുകർന്നു സഞ്ചരിക്കുന്ന ദേശസഞ്ചാരികളെയും ഇങ്ങോട്ടേക്കാകർഷിക്കുന്നു. 2012ൽ ലെനാ പില്ലേഴ്സ് നേച്ചർ പാർക്ക് യുനെസ്കോയുടെ ലോക പൈതൃക ലിസ്റ്റിൽ ചേർക്കപ്പെട്ടു.

ലെനാ പില്ലേഴ്സിന്റെ രൂപീകരണത്തിന് ഭൂമിയുടെ സൃഷ്ടിയുടെ ആരംഭത്തോളം പഴക്കമുണ്ടെന്നാണ് ശാസ്ത്രം കണക്കാക്കിയിരിക്കുന്നത്. പാലിയോസോയിക് കാലഘട്ടത്തിന്റെ ഭാഗമായ കാംബ്രിയൻ കാലഘട്ടത്തിന്റെ പഴക്കമുണ്ടത്രെ ലെനാ സ്തംഭങ്ങൾക്ക്. പാലിയോസോയിക് കാലഘട്ടത്തെ ആറ് ഘട്ടങ്ങളായി തിരിച്ചിരിക്കുന്നു. 1) കാംബ്രിയൻ 2) ഓർഡോവിഷൽ 3) സിലൂറിയൻ 4) ഡിവോണിയൻ 5) കാർബോണിഫറസ് 6) പെർമിയൻ.

ഭൂമി 541 മില്യൺ വർഷങ്ങൾക്കു മുമ്പ് സൃഷ്ടിക്കപ്പെട്ടുവെന്നാണ് ശാസ്ത്രത്തിന്റെ നിഗമനം. ഭൂവിസ്ഥാനീയപരമായി ഭൂമിയുടെ സൃഷ്ടി മുതൽ മൂന്ന് അനന്തകാലഘട്ടങ്ങളായി തിരിച്ചിട്ടുണ്ട്. ഭൂമിയുടെ ആരംഭം മുതലുള്ള അനന്തകാലഘട്ടത്തെ ഫനറോസോയിക് അനന്തകാല ഘട്ടമെന്നു വിളിക്കും. ഫനറോസോയിക് അനന്തകാലഘട്ടത്തെ മൂന്നു കാലഘട്ടങ്ങളായി തിരിച്ചിരിക്കുന്നു.

1. പാലിയോസോയിക് കാലഘട്ടം. 541 മില്യൺ മുതൽ 252 മില്യൺ വർഷങ്ങൾക്ക് മുമ്പ്.
2. മെസോസോയിക് കാലഘട്ടം: 252 മില്യണൻ മുതൽ 66 മില്യൺ വർഷങ്ങൾക്കുമുമ്പ്.
3. സെനോസോയിക് കാലഘട്ടം: 66 മില്യൺ മുതൽ വർത്തമാന കാലം വരെ.

അതുകൊണ്ട് പുരാവസ്തു ശാസ്ത്ര ഗവേഷണങ്ങൾക്ക് ശാസ്ത്രജ്ഞർക്ക് ഏറ്റവും ഇഷ്ടപ്പെട്ട സ്ഥലങ്ങളിൽ എന്തുകൊണ്ടും വളരെ പ്രധാനപ്പെട്ടതാണ് ലെനാ സ്തംഭങ്ങളും പരിസരവും.

കാമ്പ്രിയൻ കാലഘട്ടം ഭൂമിയുടെ ആദ്യത്തെ ഭൂവിസ്ഥാനീയ കാലഘട്ടത്തിന്റെ ആരംഭം 541 മില്യൺ വർഷങ്ങൾക്ക് മുമ്പാണെന്നും 485.4 മില്യൺ വർഷങ്ങൾക്ക് മുമ്പ് അവസാനിച്ചുവെന്നും ശാസ്ത്രം പഠിപ്പിക്കുന്നു. കാംബ്രിയൻ കാലഘട്ടം 55.6 മില്യൺ വർഷമാണെന്ന് കണക്കാക്കപ്പെട്ടിരിക്കുന്നു. ഒരുപക്ഷേ, ഈ കാലഘട്ടത്തിൽ മിക്കവാറും എല്ലാ ഭൂഖണ്ഡങ്ങളും വരണ്ടതും പാറകൾ കൊണ്ട് നിറഞ്ഞതും സസ്യജാലങ്ങൾ ഇല്ലാത്തതുമായ കാലഘട്ടമായിരിക്കാമെന്നു ശാസ്ത്രനിഗമനം.

ഇവിടെയുള്ള ചുണ്ണാമ്പുകല്ലിന്റേയും കളിമൺകട്ടകളുടേയും ഡോളോമൈറ്റിന്റെയും ലേഖനശിലകളുടെയും അടുക്കുകൾ കൊണ്ട് സൃഷ്ടിക്കപ്പെട്ടിരിക്കുന്നു എന്നതാണ് ലെനാ സ്തംഭങ്ങളുടെ പ്രത്യേകത. പില്ലറുകൾ കാലപ്പഴക്കത്തിൽ നിറം മങ്ങിയും പരുക്കൻ രൂപത്തിലും സ്ഥിതിചെയ്യുന്നു. ഇത്തരത്തിലുള്ള പാറയുടെ രൂപങ്ങൾ സാധാരണയായി കാണാൻ സാധ്യതയുള്ളത്, സമുദ്രസംബന്ധിയായ പരിതഃസ്ഥിതിയിലാണ്. പില്ലറുകൾ തിരശ്ചീനവും (Horizontal) ഒപ്പം ലംബമായ വ്യത്യസ്തതയും ഉള്ള സൃഷ്ടിയാണ്. ഇത് സൂചിപ്പിക്കുന്നത് സമുദ്രത്തിന്റെ പിൻവാങ്ങൽ നടന്നിട്ടുണ്ടെന്നുള്ളതാണ്. ഷെല്ലുകൾക്ക് രൂപാന്തരീകരണം സംഭവിച്ചതുപോലെ കാണപ്പെടുന്നു.

ലെനാ പില്ലറുകൾ നദിയുടെ ഓരത്ത് സ്ഥിതിചെയ്യുന്നതു കൊണ്ട് കൂടുതൽ സൗന്ദര്യമുള്ളതായി തോന്നും. ജലത്തിൽ സ്തൂപങ്ങൾ പ്രതിബിംബിച്ചുകാണുന്നതുകൊണ്ട് പില്ലറുകളുടെ വലുപ്പം ഇരട്ടിയായി തോന്നുകയും പ്രൗഢിയുള്ളതാക്കി തീർക്കുകയും ചെയ്യുന്നു. സൂര്യോദയ സമയങ്ങളിൽ ഭംഗി ആശ്ചര്യപ്പെടുത്തുന്നവിധം വർദ്ധിക്കുന്നു.

ലെന പില്ലേഴ്സ് നാഷണൽപാർക്കിനെ രണ്ടായി തരം തിരിച്ചിരിക്കുന്നു. 1) ലെന സ്തംഭങ്ങൾ 2) റ്റുകുട്ടാൻ മണൽ കുന്നുകൾ. പില്ലറുകളും പില്ലറുകൾ പ്രതിബിംബിച്ചു കാണിക്കുന്ന നദിയും, മണലാരണ്യവും, പച്ചപ്പും ഒത്തുചേർന്നിട്ടുള്ള പ്രകൃതിദൃശ്യസൗന്ദര്യം ആനന്ദം ജനിപ്പിക്കും. അഞ്ചുലക്ഷം ഹെക്റ്റർ സ്ഥലത്ത് പാർക്ക് വ്യാപിച്ചു കിടക്കുന്നു. ശാസ്ത്രജ്ഞർ ഈ പ്രദേശത്തെ പരിഗണിക്കുന്നത് മനുഷ്യ സംസ്കാരത്തിന്റെ തൊട്ടിലായിട്ടാണ്.

ജലത്തിന്റെ ഖരാങ്കത്തിൽ ഊഷ്മാവിൽ സ്ഥിതി ചെയ്യുന്ന മണ്ണിന്റെ വികാസ പരിണാമ പ്രക്രിയയും വിഭിന്നാകൃതിയിലുള്ള സ്തംഭങ്ങൾ വിചിത്രാലംകൃതമായി കാണപ്പെടുന്നു. ചെറിയൊരു ഏരിയായിൽ മണലാരണ്യത്തിന്റെ ലാൻഡ്സ്കേപ്പ് ഭൂവിസ്ഥാനീയമായ പല ചേർച്ചകൾ ആവിർഭവിച്ചിട്ടുള്ള ഇവിടം ഭൂമിയിലെ ജന്തുജാലങ്ങളുടെ വികാസ പരിണാമത്തിന്റെ കഥകൾ വിളിച്ചോതുന്നു. പുരാതന ഫോസിലുകളുടെയും അതി ബൃഹത്തായ ജന്തുക്കളുടെയും ഓർഗാനിക് ലോകത്തിന്റെയും ജൈവവൈവിധ്യങ്ങളുടെയും കഥകൾ ഇവിടെ വിവരിക്കുന്നു.

ഈ ഭൂപ്രദേശത്ത് 276 ജീവിവർഗ്ഗങ്ങളും 81 കുടുംബത്തിൽപ്പെട്ട സസ്യങ്ങളുമുണ്ട്. അതിൽ 31 ഇനം മത്സ്യങ്ങളും 101 ഇനത്തിൽപ്പെട്ട പക്ഷികളും ഇവിടെ കൂടൊരുക്കുന്നു. ലോകത്ത് വിരളമായതും വംശനാശ ഭീഷണി നേരിടുന്നതുമായ ഇരുപത്തൊന്നിനം സസ്യങ്ങൾ ഇവിടെ വളരുന്നു. മഞ്ഞുകാലത്ത് ഇലപൊഴിക്കുന്നതും വീതി കുറഞ്ഞ് അഗ്രം കൂർത്ത ഇലകളോടും ഉറച്ച തടിയുള്ളതുമായ ലാർച്ച് എന്ന വൃക്ഷവും, പൈൻ മരങ്ങളും ഈ പ്രദേശത്തിന്റെ പ്രകൃതി ഭംഗി വർദ്ധിപ്പിക്കുന്നു. ഈ പ്രദേശത്തെ ഉയർന്ന കാലാവസ്ഥ ശീതകാലത്ത് $^{-}60^{0}$Cഉം വേനൽക്കാലത്ത് $^{+}35^{0}$Cഉം.

സൈബീരിയായിലെ മറ്റു വിനോദ സഞ്ചാരകേന്ദ്രങ്ങളും ലോക നാച്ചറൽ പൈതൃക പട്ടികയിൽ ആലേഖനം ചെയ്ത സ്ഥലങ്ങളും:

1. വെർജിൻ കോമി വനങ്ങൾ
2. ബേക്കൽ തടാകം
3. കാംചക്കയിലെ വോൾകാനോകൾ
4. ഗോൾഡൻ മൗണ്ടൻ ഓഫ് ആൽഫയിൻ
5. പടിഞ്ഞാറൻ ക്വാക്കസസ്
6. സെൻട്രൽ സിഹോട്ടേ ഒലിന്യു
7. പുട്ടോറാന പീഠഭൂമി
8. ലെനാ പില്ലേഴസ് നാഷണൽ പാർക്ക്
9. കുറോനിയൻ സ്പിറ്റ്
10. നാഷണൽ സിസ്റ്റം ഓഫ് ഗൻഗൽ ഐലൻഡ് റിസർവ്
11. UVS NUUR ബേസിൻ

മുപ്പത്തിയഞ്ച്

ഭൂഗർഭ നദികൾ

ഭൂഗർഭത്തിലുണ്ടാകുന്ന നദികൾ പൂർണ്ണമായിട്ടോ ഭാഗികമായിട്ടോ സമതലത്തിന് കീഴെയായി ഒഴുകുന്നു. നദീജലം ഉപരിതലത്തിൽ വെളിപ്പെടുത്തിക്കാട്ടാറില്ല. ഗിരികുന്ദരങ്ങളിൽ നിന്നും ഒഴുകിയെത്തുന്ന നദികൾ ഭൂഗർഭ നദികളിൽപ്പെടുന്നില്ല. ഗുഹാന്തർഭാഗങ്ങളിലാണ് സാധാരണയായി ഉത്തരം നദികളുടെ ഉദ്ഭവം.

ജലദ്യുതം (Aquifer) ഒരു നദിപോലെ ഒഴുകാൻ കാരണം ഇവിടുത്തെ പാറകളുടെ തട്ടുകൾ ജലം കിനിഞ്ഞിറങ്ങാവുന്നതും ബലപ്പെടുത്താത്ത ദ്രവ്യങ്ങളുമാണ്. തികച്ചും പ്രകൃതിദത്തമായ ഗുഹാനദികൾ ചുണ്ണാമ്പു പാറകളുടെ ഭൂപ്രദേശങ്ങളിൽ നിന്നാണ് ഉദ്ഭവിക്കുന്നത്. നദികൾ രൂപപ്പെട്ടുകഴിഞ്ഞാൽ സിങ്കുഹോളുകളിൽ കൂടി അപ്രത്യക്ഷമാവുകയും ഭൂഗർഭത്തിൽ കൂടി ഒഴുകി, ചിലപ്പോൾ ദൃഷ്ടിഗോചരമായി,വീണ്ടും ഭൂമിക്കടിയിലൂടെ ഒഴുകുന്നു.

ലോകത്തിന്റെ എല്ലാ ഭാഗങ്ങളിലും ഭൗമാന്തർഗ്ഗതമായ നദികൾ ഉണ്ട്. ഇതിന് പൗരാണിക കാലങ്ങളുടെ ചരിത്രം പറയാനുണ്ട്. ഭൂമിക്കും പാതാളത്തിനും ഇടയിൽ വൈതരണീ നദി ഒഴുകുന്നുണ്ടെന്ന് പൗരാണികമായി വിശ്വസിച്ചു പോരുന്നു.

ഭൂമിക്കടിയിൽ നിന്നും രൂപപ്പെട്ടിട്ടുള്ള നദികളുടെ ഇന്നത്തെ സ്ഥിതി വളരെ ശോചനീയമാണ്. ഭൂഗർഭത്തിൽ നിന്നും പുറപ്പെട്ട് സൂര്യപ്രകാശമേറ്റ് ഒഴുകുന്ന നദികൾ, മനുഷ്യനും അവന്റെ മെഷിനറികളും കൊണ്ട് കുഴിച്ചു മൂടുന്ന അവസ്ഥയാണ്. ഇതിനെ പട്ടണം വിസ്തൃതമാക്കൽ എന്നു വിളിക്കും. അല്ലെങ്കിൽ പുരോഗതിയെന്നും വിളിക്കും. കോൺക്രീറ്റ് കെട്ടിടങ്ങളുടെയും വീടുകളുടെയും അടിയിൽ ഒരു നദിയുണ്ടായിരുന്നുവെന്ന് വിസ്മരിക്കുന്നു.

മുപ്പത്തിയാറ്

ജീറ്റ ഗ്രോട്ടോ ഭൗമാന്തർഗ്ഗത നദി

ജീറ്റ ഗ്രോട്ടോ സ്ഥിതിചെയ്യുന്നത് ലെബനോൻ എന്ന രാജ്യത്തിന്റെ തലസ്ഥാനമായ ബെയ്റൂട്ടിൽ നിന്നും, 18 കിലോമീറ്റർ വടക്കുഭാഗത്തായി ജീറ്റ എന്ന സ്ഥലത്ത് നാർ അൽ കാബ് (Nahr Al-Kalb) എന്ന ഗിരി തടത്തിൽ. തമ്മിൽ ബന്ധിപ്പിച്ച രണ്ടു കാസ്റ്റിക് ചുണ്ണാമ്പുകല്ല് ഗുഹകളിലായി ഒമ്പതു കിലോമീറ്റർ ദൂരത്തിൽ വ്യാപിച്ചു കിടക്കുന്നു. ചരിത്രാതീതകാലം മുതൽ നിലവിലുള്ള ഒരു ഗുഹാ സമുച്ചയമാണ് ജീറ്റ ഗ്രോറ്റോ. എങ്കിലും 1836 ൽ റവറന്റ് വില്ല്യം തോംസൺ കണ്ടുപിടിക്കുന്നതു വരെ പുറംലോകം ഈ ഗുഹകളെപ്പറ്റി അറിഞ്ഞിരുന്നില്ല. ഇതിന്റെ ഉള്ളിൽ ബോട്ടിൽ സഞ്ചരിക്കാൻ മാത്രമേ കഴിയുകയുള്ളൂ. ജീറ്റ ഗ്രോറ്റോയിലെ ഭൂഗർഭ നദി ലെബനോൻ രാജ്യത്തിലെ ഏകദേശം 15 ലക്ഷത്തോളം ജനങ്ങളെ ജലസമൃദ്ധമാക്കി തീർക്കുന്നു.

സാഹസികോദ്യമത്തോടെയാണ് 1836 ൽ റവറന്റ് വില്ല്യം തോംസൺ ഗുഹയുടെ 50 മീറ്റർ കടക്കുന്നതിന് ഭൂഗർഭ നദിയിലെത്തിപ്പറ്റുന്നതിനായി അദ്ദേഹം ഗുഹാന്തർഭാഗത്തേയ്ക്ക് വെടിയുതിർക്കുകയുണ്ടായി. ഇതിന്റെ ഫലമായി ഓരോ ശബ്ദത്തിനും മാറ്റൊലി കേൾക്കാൻ തുടങ്ങി. ഇതിൽ നിന്നും വ്യക്തമായി അദ്ദേഹം നില്ക്കുന്നത് വളരെ പ്രാധാന്യമർഹിക്കുന്ന ഒരു ഗുഹയ്ക്കുള്ളിലാണെന്ന്.

1873–74 വർഷങ്ങളിൽ W.J.മാക്സ്‌വെൽ, H.G.ഹക്സ്‌ലേ, റവ. ഡാനിയേൽ ബ്ലിസ് എന്നിവർ നടത്തിയ പര്യവേക്ഷണത്തിൽ 1060 മീറ്റർ ഉള്ളിൽ കടന്ന് ജലസ്രോതസ്സായ ഗുഹയിൽ എത്തി പറ്റുന്നതിനു കഴിഞ്ഞു. തുടർന്നുള്ള പര്യവേക്ഷണത്തിന് HELL S RAPIDS മാതൃകയിലുള്ള കുത്തിയൊഴുക്ക് പ്രതിബന്ധം സൃഷ്ടിച്ചു. 1892 മുതൽ 1940 വരെ ഇംഗ്ലീഷ്, അമേരിക്കൻ, ഫ്രഞ്ച് എന്നീ പര്യവേക്ഷകരുടെ ശ്രമത്തിന്റെ ഫലമായി 1750 മീറ്റർ ആഴത്തിലേക്ക് കടക്കുന്നതിനു സാധിച്ചു.

1940 മുതൽ ലെബനീസ് കേവിംഗ് ക്ലബ് പര്യവേക്ഷണം ആരംഭിച്ചു. 1951 ൽ ലെബനീസ് ഗുഹാ ശാസ്ത്രജ്ഞർ ലയോണൽ ഗോറ (Lionel Ghorra) യുടെ നേതൃത്വത്തിലുള്ള പര്യവേക്ഷണം ജീറ്റ ഗ്രോറ്റോയുടെ

ആഴങ്ങളിൽ എത്തി. അങ്ങനെ 9 കിലോമീറ്റർ നീളത്തിലുള്ള വലിയൊരു ഭൂഗർഭ ഘടന കണ്ടുപിടിക്കപ്പെട്ടു. കൂടാതെ മുകൾപ്പരപ്പിലുള്ള ഒരു ശാഖയും കണ്ടുപിടിച്ചു. ഇതിനെ അപ്പർ ഗ്യാലറികൾ എന്നു പറയും. അപ്പർ ഗ്യാലറികൾ സന്ദർശിക്കുന്നതിന് 1968 ൽ നടപ്പാതകളും മറ്റും നിർമ്മിച്ച് ക്രമപ്പെടുത്തിയിട്ടുണ്ട്. എന്നാൽ പ്രകൃതിദത്തമായ ലാൻഡ് സ്കേപ്പിനു കോട്ടം തട്ടാത്ത രീതിയിൽ സംവിധാനങ്ങൾ സ്ഥാപിക്കപ്പെട്ടിട്ടുണ്ട്.

അപ്പർ ഗ്യാലറികൾ ഉദ്ഘാടനം ചെയ്യുന്നതിനുവേണ്ടി ഇലക്ട്രോണിക് മ്യൂസിക് സംഗീത പരിപാടി ഇവിടെ നടത്തപ്പെട്ടു. ഫ്രഞ്ച് കംപോസർ ഫ്രാനോയ്സ് ബേയ്ലേയുടെ നേതൃത്വത്തിലാണ് സംഗീത നിശ നടന്നത്. ഇതുപോലെ ഗുഹാന്തർഭാഗത്ത് പല സംഗീത പരിപാടികളും നടത്തിയിട്ടുണ്ട്. 1969 ൽ ലോക പ്രശസ്ത ജർമ്മൻ കംപോസർ (Karlheinz Stockhausen) കാൾഹൈൻ സ്റ്റക്കാസിൻ സംഗീതമേള നടത്തുകയുണ്ടായി. 2008-ൽ ലെബനീസ്-അമേരിക്കൻ കംപോസറും പിയാനോയിസ്റ്റുമായ Guy Manoukian ശാസ്ത്രീയ സംഗീത വിരുന്ന് ഒരുക്കി.

ജീറ്റ ഗുഹകൾ സോലൂഷണർ കാർസ്റ്റ് ഗുഹകളാണ്. ലക്ഷക്കണക്കിന് വർഷങ്ങൾക്ക് മുമ്പ് ഈ ഗുഹകൾ രൂപീകൃതമായിയെന്നാണ് നിഗമനം. ജീറ്റ മിഡിൽ ഈസ്റ്റിലെ ഏറ്റവും നീളം കൂടിയ ഗുഹാസഞ്ചയമാണ്. സമുദ്രനിരപ്പിൽ നിന്നും 300 ൽ പരം മീറ്റർ ഉയരത്തിൽ സ്ഥിതി ചെയ്യുന്നു. വളരെ വർഷങ്ങളുടെ പര്യവേക്ഷണങ്ങളുടെ ഫലമായി ഗുഹാശാസ്ത്രജ്ഞർ താഴത്തെ ഗുഹയുടെ കവാടത്തിൽ നിന്നും 6200 മീറ്റർ ഉള്ളിൽ കടന്നുകയറി. അവിടെയാണ് ഭൂഗർഭ നദിയുടെ സ്ഥാനം. കൂടാതെ 2130 മീറ്റർ നീളത്തിൽ അപ്പർ ഗ്യാലറിയും കണ്ടെത്തി. എന്നാൽ മുകളിലത്തെ ഗ്യാലറികളിൽ 750 മീറ്റർ ദൂരത്തിൽ മാത്രമേ സന്ദർശകർക്ക് പ്രവേശനമുള്ളൂ. അതും പ്രത്യേകം ആവിഷ്കരിച്ച നടപ്പാതയിൽ കൂടി മാത്രം.

മുകളിലത്തെ ഗ്യാലറികളിൽ പലതരത്തിലുള്ള ക്രിസ്റ്റൽ രൂപീകരണങ്ങൾ ഉണ്ട്. മുകളിലത്തെ പാറയിൽ നിന്നും ഒലിച്ചിറങ്ങുന്ന ചുണ്ണാമ്പു കല്ലുകൾ, ചുണ്ണാമ്പ്കൽപ്പുറ്റുകൾ, തൂണുകൾ, ശീലീഭ്രന്ധം, പുഷ്കരണികൾ, യവനികകളും അവയുടെ റോഡുകളും. ഇവിടെ എത്തിപ്പറ്റുന്നതിന് 9117 മീറ്റർ കോൺക്രീറ്റ് ടണൽ ഉണ്ട്.

സഞ്ചാരികൾക്ക് ഭാഗികമായി എത്തിപ്പറ്റാവുന്ന ബൃഹത്തായ മൂന്ന് ചേംമ്പറുകളുണ്ട്. (1) വെളുത്ത ചേംമ്പർ (2) ചുവന്ന ചേംമ്പർ. മാലിന്യം ഏല്ക്കാത്ത ശുദ്ധ കാൽസൈറ്റിന്റെ രൂപീകരണമാണിത്. ചുവന്ന നിറം ലഭിച്ചത് റെഡ് ഓക്സൈഡ് കലർന്നിട്ടുള്ളതുകൊണ്ടാണ്. റെഡ് ഓക്സൈഡിന്റെ സാധാരണ നിറം ബ്രൗൺ ആണ്. എന്നാൽ ലെബനോനിലെ റെഡ്ഓക്സൈഡിന്റെ നിറം ചുവപ്പാണ്. ഇത് രാസ

പദാർത്ഥങ്ങളുടെ സംയോജനത്തിന്റെ വ്യത്യാസം കൊണ്ടാണ്. (3)മൂന്നാമത്തെ ചേംമ്പറിനു പേരു നൽകിയിട്ടില്ല. ഏറ്റവും വലുതും ഉയരം കൂടിയതുമായ ചേംമ്പറാണിത്. ലോകത്തിലെ ഏറ്റവും നീളമുള്ള Stalactitie ഉള്ളത് വൈറ്റ് ചേംമ്പറിലാണ്. ഇതിന്റെ നീളം 8.2 മീറ്റർ.

താഴത്തെ ഗ്യാലറിയുടെ നീളം 6200 മീറ്റർ. മുകളിലത്തെ ഗ്യാലറിയിൽ നിന്നും 60 മീറ്റർ താഴെയായിട്ടാണ് ലോവർ ഗ്യാലറി. ഭൂഗർഭ നദിയും ഇരുണ്ട തടാകവും താണ്ടി വേണം ലോവർ ഗ്യാലറിയിൽ എത്താൻ. നദിയിലേക്ക് മലയരുവികളിൽ നിന്നും നീർച്ചാട്ടങ്ങളിൽ നിന്നും ശുദ്ധജലമെത്തുന്നു. ലോവർ ഗുഹയിൽ മിനറലുകൾ കൊണ്ട് രൂപപ്പെട്ടിട്ടുള്ള പരുന്തിന്റെ ചുണ്ണാമ്പുകൽപ്പുറ്റുകൾ സന്ദർശകരെ ആകർഷിക്കുന്നു.

2016 ലെ ഏഴ് അകൃത്രിമമായ ലോകാദ്ഭുത മത്സരത്തിലെ 14 അവസാന പാദമത്സര ലിസ്റ്റിൽ ഇടം നേടിയിരുന്നു. ലെബനോനിൽ സാമൂഹികപരമായും സാമ്പത്തികപരമായും സാംസ്കാരികമായും ജീറ്റ ഗ്രോട്ടോ പ്രധാനമായൊരു പങ്കു വഹിക്കുന്നു. പ്രത്യേകിച്ച് ഭൂഗർഭ നദി.

മുപ്പത്തിയേഴ്

ഭൂഗർഭ സമുദ്രം

കിഴക്കൻ ഏഷ്യയുടെ ഉപരിതലത്തിൽ നിന്നും നൂറുക്കണക്കിനു മൈൽ അടിയിലായി ആർട്ടിക് സമുദ്രത്തോളം വലുപ്പമുള്ള സമുദ്രം കണ്ടുപിടിച്ചിരിക്കുന്നുവെന്ന് ശാസ്ത്രജ്ഞർ രേഖപ്പെടുത്തിയിരിക്കുന്നു. ഭൂമിയുടെ ഉൾഭാഗത്തുകൂടി കടന്നുപോകുന്ന ഭൂകമ്പ തരംഗങ്ങളെ സ്കാൻ ചെയ്തു കൊണ്ടിരിക്കുമ്പോഴാണ് ഗവേഷകർ ഭൂഗർഭത്തിലെ സമുദ്രത്തെ കാണുന്നത്. ഭൂപരപ്പിൽ നിന്നും 700 മുതൽ 1400 കിലോമീറ്റർ താഴെയായി പാറകളോടുകൂടിയ ജലസ്തംഭിനി കാണപ്പെട്ടു.

ഈ ഭൂഗർഭസമുദ്രം ഇന്തോനേഷ്യ മുതൽ റഷ്യയുടെ വടക്കേ അറ്റം വരെ ആഴ്ന്നിറങ്ങിയിരിക്കുന്നു. ഇവിടുത്തെ പാറകൾ താരതമ്യേന കടുപ്പം കുറഞ്ഞതായതു കാരണം ഭൂകമ്പതരംഗങ്ങളുടെ ശക്തി മറ്റൊരിടത്തെ അപേക്ഷിച്ച് കുറഞ്ഞ വേഗത്തിലാണ് സഞ്ചരിക്കുന്നത്. ശാസ്ത്രപരമായി ഇങ്ങനെയൊരു ബൃഹത്തായ സമുദ്രം രൂപപ്പെടുന്നതിനുള്ള കാരണം Tectonics* പ്ലേറ്റുകളുടെ ചലനമാറ്റ പ്രക്രിയ മൂലമാണെന്ന് ശാസ്ത്രജ്ഞർ വിലയിരുത്തുന്നു.

സ്റ്റാൻഫോഡ് യൂണിവേഴ്സിറ്റിയിലെ ഭൂഭൗതിക ശാസ്ത്രജ്ഞൻ നോർമാൻ സ്ലീപ് പറയുന്നത് ഭൂമി നവീനമായിരുന്നപ്പോൾ അഗമ്യമായ അന്തർഭാഗത്തുണ്ടായിട്ടുള്ള നീരാവി വോൾകാനിക് ഗ്യാസ് ആയി ഭൂമിയുടെ ഉപരിതലത്തിലേക്ക് തള്ളപ്പെട്ടുവെന്നും അത്യന്തികമായി ഇന്നത്തെ സമുദ്രം സൃഷ്ടിക്കപ്പെട്ടുവെന്നുമാണ്. ഭൂമിയുടെ ഭൂഗർഭത്തിന്റെ പ്രായം കൂടുമ്പോഴും തണുക്കുമ്പോഴും അനായാസമായി ഭൂമിയുടെ ഉപരിതലത്തിനു താഴെയായി ജലം ശേഖരിക്കപ്പെടുന്നു, ഇത്തരത്തിലാണ് ഭൂഗർഭത്തിൽ ഒരു സമുദ്രം സൃഷ്ടിക്കപ്പെട്ടിട്ടുള്ളതെന്ന് അദ്ദേഹം സമർത്ഥിക്കുന്നു.

---

* "The theory of plate tectonics formerly known as continental drift is a working model that describe the movoement of continents and sea floor across the surface of the earth. The theory explains many anomalous facts."

ഈ ബൃഹത്തായ ജലശേഖരം ഭൂമിയുടെ ശുഭസൂചനയായിട്ടാണ് നോർമാൻ സ്ലീപ് വിലയിരുത്തുന്നത്. ഇത് ഭൂമിയുടെ ഭൗമശാസ്ത്ര പരമായ സ്ഥിരത്വത്തിന് ഗുണം ചെയ്യുമത്രെ. ഇപ്പോഴത്തെ തോതിൽ തന്നെ ഭൂമിയുടെ ഉപരിതലത്തിലുള്ള പ്ലേറ്റുകൾക്ക് ചംക്രമിക്കുന്നതിനു സഹായകരമാകും. കാരണം പ്ലേറ്റുകളുടെ ചംക്രമണത്തിന് സ്നിഗ്ദ്ധ പദാർത്ഥമായി പ്രവർത്തിക്കുന്നത് ജലമാണ്. ഇത് ആപേക്ഷികമായി ഭൂഖണ്ഡങ്ങളുടെ ഉത്കർഷവും കനവും നിലനിർത്തുന്നതിന് സഹായ കരമാണെന്ന് നോർമാൻ സ്ലീപ് സമർത്ഥിക്കുന്നു.

കൂടാതെ പ്രസിദ്ധ ഭൂകമ്പശാസ്ത്രജ്ഞനായ മൈക്കൽ വൈസഷനും ഗ്രഹത്തിന്റെ (Mantle)* പുറംകാമ്പിന്റെ ആഴങ്ങളിൽ ജലശേഖരം ഉള്ള തായി സ്ഥിരീകരിച്ചിട്ടുണ്ട്. സ്ഥിരീകരണത്തിന് ബലമേറുന്ന ശാസ്ത്രീയ കാരണങ്ങൾ അദ്ദേഹം വിശദീകരിക്കുന്നുമുണ്ട്.

0.1 ശതമാനം പാറ ഭൂമിയുടെ പുറംകാമ്പിലേക്ക് ആഴ്ന്നുപോയാൽ അവിടം ജലം കൊണ്ടു നിറയുമെന്നും അത് ആർട്ടിക് സമുദ്രത്തോളം വലുപ്പമുണ്ടാകുമെന്നും ഗവേഷകർ നിർണ്ണയിക്കുന്നു.

---

* ഭൂമിയുടെ പുറം കാമ്പിനെയാണ് (Mantle) എന്നു പറയുന്നത്. ഇതൊരു ശിലാ പാളിയാണ്. ഏകദേശം 2900 കിലോമീറ്റർ കനം ഉള്ളതായി കണക്കാക്കപ്പെട്ടിരി ക്കുന്നു.

മുപ്പത്തിയെട്ട്

സമുദ്ര പർവതങ്ങൾ

ആയിരക്കണക്കിന് പുതിയ കടൽ പർവ്വതങ്ങൾ ഭൂമിയിലുണ്ട്. ഏറ്റവും കുറഞ്ഞ ഉയരം ഒന്നര കിലോമീറ്റർ. സമുദ്രത്തിന്റെ അടിത്തട്ടിലാണെന്നതുകൊണ്ട് ഇതുവരെ ശ്രദ്ധയിൽ പെട്ടിരുന്നില്ല. ഇത്തരത്തിൽ അയ്യായിരം പർവ്വതങ്ങൾ കണ്ടുപിടിച്ചിട്ടുണ്ട്. അറിയപ്പെടുന്ന ഇരുപത്തിഅയ്യായിരം കടൽ പർവ്വതങ്ങൾ വേറെയുണ്ട്. എന്നാൽ ലോകത്തിലെ സമുദ്രത്തിന്റെ പത്തു ശതമാനത്തോളം മാത്രമേ സർവ്വെ ചെയ്യപ്പെട്ടിട്ടുള്ളൂവെന്നാണ് യൂണിവേഴ്സിററി ഓഫ് സിഡ്നിയിലെ ശാസ്ത്രജ്ഞൻ ഡീറ്റ്മാർ മുള്ളർ പറയുന്നത്. കാരണം സമുദ്രാന്തർഭാഗത്തെ ഗവേഷണങ്ങൾക്ക് ധാരാളം തടസ്സങ്ങൾ നേരിടേണ്ടി വരുന്നു. സമുദ്രാന്തർഭാഗത്തെ ടോപ്പോഗ്രഫി അത്രയ്ക്ക് കഠിനമാണ്. സമുദ്രാന്തർഭാഗത്തെക്കാൾ കൂടുതൽ അറിവ് ചൊവ്വാഗ്രഹത്തെപ്പറ്റിയുണ്ടെന്നാണ് മുള്ളർ വിശദമാക്കുന്നത്.

ധാരാളം കടൽക്കുന്നുകൾ അപ്രത്യക്ഷമാവുകയും ക്രമാതീതമായി വലുപ്പം കുറഞ്ഞുപോകുകയും ചെയ്യുന്നുണ്ട്. ഇതിന്റെ പ്രധാന കാരണങ്ങൾ പരുക്കൻ സ്ഥിതി, ജലപ്രവാഹങ്ങളുടെ ഗതി, താപം മുതലായവയെ ആശ്രയിച്ചിരിക്കുന്നു. സമുദ്രത്തിന്റെ ഇത്തരത്തിലുള്ള അവസ്ഥകൾ മനസ്സിലാക്കുന്നതിന് ശാസ്ത്രജ്ഞർ ബുദ്ധിമുട്ടുന്നുണ്ട്. അതുകൊണ്ടുതന്നെ സമുദ്രങ്ങളുടെ അടിത്തട്ടിനെ സംബന്ധിച്ചുള്ള അറിവ് പരിമിതമാണ്. കൂടാതെ കരഭൂമിയിലെ പർവ്വതങ്ങൾ ചിത്രീകരിക്കുന്ന സാങ്കേതിക വിദ്യകൊണ്ട് അവ്യക്തമായ ഉപ്പുജലത്തിലെ സംവിധാനങ്ങളെ ചിത്രീകരിക്കുക ബുദ്ധിമുട്ടു തന്നെ. ഇപ്പോൾ ഉപഗ്രഹങ്ങളിൽ ഘടിപ്പിച്ച റഡാർ അൾട്ടിമീറ്റേഴ്സ് അതായത് സമുദ്രത്തിന്റെ ആഴം അളക്കുന്ന യന്ത്രം ഉപയോഗിച്ചാണ് സമുദ്രത്തിന്റെ അടിത്തട്ടിന്റെ രൂപം നിഗമനത്തിലെത്തുന്നത്.

ലോകത്തിലെ ഏറ്റവും നീളം കൂടിയ പർവ്വതനിര മിഡ് ഓഷ്യൻ റിഡ്ജ്. ഇത് 40,389 മൈൽ ഭൂഗോളത്തിനു ചുറ്റും വ്യാപിച്ചു കിടക്കുന്നു. ലോക വ്യാപകമായ അതിരിന്റെ അടയാളമാണിത്. തൊണ്ണൂറ് ശതമാനം

(Mid Ocean Ridge) മിഡ് ഓഷ്യൻ റിഡ്ജ് വ്യവസ്ഥിതിയും സമുദ്രത്തിന്റെ അടിയിലാണ്. ഭൂമിയുടെ റ്റെക്റ്റോണിക് പ്ലേറ്റുകളുടെ ചലനം മൂലം രൂപപ്പെട്ടതാണ് ഈ പർവ്വത നിരകൾ. ഭൂമിയുടെ ബാഹ്യപടലം സംക്രമിക്കുമ്പോൾ സമുദ്രത്തിന്റെ പുതിയതലം (Ocen Floor) സൃഷ്ടിക്കപ്പെടുന്നു. ഇത് അക്ഷരാർത്ഥത്തിൽ ഗ്രഹത്തിന്റെ ഉപരിതലത്തെ നവീകരിച്ചുകൊണ്ടിരിക്കുന്നു. മിഡ് ഓഷ്യൻ റിഡ്ജിൽ ആയിരക്കണക്കിന് ഏകമായ വോൾക്കാനോസ് ആനുകാലികമായി സ്ഫോടനം നടന്നുകൊണ്ടിരിക്കുന്നു.

പർവ്വതങ്ങളുടെ ഉയരം അളക്കുന്നത് മൂന്ന് വിധത്തിലാണ്.

1. സമുദ്ര നിരപ്പിൽ നിന്നും. 2. അസ്തിവാരം മുതൽ കൊടുമുടി വരെ. 3. ഭൂമിയുടെ മദ്ധ്യത്തു നിന്നും പർവ്വതത്തിന്റെ കൊടുമുടി വരെ.

1. സമുദ്രത്തിൽ നിന്നും ഏറ്റവും ഉയരം കൂടിയ കൊടുമുടി എവറസ്റ്റ് കൊടുമുടി 8850 മീറ്റർ.
2. അസ്തിവാരം മുതൽ കൊടുമുടി വരെ ഏറ്റവും ഉയരം കൂടിയ പർവ്വതം ഹവായ് ദ്വീപിലെ മൗണ കിയ 10203 മീറ്റർ. മൗണ കിയ സമുദ്രനിരപ്പിൽ നിന്നുള്ള ഉയരം 4245 മീറ്റർ. ബാക്കി ഭാഗം സമുദ്രത്തിനടിയിലായിട്ടാണ് സ്ഥിതി ചെയ്യുന്നത്.
3. ഭൂമിയുടെ മദ്ധ്യഭാഗത്തു നിന്നും പർവ്വതത്തിന്റെ കൊടുമുടി വരെയുള്ള എവറസ്റ്റിന്റെ വിദൂരം 6,381,670 മീറ്റർ. എന്നാൽ ഇക്വഡോറിൽ സ്ഥിതിചെയ്യുന്ന ചിംബരാസോ പർവ്വതത്തിന്റെ കൊടുമുടിയിൽ നിന്നും ഭൂമിയുടെ മദ്ധ്യം വരെയുള്ള വിദൂരം 6,384,404 മീറ്റർ. അതുകൊണ്ട് ചിംബരാസോ പർവ്വതമാണ് ഭൂമിയുടെ മദ്ധ്യഭാഗത്തു നിന്നും വിദൂരത്തിൽ സ്ഥിതിചെയ്യുന്ന ഏറ്റവും പൊക്കമുള്ള പർവ്വതം. എന്നാൽ ചിംബരാസോ പർവ്വതത്തിന്റെ സമുദ്രനിരപ്പിൽ നിന്നുള്ള ഉയരം 6267 മീറ്റർ മാത്രം. അതുകൊണ്ട് സമുദ്രനിരപ്പിൽ നിന്നും ഏറ്റവും ഉയരത്തിൽ സ്ഥിതിചെയ്യുന്ന കൊടുമുടി എവറസ്റ്റ് തന്നെയാണ്.

മുപ്പത്തിയൊമ്പത്

ഗ്രേറ്റ് ബാരിയർ റീഫ്സ്

ലോകത്തിലെ ഏറ്റവും നീളം കൂടിയ പവിഴപ്പാറയുടെ ഘടനയാണ് ഗ്രേറ്റ് ബാരിയർ റീഫ്സ്. ആസ്ത്രേലിയായുടെ വടക്കുകിഴക്ക് തീരമായ Queens Land ലെ കോറൽ സമുദ്രത്തിൽ സ്ഥിതി ചെയ്യുന്നു. 2300 കിലോ മീറ്ററിലായി 900 ദ്വീപുകളിൽ മുവ്വായിരത്തോളം ശൈലസേതു വ്യാപിച്ചു കിടക്കുന്നു. ദ ഗ്രേറ്റ് ബാരിയർ റീഫ് മറൈൻ പാർക്കിന്റെ വിസ്തീർണ്ണം 344,400 സ്ക്വയർ കിലോമീറ്റർ. സജീവമായ ജീവികൾ നിർമ്മിച്ചിട്ടുള്ള ലോകത്തിലെ ഏറ്റവും വലിയ രചനാവിന്യാസം ഗ്രേറ്റ് ബാരിയർ റീഫ് തന്നെയാണ്.

ഈ ചങ്ങലപ്പാറ നിർമ്മിച്ചിട്ടുള്ളത് കോടിക്കണക്കിനു വരുന്ന ചെറിയ ഓർഗാനിസംസായ കോറൽ പോളിപ്സുകളാണ്. കോറൽ പോളിപ്സുകളിൽ ചെറിയ ആൽഗെ വസിക്കുന്നു. ഈ ചെറിയ ആൽഗയെ Zooxanthellac എന്നു പറയുന്നു. പോളിപ്സുകളിലെ Zooxanthellac വർണ്ണങ്ങൾ സൃഷ്ടിക്കുന്നതിന് കഴിവുള്ളവയാണ്. ഇത്തരം വർണ്ണങ്ങൾ പോളിപ്സുകളുടെ ശരീരത്തിൽ കൂടി ദൃഷ്ടിഗോചരമാണ്. ഇങ്ങനെയാണ് പോളിപ്സുകൾക്ക് വർണ്ണഭംഗി ലഭിക്കുന്നത്. ഗ്രേറ്റ് ബാരിയർ റീഫ്സ് വിശാലമായൊരു പ്രകൃതി വൈവിധ്യത്തെ തുണയ്ക്കുന്നു. അതുകൊണ്ട് തന്നെ 1981 ൽ ഗ്രേറ്റ് ബാരിയർ റീഫ്സ് ലോക പൈതൃക സൈറ്റിൽ സ്ഥാനം നേടി. ഗ്രേറ്റ് ബാരിയർ റീഫിന് ഏഴ് പ്രകൃതിദത്ത മഹാദ്ഭുതങ്ങളിൽ ഒന്നായി CNN തെരഞ്ഞെടുത്തിട്ടുണ്ട്.

പോളിപ്സുകൾ സമുദ്രത്തിലെ കാത്സ്യവും ബൈകാർബണേറ്റ് അയോണുകളും ഉപയോഗിച്ച് കട്ടിയുള്ള കപ്പിന്റെ ആകൃതിയിലുള്ള ചട്ടക്കൂട് സൃഷ്ടിച്ചെടുക്കുന്നു. ഈ ചട്ടക്കൂട് കാത്സ്യം കാർബണേറ്റിനാൽ (Limestone) നിർമ്മിതമാണ്. ഈ ചട്ടക്കൂടാണ് വളരെ മൃദുശരീരത്തോടു കൂടി പോളീപ്സുകളെ സംരക്ഷിക്കുന്നത്.

ഇവിടുത്തെ ശൈലസേതു വിവിധ ഇനങ്ങളിൽ കാണപ്പെടുന്നു.

1. ക്രസന്റ് റീഫ്സ്: പേരുപോലെ തന്നെ അന്വർത്ഥമായ അർദ്ധ ചന്ദ്രാകൃതിയിലുള്ള രൂപത്തോടുകൂടിയത്. ഇത്തരം പവിഴപ്പാറ

ഗ്രേറ്റ് ബാരിയർ റീഫ്സ്

വ്യവസ്ഥിതിയുടെ മദ്ധ്യഭാഗത്തായി കാണപ്പെടുന്ന ലിസാജ് ദ്വീപിലും ഗ്രേറ്റ് ബാരിയർ റീഫ് മറൈൻ റീഫുകളിലും കാണപ്പെടുന്നു.

2. പ്ലാറ്റ് റീഫുകൾ/പ്ലാനാർ റീഫുകൾ: ഇത്തരം ചങ്ങലപ്പാറകൾ, വടക്കുതെക്കു ഭാഗങ്ങളിലും കേപ്‌യോർക്ക് പെനിൻസുലയ്ക്കു സമീപ ത്തായും പ്രിൻസസ് ചാർലോട്ട് ബേ കെയിൻസ് എന്നീ ഭാഗങ്ങളിലും കാണപ്പെടുന്നു. കടലിൽ ആഴം കുറഞ്ഞ ഭാഗങ്ങളിൽ വിശാലമായ പ്രദേശത്ത് വ്യാപിച്ചു കിടക്കുന്നു.

3. റിബൺ റീഫുകൾ: ഇത് നേർത്തതും ചുറ്റപ്പെട്ടതുമായി കാണ പ്പെടുന്നു. നദികളുടെ അഴിപ്രദേശങ്ങളിലും ഗ്രേറ്റ് ബാരിയർ റീഫിന്റെ വടക്കു ഭാഗത്തുമായി കണ്ടു വരുന്നു.

4. ഫ്രിൻജിംഗ് റീഫുകൾ: വൻകരയോടു ചേർന്നുള്ള ഭാഗങ്ങളിൽ കാണപ്പെടുന്നു. ഗ്രേറ്റ് ബാരിയർ റീഫിന്റെ തെക്കുഭാഗത്തായി വൈറ്റ് സൺഡേ ദ്വീപുകളിൽ ദൃശ്യമാണ്.

5. ലഗുണൽ റീഫുകൾ: ഗ്രേറ്റ് ബാരിയർ റീഫിന്റെ തെക്കും വടക്കു ഭാഗത്തും പ്രിൻസസ് ചാർലോട്ട് ബേയുടെ തീരങ്ങളിലും ദൃശ്യമാണ്.

6. ബാരിയർ റീഫ്സ്: സമുദ്രത്തിന്റെ ആഴമുള്ള ഭാഗങ്ങളിൽ തീരം ങ്ങളിൽ നിന്നും അകലത്തിലുമായിരിക്കും.

പോളീപ്സ് നോക്ട്ടുനൽ ഇനത്തിൽപ്പെട്ട ജീവിയാണ്. പകൽ സമയ ങ്ങളിൽ അസ്ഥിപഞ്ജരങ്ങൾക്കുള്ളിൽ ഒതുങ്ങിക്കൂടുകയും രാത്രി

കാലങ്ങളിൽ ഇര പിടിക്കുകയും ചെയ്യുന്നു. പോളിപ്സുകൾ അതിന്റെ സ്പർശശൃംഗം നീട്ടി ഇര പിടിക്കുന്നു.

ദീർഘകാലത്തെ പരിണാമ പ്രക്രിയയിൽ നിന്നും രൂപപ്പെട്ടതാണ് ഗ്രേറ്റ് ബാരിയർ റീഫ്സ്. പലതരത്തിലുള്ള ദ്രവ്യങ്ങളായ ശില, സസ്യങ്ങൾ, ജന്തുക്കളുടെ പുറംതോടുകൾ, മത്സ്യങ്ങൾ, പുഴുക്കൾ, കവച ജന്തുവർഗ്ഗങ്ങൾ, ഒച്ചുകൾ, ആമകൾ, പാമ്പുകൾ, ഉയിരറ്റ പവിഴ ത്തിന്റെ പുറം തോടുകൾ മുതലായവ കൂടിച്ചേർന്ന് ഉണ്ടായതാണ് റീഫുകൾ. ഈ പരിണാമപ്രക്രിയ ഇരുപതു മില്യൺ വർഷങ്ങൾക്കു മുമ്പ് ആരംഭിച്ചതാണെന്ന് കണക്കാക്കപ്പെട്ടിരിക്കുന്നു.

സ്വോയിൻ റീഫ്സ് വടക്കേ ക്യൂൻസ്ലാൻഡിലെ ഒരു നാഷണൽ പാർക്കാണ്. ഇതൊരു പക്ഷിസങ്കേതമാണ്. ലോകത്തിലെ ഒരു ശതമാനം വരുന്ന റോസേറ്റ് ടെൺ എന്ന ദേശാടനപക്ഷികളുടെ പ്രജനന പ്രദേശ മാണ്. കൂടാതെ മറ്റു ധാരാളം പക്ഷികളുടേയും.

ഗ്രേറ്റ് ബാരിയർ റീഫ്സ് വിഭിന്നമായ വിശേഷഗുണങ്ങളുള്ള ഈസ്റ്റ് ആസ്ട്രേലിയൻ കോർഡില്ലെറ* ഡിവിഷനിലാണ്. റ്റോറസ് സ്ട്രെയ്റ്റ് മുതൽ വടക്ക് ലേഡി എല്യുയോട്ട് ദ്വീപിനും തെക്ക് ഫ്രെയ്സർ ദ്വീപിനു മിടയ്ക്കാണ് ഗ്രേറ്റ് ബാരിയർ റീഫിന്റെ സ്ഥാനം. നോർത്തേൺ ക്യൂൻസ് ലാൻഡിലെ മിതശീതോഷ്ണ കാലാവസ്ഥ ആയതുകൊണ്ട് പവിഴപ്പുറ്റ് യഥേഷ്ടം വളരുന്നതിന് സഹായകരമാകുന്നു. കരുതലുകൾ ലഭിക്കാ ത്തതും വംശഭീഷണി നേരിടുന്ന സ്പീഷിസുകളെ ഇവിടുത്തെ ജീവജാല വൈവിധ്യം സംരക്ഷിക്കുന്നു.

ഇവിടെ തിമിംഗിലം, ഡോൾഫിൻസ്, കടൽപ്പന്നി, കുള്ളൻ മിൻങ്കെ തിമിംഗിലം, ഇൻഡോ പസഫിക്, ഹംബാക്ക് ഡോൾഫിൻ, ഹംപ്ബാക്ക് തിമിംഗിലം, വലിയ കൂട്ടം Dugongs എന്നീ ജീവികൾ സജീവമാണ്. 1500ൽ പരം മത്സ്യങ്ങൾ ഇവിടുത്തെ ജീവജാല വൈവിധ്യത്തിന്റെ ഭാഗമാണ്. അതിൽ ക്ലൗൺ മത്സ്യം, ചുവന്ന ബാസ്സ്, റെഡ് ത്രോട്ട് എംബറർ പല ഇനത്തിൽപ്പെട്ട ആമകൾ, കോറൽ ട്രൗട്ട്, 49 ഇനങ്ങളിൽപ്പെട്ട മാസ്സ് സ്പൗൺ, 84 ഇനങ്ങളിൽപ്പെട്ട മറ്റിനം സ്പൗൺ, 17 ഇനത്തിൽപ്പെട്ട കടൽപാമ്പുകൾ, ആറ് ഇനത്തിൽപ്പെട്ട ആമകൾ പ്രജനനത്തിനായി എത്തുന്നവ, 15 ഇനത്തിൽപ്പെട്ട കടൽ പുല്ല് മുതലായ ജീവജാലങ്ങൾ ഇവിടുത്തെ പ്രകൃതിയുടെ വൈവിധ്യം വിളിച്ചോതുന്നു.

റീഫ്സിന്റെ സമീപത്തെ തീരത്തുള്ള ചതുപ്പിലും കണ്ടൽക്കാടു കളിലും ഉപ്പുജല മുതലകൾ അതിജീവിക്കുന്നു. 125 ഇനങ്ങളിൽപ്പെട്ട പ്രാവ്, Stingray (വാൽകൊണ്ട് കുത്തുന്ന ഒരിനം മത്സ്യം) തിരണ്ടി മീൻ, 5000 ഇനത്തിൽപ്പെട്ട ശ്ലേഷ്മോദരപ്രാണി (Mollusc) അല്ലെങ്കിൽ നത്ത

* കോർഡില്ലെറ എന്നു പറയുന്നത് സമാന്തരങ്ങളായ പല പർവ്വതങ്ങളുടെ കൂട്ടം കാണപ്പെടുന്ന പ്രദേശം

കക്ക, ഒച്ചുകൾ, പൈപ്പ് ഫിഷ്, ഒമ്പതു ഇനത്തിൽപ്പെട്ട കടൽക്കുതിരകൾ, കുറഞ്ഞത് ഏഴ് ഇനത്തിൽപ്പെട്ട തവളകൾ മുതലായ ജീവജാലങ്ങൾക്ക് അഭയകേന്ദ്രമാണ് ഗ്രേറ്റ് ബാരിയർ റീഫ്സ്.

215 ഇനങ്ങളിൽപ്പെട്ട ദേശാടനപക്ഷികൾ; അതിൽ 22 ഇനം കടൽപക്ഷികളും 32 ഇനം ഷോർബേർഡ്സ്കളും ഇവിടത്തെ സ്ഥിരം സന്ദർശകരാണ്. ഇവ ഇവിടെയുള്ള ദ്വീപുകളിൽ കൂടുണ്ടാക്കുകയും രാപാർക്കുകയും ചെയ്യുന്നു. ഗ്രേറ്റ് ബാരിയർ റീഫ്സിന്റെ വടക്കും തെക്കും ഭാഗങ്ങളിലുള്ള ദ്വീപുകളിൽ ഏകദേശം 1.7 മില്യൺ (17 ലക്ഷം) പക്ഷികൾ പ്രജനനം നടത്തുന്നതിനുള്ള സ്ഥാനമായി തെരഞ്ഞെടുത്തിരിക്കുന്നു.

2195 ഇനങ്ങളിൽപ്പെട്ട സസ്യജാലങ്ങൾ ഇവിടുത്തെ ദ്വീപുകളിൽ വളരുന്നു. നോർത്തേൺ ദ്വീപുകൾ 350 ഓളം ഇനം മരങ്ങളെ കൊണ്ട് നിബിഡമാണ്. എന്നാൽ സതേൺ ഭാഗത്തുള്ള ദ്വീപുകളിൽ 200 ഓളം ഇനത്തിൽപ്പെട്ട ഔഷധ ഗുണമുള്ള സസ്യങ്ങൾ വളരുന്നു. പ്രകൃതിയിലെ സസ്യജാലങ്ങളുടെ വൈവിധ്യം തെളിയിച്ചിരിക്കുന്നു ഈ പ്രദേശം. ഇവിടുത്തെ ദ്വീപുകളിൽ വൈറ്റ് സൺഡേ ആണ് ഏറ്റവും ഉയർന്ന തരത്തിൽ ജൈവവൈവിധ്യം തെളിയിക്കുന്നത്. ഇവിടെ 1141 ഇനത്തിൽപ്പെട്ട സസ്യജാലങ്ങളുണ്ട്. സസ്യജാലങ്ങളുടെ വ്യാപനത്തിന് പ്രധാന പങ്കുവഹിക്കുന്നത് പക്ഷികളാണ്.

ഗ്രേറ്റ് ബാരിയർ റീഫ്സിലെ പവിഴ ദ്വീപുകൾ സന്ദർശകർക്ക് ദൃശ്യഭംഗി ഒരുക്കിയിരിക്കുന്നു. ഈ പവിഴ ദ്വീപുകൾ ചക്രാകൃതിയിലുള്ള പവിഴപ്പുറ്റുകളുടെ ദ്വീപുകൾ രൂപപ്പെട്ടിട്ടുണ്ട്.

അഞ്ചുലക്ഷം വർഷങ്ങൾക്ക് മുമ്പ് ഇവിടെ ഉണ്ടായിരുന്ന പവിഴം ശരീരാസ്ഥികളുടെ ശേഖരങ്ങൾ കണ്ടെത്തിയതായി ദ റിസർച്ച് സെന്റർ വെളിപ്പെടുത്തി. ഇപ്പോഴത്തെ സജീവമായ റീഫ്സ് ഘടനയുടെ സംവിധാനം ആരംഭം കുറിച്ചിട്ട് ഇരുപതിനായിരം വർഷങ്ങൾക്കു മുമ്പാണെന്ന് ദ ഗ്രേറ്റ് ബാരിയർ റീഫ്സ് മറൈൻ പാർക്ക് അതോറിറ്റിയുടെ പഠനം വെളിപ്പെടുത്തുന്നു. ഇവിടെ നിന്നും അവസാനമായി കണ്ടെടുത്ത തെളിവുകളുടെ അടിസ്ഥാനത്തിൽ Last Glacial Maximum* കാലഗതിയിൽ റീഫ്സ് വളരാൻ ആരംഭിച്ചിട്ടുണ്ടെന്ന് ദ ആസ്ട്രേലിയൻ ഇൻസ്റ്റിറ്റ്യൂട്ട് ഓഫ് മറൈൻ സയൻസും അനുകൂലിക്കുന്നു. ബി.സി. 24500 വർഷങ്ങൾക്കു മുമ്പ് സമുദ്രനിരപ്പ് ഇപ്പോഴത്തെ അവസ്ഥയിൽ നിന്നും 120 മീറ്റർ താഴെയായിരുന്നുവെന്ന് പഠനങ്ങൾ തെളിയിക്കുന്നു.

---

* Last Glacial Maximum എന്നു പറയുന്നത്, ഭൂമിയുടെ കാലാവസ്ഥാ ചരിത്രത്തിന്റെ അവസാനത്തെ കാലഘട്ടമായി കണക്കാക്കിയിരിക്കുന്നു. ഈ കാലഘട്ടമായ 24500 BCEക്കു മുൻപ് ഐസ് ഷീറ്റുകൾ ഉച്ചനിലയിൽ വ്യാപ്തി വർദ്ധിച്ചത്.

ഇന്നേക്ക് ഇരുപതിനായിരം വർഷങ്ങൾക്കു മുമ്പ് മുതൽ ആറായിരം വർഷങ്ങൾ മുമ്പു വരെ ലോകത്തിൽ എല്ലായിടത്തും സമുദ്രനിരപ്പ് സ്ഥിരമായി ഉയർന്നു കൊണ്ടിരുന്നു. അതോടൊപ്പം പവിഴപ്പുറ്റുകളും വളരാൻ തുടങ്ങി. പതിമൂവ്വായിരം വർഷങ്ങൾക്കു മുമ്പ് ലോകത്തിലെ സമുദ്രനിരപ്പ് ഇപ്പോഴത്തെ അവസ്ഥയിൽ നിന്നും 60 മീറ്റർ താഴ്ചയിലായിരുന്നു. ആറായിരം വർഷങ്ങൾക്ക് മുമ്പ് സമുദ്രനിരപ്പ് ഇന്നത്തെ നിലയിലെത്തിയെന്ന് ശാസ്ത്രം പഠിപ്പിക്കുന്നു. സമുദ്രനിരപ്പ് ഉയരുന്നതിനനുസരിച്ച് പവിഴപുറ്റുകളും വളർന്നു. ജലനിരപ്പിനു മുകളിലേക്ക് പവിഴപുറ്റുകൾ വളരാറില്ല. ഗ്രേറ്റ് ബാരിയർ റീഫ് ലോക പ്രകൃതിപ്രതിഭാസങ്ങളിൽ എന്തുകൊണ്ടും മുൻനിരയിൽപ്പെട്ട ഒന്നാണ്. ആകർഷിക്കുന്ന വർണ്ണങ്ങൾ, ചെറിയ ജീവികളുടെ നിർമ്മാണ വൈഭവം, അനേകം ജലജീവികൾ ഒത്തുവസിക്കുന്നൊരിടം. അതുപോലെ ആകാശത്തിലെ പറവകളുടെയും സങ്കേതസ്ഥാനം മനോഹരം.

ഗ്രേറ്റ് ബാരിയർ റീഫ്സിലെ പവിഴച്ചങ്ങല പാറയുടെ വ്യവസ്ഥിതിക്ക് പലതരത്തിലും ഭീഷണികൾ നേരിടുന്നുണ്ട്. കാലാവസ്ഥാവ്യതിയാനം, മലിനീകരണം, ക്രൗൺ തോൺസ് സ്റ്റാർ ഫിഷ്, മത്സ്യബന്ധനം മുതലായവയാണ് പ്രഥമസ്ഥാനത്തുള്ള ഭീഷണികൾ.

ക്രൗൺ തോൺസ് സ്റ്റാർഫിഷ്: ഇതിന്റെ പ്രധാന ഇര പുറംതോട് കട്ടിയുള്ളതും ശിലാമയമായ കോറൽ പോളിപ്സുകളാണ്. കോറൽ പോളിപ്സുകളെ തിന്നു നശിപ്പിക്കുന്നതിലൂടെ ഇവിടുത്തെ അടിസ്ഥാന നിർമ്മാണ സംവിധാനത്തിന് മങ്ങലേൽക്കുന്നു. ക്രൗൺ തോൺസ് സ്റ്റാർ ഫിഷിന്റെ മുകൾ ഭാഗം വിഷാംശമുള്ള മുള്ളുകൾ കൊണ്ടുള്ളതാണ്. ഇവ ലോകത്തിലെ ഏറ്റവും വലിയ സമുദ്ര നക്ഷത്ര ജീവികളിലൊന്നാണ്. പ്രായപൂർത്തിയായ അതിന്റെ വലുപ്പം 25 മുതൽ 35 സെന്റീമീറ്റർ വരെ ഉണ്ടാകും. ഇതിന് ഇരുപത്തിയൊന്ന് ശാഖകൾ വരെ ഉണ്ടാവാം. ഇതിന്റെ ശരീരം മയമില്ലാത്തതായി തോന്നുമെങ്കിലും കോറലുകളെ ചുറ്റിവരിഞ്ഞ് കീഴ്പ്പെടുത്തി ഇരയാക്കുന്നതിന് നിഷ്പ്രയാസം കഴിയുന്നു. ഇവ പല നിറങ്ങളിൽ കാണപ്പെടുന്നു.

മറ്റു ഭീഷണികളായ കാലാവസ്ഥാവ്യതിയാനം, മലിനീകരണം, മത്സ്യബന്ധനം ലോകമെമ്പാടും നേരിട്ടുകൊണ്ടിരിക്കുന്ന പ്രശ്നങ്ങൾ തന്നെ. കാലാവസ്ഥാവ്യതിയാനം കൊണ്ട് കോറലുകളുടെ നിറം മങ്ങിപ്പോകുന്നു. കൂടാതെ ജീവജാലങ്ങളുടെ എണ്ണത്തിൽ കുറവുണ്ടാകുന്നു. ഫാമുകളിൽ നിന്നും കരിമ്പിൻതോട്ടങ്ങളിൽ നിന്നും ഒഴുക്കി വിടുന്ന രാസപദാർത്ഥങ്ങൾ വലിയൊരു ഭീഷണി ഉയർത്തുന്നു. ആഗോളതലത്തിൽ വ്യാപിച്ചു കൊണ്ടിരിക്കുന്ന പ്രകൃതിയുടെ തനതു അവസ്ഥയിലുള്ള മാറ്റം ഗ്രേറ്റ് ബാരിയർ റീഫ്സിലും പ്രകടമായി കണ്ടുവരുന്നു.

നാല്പത്

മെസോ അമേരിക്കൻ റീഫ്സ്

കരീബിയൻ രാജ്യങ്ങളുടെ ജ്യുവൽ ആയിട്ടാണ് മെസോ അമേരിക്കൻ ശൈലസേതുവിനെ അറിയപ്പെടുന്നത്. ലോകത്തിലെ ഏറ്റവും വലിയ രണ്ടാമത്തേതും നീളത്തിൽ നാലാം സ്ഥാനത്തുമാണ് മെസോ. മെക്സിക്കോയുടെ യു കാട്ടൻ പെനിൻസുല, കരീബീയൻ സമുദ്രതീരങ്ങളായ ബലിസ്, ഗോട്ടമാലയും കടന്ന് നോർത്തേൺ ഹോണ്ടുറാസിലെ ബേ ദ്വീപുകൾ എന്നീ സ്ഥലങ്ങളിലൂടെ ആയിരം കിലോമീറ്ററിൽ മെസോ അമേരിക്കൻ റീഫ്സ് വ്യാപിച്ചു കിടക്കുന്നു. ഇതിലെ സമ്പന്നമായ ചിത്രകമ്പളം കൊണ്ടലങ്കരിച്ച പവിഴപ്പാറ, കണ്ടൽക്കാടുകൾ, സമുദ്രതീരത്തിലെ ചതുപ്പു നിലങ്ങൾ, വൈവിധ്യമാർന്ന കടൽ ജീവികൾ എന്നിവകളെ കൊണ്ട് സമ്പന്നമാണ്. കൂടാതെ പൊയ്കകളും (Lagoons) കടൽ പുല്ലുകളുടെ തലങ്ങളും ഇവിടുത്തെ പവിഴങ്ങളുടെ പറ്റങ്ങൾക്കും പല ഇനത്തിൽപ്പെട്ട മത്സ്യങ്ങൾക്കും കൊടുങ്കാറ്റിൽ നിന്നും തീരങ്ങളുടെ ഒലിച്ചുപോക്കിൽ നിന്നും പ്രതിരോധം സൃഷ്ടിക്കുന്നു.

അമേരിക്കൻ ഭൂഖണ്ഡങ്ങളിലെ ഏറ്റവും വലിയ റീഫ്സാണ് മെസോ അമേരിക്കൻ റീഫ്സ്. ഇവിടെ Manatees (ഒരു തരം സസ്യഭോജിയായ സസ്തനി), മമ്മോത്ത് തിമിംഗില സ്രാവ്, പല ഇനത്തിൽപ്പെട്ട സമുദ്ര ആമകൾ, അദ്ഭുതം ജനിപ്പിക്കുന്ന മറ്റു ഇനങ്ങളിൽപ്പെട്ട ധാരാളം സമുദ്ര ജന്തുക്കളുടെ കേന്ദ്രമായ ലോകത്തിലെ ഏറ്റവും വലിയ വാസകേന്ദ്രങ്ങളിലൊന്നാണ്. 65 ഇനങ്ങളിൽപ്പെട്ട ശിലാമയ കോറൽ, 350 ഇനങ്ങളിൽപ്പെട്ട Mollusk*, 500ൽ പരം ഇനത്തിൽപ്പെട്ട മത്സ്യങ്ങൾ, വംശനാശ ഭീഷണി നേരിട്ടുകൊണ്ടിരിക്കുന്ന പല ഇനത്തിൽപ്പെട്ട സ്പീഷിസുകൾ, അതിൽ ശ്രദ്ധേയമായ കടൽ ആമകളായ പച്ച ആമകൾ, ലോങ്ങർ ഹെഡ് സമുദ്ര ആമകൾ, ലെതർ ബാക്ക് ആമകൾ, ഹക്ക്സ്ബിൽ ആമകൾ,

---

* Mollusk Are any of a large phylum (Mollusca) of invertibrate animals (Snails, Clams or squids) with a soft unsegmented body usually enclosed in a calcarous shell broadly shellish)

ക്യൂൻ കോൺച (Queen Conch), വെസ്റ്റ് ഇന്ത്യൻ മനാറ്റീ, സ്പ്ലെൻഡിഡ് റ്റോഡ് ഫിഷ്, അമേരിക്കൻ മുതല, മോർലറ്റ്സ് മുതല, നാസുഗ്രൂപ്പർ, എൽകോൺ പവിഴം, കറുത്ത പവിഴം എന്നീ വിചിത്ര കടൽ ജീവികളുടെ ആവാസകേന്ദ്രമാണ് മെസോ അമേരിക്കൻ റീഫ്സ്.

ഏകദേശം 1500 ഓളം ഇനങ്ങളിൽപ്പെട്ട Manatees (ഒരു തരം സസ്യ ഭോജിയായ സസ്തനി) മനാറ്റീസുകളുടെ സങ്കേതസ്ഥാനമാണ്. ഇസല കോൺറ്റോക്ക് സമീപത്തുള്ള നോർത്തേൺ ഭാഗങ്ങളിൽ ഈ ഗ്രഹ ത്തിലെ ഏറ്റവും വലിയ മത്സ്യമായ തിമിംഗിലസ്രാവ് ജീവിക്കുന്നു. ഈ മത്സ്യം ഏകാകിയായി കഴിയുന്ന കടൽ ജീവിയാണെങ്കിലും ഒന്നിച്ചു ചേർന്ന് ഇര പിടിക്കുകയും ഇണചേരുകയും ചെയ്യുന്നു. ഇവയ്ക്ക് പര സ്പരാശ്രിതമായി കൂട്ടങ്ങളുണ്ട്.

മെസോ അമേരിക്കൻ റീഫ്സ് എന്നും മെസോ അമേരിക്കൻ ബാരിയർ റീഫ്സ് സിസ്റ്റം എന്നും അറിയപ്പെടുന്നു. ഇവിടെ സംരക്ഷിക്ക പ്പെട്ട പല പ്രദേശങ്ങളും പാർക്കുകളുമുണ്ട്. ബലീസ് ബാരിയർ റീഫ്, (Belize Barrier Reef), Arrecifes de cozumel നാഷണൽ പാർക്ക്, ഹോൾ ചാൻ മറൈൻ റിസർവ്, സൈൻ കാൻ ബയോസ്ഫിയർ റിസർവ്, കേയോസ് കൊച്ചിനോസ് മറൈൻ പാർക്ക് എന്നിവകളാണ് സംരക്ഷിത മേഖലകളും പാർക്കുകളും. മെസോബാരിയർ റീഫ്, പടിഞ്ഞാറൻ ഹെമിസ്ഫിയറിലെ ഏറ്റവും വലിയ കോറൽ റീഫ്സാണ്.

മെസോ അമേരിക്കൻ റീഫ്സ് സിസ്റ്റം നാല് രാജ്യങ്ങളിലും പല സമുദ്രത്തിലെ ദ്വീപുകളിലും വ്യാപിച്ചു കിടക്കുന്നു. പ്രധാനമായും വ്യാപിച്ചു കിടക്കുന്ന സ്ഥലങ്ങൾ.

1. ബലീസ് (Belize)
2. ഗോട്ടമാല (Guatemala) സെൻട്രൽ അമേരിക്കയിലെ രണ്ടാമത്തെ ഏറ്റവും വലിയ വനമേഖലയായ (Maya Biosphere Reseve) മയാ ബയോസ്ഫിയർ റിസർവ് 2,112,940 ഹെക്ടർ സ്ഥലത്തു വ്യാപിച്ചു കിടക്കുന്നു. സെൻട്രൽ അമേരിക്കയിലെ ഏറ്റവും വലിയ വനമേഖല Bosawas.
3. (Honduras) ഹോൺഡുറാസ്, (Bay) ബേ ദ്വീപുകളായ ഉട്ടില, റോട്ടൻ, ഗുണാജ ഹോഗ് ദ്വീപുൾ, റയോ പ്ലാറ്റോ ബയോസ്ഫിയർ റിസർവ് എന്നീ സ്ഥലങ്ങൾ കരീബിയൻ ഹോണ്ടുറാസിൽ ഉൾപ്പെടും.
4. മെക്സികോ, റിവീറ മായാ, കോസുമൽ, ബാൻകോ ചിനേഹോറോ
5. Yucatan Peninsula) യുകാട്ടാൻ പെനിൻസുല.
6. ഇസ്‌ല കോൺറ്റോയി, യുകാട്ടൻ പെനിൻസുലയുടെ വടക്കേ അറ്റത്തു കിടക്കുന്ന പാർക്ക്യു നാഷണൽ ഇസ്‌ല കോൺറ്റോയ്.

റീഫ്സ് ആരംഭിക്കുന്നത് ഇതിന്റെ തെക്കുഭാഗത്തെ 8.75 കിലോമീറ്റർ നീളത്തിലും 230 ഹെക്ടർ സ്ഥലത്തു വ്യാപിച്ചു കിടക്കുന്ന ഐലൻഡ് പാർക്കിലാണ്. പ്രകൃതിയുടെ വിചിത്രങ്ങളായ നിർമ്മിതികളിൽ ഇവ ഒന്നുമാത്രം. ഒരു ആയുഷ്കാലം മുഴുവനും ഭൂമിയിലെ ഇത്തരം നിർമ്മിതികളെക്കുറിച്ച് പഠിച്ചാലും ചെറിയൊരു അംശം പോലും പഠിച്ചു തീർക്കുക എളുപ്പമല്ല.

നാല്പത്തിയൊന്ന്

ആൻഡമാൻ നിക്കോബാർ ദ്വീപുകളിലെ കോറൽ റീഫ്സ്

കോറൽ (പവിഴപ്പുറ്റ്)

ജീവി വർഗ്ഗങ്ങളിൽ ജലത്തിൽ വസിക്കുന്ന നട്ടെല്ലില്ലാത്ത ഗണത്തിൽ പ്പെട്ടതാണ് പവിഴങ്ങൾ. ഇതൊരു അണുജീവിയാണ്. റ്റ്യൂബുലർ ആകൃതി യിലോ ശരീരം കപ്പ് ആകൃതിയിലോ ദ്വാരത്തോട് കൂടിയതും, ചുറ്റാൻ പാകത്തിലുള്ള സ്പർശശൃംഗങ്ങളോട് കൂടിയതാണിവ. ഇവ നിശ്ചലമായി ഒരിടത്തു തന്നെ കഴിയുകയും ഇളം ചൂടുള്ളതും ഉഷ്ണമേഖലാ സമുദ്ര ങ്ങളിലും അതിവസിക്കുന്ന ഈ ചെറു ജീവിയിൽ ചുണ്ണാമ്പുള്ളതും, കൊമ്പുകളും നേർമ്മയേറിയ അസ്ഥിപഞ്ജരവും ഉണ്ടാകും. മിക്ക കോറലുകളും അതതു വർഗ്ഗത്തിന്റെ കൂട്ടങ്ങളായിട്ടാണ് അധിവസി ക്കുന്നത്. ഈ കോറലുകളുടെ പച്ച ആൽഗെയിലുള്ള സംയുക്തകോശ (Tissues) ങ്ങളാണ് സൂര്യപ്രകാശത്തിൽ നിന്നും ഊർജ്ജം സമ്പാദിക്കു വാൻ ആശ്രയിക്കുന്നത്.

ശിലാമയമായ ചുണ്ണാമ്പുള്ള ഒരു തരം ദ്രാവകം സ്രവിപ്പിക്കുന്നതിന് കോറലുകൾക്ക് കഴിവുണ്ട്. ഇത് സങ്കീർണ്ണമായ രൂപത്തിലും അലംകൃത മായും പരസ്പരബന്ധ സഞ്ചയങ്ങളോടു കൂടിയും റീഫ്സുകൾ സൃഷ്ടി ക്കപ്പെടുന്നു. ഇവ സംഘടിതമാണ്. അലങ്കരിക്കപ്പെട്ടതും മോടിപിടിപ്പിച്ച വയും ആടയാഭരണങ്ങളണിഞ്ഞവയുമാണ്. ഹൃദ്യമായ ദൃശ്യഭംഗി യൊരുക്കിയിരിക്കുന്നു ഈ കൊച്ചു ജീവികൾ. വലിയ കോളനികളിലായി സ്വാഭാവിക വാസസ്ഥലത്ത് സംഘടിതമായി ധാരാളം ഇനത്തിൽപ്പെട്ട ഇവ അധിവസിച്ച് പവിഴപ്പാറ സൃഷ്ടിച്ചെടുക്കുന്നു. ഇത്തരത്തിൽ സൃഷ്ടി ക്കപ്പെട്ട പവിഴപ്പാറക്കൂട്ടങ്ങളിൽ സങ്കീർണ്ണമായ വ്യവസ്ഥിതിയും ധാരാളം ജന്തു വർഗ്ഗങ്ങളും കോറലുകളും ധാരാളം ഇനം സസ്യങ്ങളും അധി വസിക്കുന്നു.

റീഫ്സ് മേഖലകളിലെ സമ്മിശ്രങ്ങളായ രൂപങ്ങളും വിവിധ വർണ്ണ ങ്ങളും അതുപോലെ തന്നെ ധാരാളം ഇനം പവിഴങ്ങളും മറ്റു സമുദ്ര ജന്തുക്കളും, ഈ സ്ഥലത്തെ മോഹിപ്പിക്കുന്നതും അതുല്യവുമായ സമുദ്രത്തിലെ ഒരു വ്യവസ്ഥിതിയെ സൃഷ്ടിച്ചെടുത്തിരിക്കുന്നു.

പ്രത്യേകിച്ച് ആൻഡമാൻ നിക്കോബാർ ദ്വീപുകൾ പ്രകൃതി ഭംഗി കൊണ്ടും മണൽമൂടിയ സമുദ്രതീരങ്ങളും സമ്പന്നമായ ജൈവവൈവിധ്യത്തിന്റേയും കേന്ദ്രസ്ഥാനമാണ്. മിക്ക ദ്വീപുകളുടെയും കിഴക്കു ഭാഗത്ത് ഫ്രിൻജിംങ് റീഫ്സുകളും പടിഞ്ഞാറുഭാഗത്ത് ബാരിയർ റീഫ്സുകളും കൊണ്ട് വളയപ്പെട്ടു കിടക്കുന്നു. ഏകദേശം രണ്ടായിരം സ്ക്വയർ കിലോ മീറ്റർ വിസ്തൃതിയിൽ പവിഴപ്പാറ വ്യാപിച്ചിട്ടുണ്ട്. അതായത് ഇവിടുത്തെ ദ്വീപുകളുടെ ആറ് ശതമാനം വിസ്തൃതിയാണ്. പവിഴപ്പാറകൾ സമ്പന്നമായ പല ഇനത്തിൽപ്പെട്ട കോറലുകളെയും ധാരാളം ഇനം മത്സ്യങ്ങളെയും ശ്ലേഷ്മോദരപ്രാണി (Molluscs) കളെയും മറ്റു ജലജന്തുക്കളെയും പാർപ്പിച്ചിരിക്കുന്നു. ദ്വീപുകളുടെ തീരങ്ങളിൽ തിങ്ങിവളർന്നിരിക്കുന്ന കണ്ടൽക്കാടുകൾ ദൃശ്യഭംഗി വർദ്ധിപ്പിക്കുന്നതോടൊപ്പം ആവാസ വ്യവസ്ഥിതിയെ നിലനിർത്തുകയും ധാരാളം ജലജീവികൾക്കും, ഉരഗവർഗ്ഗ ജീവികൾക്കും, പക്ഷികൾക്കും, മറ്റു കരജീവികൾക്കും അഭയ കേന്ദ്രം കൂടിയാകുന്നു.

ഫ്രിൻജിംങ് റീഫ്സുകൾ പ്രത്യേകമായ മൂന്നു മേഖലകളായി കാണപ്പെടുന്നു. (1) റീഫ്സ് ഫ്ളാറ്റുകൾ (2) റീഫ്സ് ക്രസ്റ്റ് (3) റീഫ്സ് സ്ലോപ്. റീഫ്സ് ഫ്ളാറ്റുകൾ തീരത്തിനോടടുത്തു നിന്നും ക്രമേണ ചരിവോടെ കടലിലേയ്ക്ക് വ്യാപിച്ചു കിടക്കുന്നു. എങ്കിലും പ്രത്യക്ഷത്തിൽ സമവൃത്തിയായി തോന്നും. കടലിനു നേരെ നീങ്ങുന്ന റീഫ്സ് പെട്ടെന്ന് ആഴത്തിലേയ്ക്ക് പതിക്കുന്നു. ആഴത്തിലേക്ക് പതിക്കുന്ന ഭാഗത്തെ റീഫ് സ്ലോപ്പ് എന്നു പറയുന്നു. റീഫ്സ് ഫ്ളാറ്റിനും റീഫ്സ് സ്ലോപിനും ഇടയിലുള്ള ഭാഗത്തെ റീഫ്സ് ക്രെസ്റ്റ് അല്ലെങ്കിൽ പവിഴപ്പാറയുടെ ശൃംഗം എന്നു പറയുന്നു, വേലിയിറക്ക സമയങ്ങളിൽ റീഫ്സ് ഫ്ളാറ്റ് കൂടുതൽ ദൃശ്യമാകുന്നു. എന്നാൽ റീഫ്സ് സ്ലോപ്പ് സദാ ജലാന്തർഭാഗത്തു തന്നെ നിലകൊള്ളുന്നു. റീഫ്സ് ഫ്ളാറ്റിലും റീഫ്സ് ക്രെസ്റ്റിലും കാണപ്പെടുന്ന കോറലുകൾ അധികവും ഉരുളൻ പാറ(Boulder shaped)യുടെ രൂപത്തിൽ കാണപ്പെടുന്നു. എന്നാൽ റീഫ്സ് സ്ലോപ്പിലുള്ള പവിഴങ്ങൾ പലതരത്തിലുള്ള വൃദ്ധിരൂപങ്ങൾ പ്രകടിപ്പിക്കുന്നു.

മിക്ക കോറലുകൾക്കും ധാരാളം ചെറിയ പോളീപ്സുകൾ ഉൾപ്പെട്ടിരിക്കുന്നു. അവ വലിയൊരു കൂട്ടമായി കോളനി രൂപീകരിച്ച് വസിക്കുന്നു. ഒരു പോളീപ്സ് പ്രണാളി രൂപത്തിലുള്ള ശരീരവും വായും, വായ്ക്കു ചുറ്റും സ്പർശനികളും (Tentacles) അവയവങ്ങളാണ്. സ്പർശനികൾ ഉപയോഗിച്ചാണ് ഇരയെ പിടിച്ച് ഭക്ഷിക്കുന്നത്. പകൽ സമയങ്ങളിൽ അസ്ഥിപഞ്ജരങ്ങൾക്കുള്ളിൽ വിശ്രമിച്ച് രാത്രിയിൽ ഇര തേടുന്നു.

ഭൂരിഭാഗം ദൃഢമായ കോറലുകളിൽ Zooxanthallae എന്നൊരു ആൽഗെയെ പാർപ്പിച്ചിട്ടുണ്ട്. ഈ ആൽഗെ കോറൽ ടിഷ്യുകൾക്ക് സമഗ്രമായ പലതരത്തിലുള്ള വർണ്ണക്കൂട്ടുകൾ നൽകുന്നു. ഇത്തരം കോറലുകളെ (Hermatypic) ഹെർമറ്റൈപിക് കോറലുകൾ എന്നു പറയുന്നു. ഇത്

കൂടുതലായും റീഫ് സ്ലോപ്പിന്റെ മുകൾ തലത്തിൽ കാണപ്പെടുന്നു. ദൃഢകോറലുകൾ Zooxanthallae ആൽഗയ്ക്ക് സംരക്ഷണം നൽകുകയും തിരിച്ച് കോറലുകളുടെ നീറ്റലുകൾക്കും വളർച്ച ത്വരിതപ്പെടുത്തുന്നതിനും സഹായിക്കുന്നു.

രണ്ടാമത്തെ ഇനമായ അഹർമാറ്റൈപിക് കോറലുകൾക്ക് Zooxanthallae ആൽഗെ അടങ്ങിയിട്ടില്ല. ഇവ സാധാരണയായി റീഫ്സ് സ്ലോപ്പിന്റെ ആഴമുള്ള ഭാഗങ്ങളിൽ കണ്ടുവരുന്നു. അവയുടെ വളർച്ച സാവധാനത്തിലും സാധാരണയായി വലിയ കോളനികൾ രൂപീകരിക്കാറുമില്ല. കൂടാതെ വിവിധ ഇനത്തിൽപ്പെട്ട പവിഴങ്ങളുണ്ട്. അവയിൽ പ്രധാനപ്പെട്ടത് ചുവടെ ചേർക്കുന്നു.

1. ഉരുളൻ പാറയുടെ രൂപത്തിലുള്ള കോറലുകൾ (Boulder Shape)
2. സ്കലേറാക്റ്റിനിയൻ കോറൽസ് (Scleractinian Corals)
3. ടേബിൾ കോറലുകൾ (Table Corals)
4. പോർ കോറൽസ് (Pore Corals)
5. നക്ഷത്ര കോറൽ (Star Coral)
6. ലെസ്സർ നക്ഷത്ര കോറൽ (Lesser Star Coral)
7. റ്റിപ്ഡ് ബബിൾ കോറൽ (Tipped Bubble Coral)
8. ഡിസ്ക് കോറൽ (Disc Coral)
9. സെപ്പന്റ് കോറൽ (Sepent Coral)
10. ബ്രാക്കറ്റ് കോറൽ (Bracket Coral)
11. നോബ് കോറൽ (Knob Coral)
12. വാലി കോറൽ (Valley Coral)
13. കുമിൾ കോറലുകൾ (Mushroom Coral)
14. ബ്രെയിൻ കോറൽ (Brain Corals)
15. ഓക്റ്റോ കോറൽ (Octo Coral)
16. റൗണ്ട് ബബിൾ കോറൽ (Round Bubble coral)
17. ട്രീ കോറൽ (Tree Coral)
18. ഗുഹാ കോറൽ (Cave Coral) (Boulder Shape)
19. ഹെഡ്ജ്ഹോഗ് കോറൽ (Headgehog Coral)മുതലായവ

ആൻഡമാൻ ആൻഡ് നിക്കോബാർ ദ്വീപുകളിലെ കോറൽ വൈവിധ്യം അതിസമ്പുഷ്ടമാണ്. 61 ജനുസ്സുകളിലായി 179ൽപരം സ്പീഷിസിൽപ്പെട്ട പവിഴങ്ങൾ ഇവിടെയുണ്ട്. ഇവിടത്തെ ദ്വീപുകളിലെ ശ്രദ്ധാർഹമായ വിശേഷണം ചില പ്രദേശങ്ങളിൽ സമൃദ്ധിയായി മൃദുവല്ലാത്ത സ്കലേറാക്റ്റിനിയൻ കോറൽസ് കണ്ടുവരുന്നു. ടേബിൾ കോറലുകൾ ഫ്ളാറ്റ് ടേബിൾസും, സ്റ്റെപ്പുകളും രൂപീകരിക്കുന്നു. സുലഭമായി

കണ്ടുവരുന്നതാണ് ബൗൾഡർ ഷെയ്പ്പ്ഡ് കോറൽ, പ്രധാനപ്പെട്ട ചില ബൗൾഡർ ഷെയ്പ്പ്ഡ് കോറലുകളെ (Pore Coral) പോർ കോറൽ എന്നും വിളിക്കും. ഇവയിൽ ചെറിയ പോളിപ്സുകളാണുള്ളത്. ഇവയ്ക്ക് റീഫ്സിന്റെ വരമ്പുകളിലും സ്ലോപ്പിന്റെ മുകളിലും വളരുന്നിനും വലിയൊരു കോളനി സൃഷ്ടിച്ചെടുക്കുന്നതിനും കഴിയുന്നു.

പ്രധാനപ്പെട്ട പവിഴപ്പുറ്റുകൾ

സ്റ്റാർ കോറൽ ക്രമരഹിതമായ രൂപത്തിൽ കോളനി സൃഷ്ടിക്കുന്നു. ഇവയ്ക്ക് പാർശ്വസ്ഥമായി വലിയ പോളിപ്പ്സ് പൊതുവായ ഭിത്തികൾ പങ്കിടുന്നു. ലെസ്സർ സ്റ്റാർ കോറലിന് ബഹുകോണായ പോളിപ്പ്സുകളുണ്ട്. നോബ് കോറലിന് ഭിന്നമായ ഗോളാകൃതിയിലുള്ള പോളിപ്പ്സുകളാണുള്ളത്. വാലി പവിഴപ്പുറ്റുകൾക്ക് ഏകമായ പോളിപ്പ്സുകളുണ്ട്. കൂൺ ആകൃതിയിലാണ് മഷ്റൂം കോറൽ, ബ്രെയിൻ കോറലുകൾ തലച്ചോറിന്റെ ആകൃതിയിലുള്ള വലിയ ഉരുളൻ പാറയുടെ രൂപങ്ങളുള്ള കോറലാണ്, ഓക്റ്റോ കോറലിന് കട്ടിയുള്ള അസ്ഥിപഞ്ജരമുണ്ട്. ഇതിൽ ഇരുമ്പിന്റെ വർണ്ണവും ആന്തരികമായി നീലനിറത്തിലും ബാഹ്യാവസ്ഥ ഇളം ചാരനിറത്തിലും കാണപ്പെടുന്നു.

റീഫ്സ് കമ്മ്യൂണിറ്റി ജന്തുക്കളുടെയും സസ്യങ്ങളുടെയു സമൂഹമാണ്. റീഫ്സ് കമ്മ്യൂണിറ്റിയെ പ്രധാനമായി രണ്ട് സമൂഹങ്ങളായി തിരിക്കാം.

എ.) റീഫ്സ് ബിൽഡേഴ്സ്:

റീഫ്സ് നിർമ്മിതിയിൽ ഉൾപ്പെടുന്നത് ഓർഗാനിസംസുകളാണ്. ഇവ റീഫ്സ് നിർമ്മിക്കുന്നതിന് വലിയ സംഭാവന നൽകുന്നു. അതിൽ അതിപ്രധാനമായത് ഉറപ്പുള്ള സ്കലേറാക്റ്റിനിയൻ സ്റ്റോണി പവിഴപ്പുറ്റുകളോ കോറലുകളോ ആണ്. മറ്റൊരു ശില്പിയാണ് ചുണ്ണാമ്പുള്ള ചുവന്ന ആൽഗെ. ഇവ കോറലുകളുടെ അസ്ഥിപഞ്ജരം നിർമ്മിക്കുന്നതിന് സഹായിക്കുകയും ശക്തിപ്പെടുത്തുകയും ചെയ്യുന്നു. ഈ ശക്തിപ്പെടുത്തൽ ദ്രവീകരണത്തെ തടസ്സപ്പെടുത്തുന്നു. കൂടാതെ റീഫ്സ് എക്കൽപാളികളെ ഏകീകരിക്കുന്നതിന് സഹായിക്കുന്നത് പച്ച ആൽഗെയാണ്.

ബി.) റീഫ്സ് ഡ്വല്ലേഴ്സ്:

ഇവ റീഫ്സിന്റെ നിർമ്മാണത്തിന് സഹായിക്കുന്നില്ലെങ്കിലും റീഫ്സ് കമ്മ്യൂണിറ്റിക്കു വേണ്ട ദ്രവ്യശൃംഖലയ്ക്ക് ഊർജ്ജം പകരുന്നു. അവ റീഫ്സിനുള്ളിലെ സ്ഥിരവാസിയാകാം, ഇടയ്ക്കിടയ്ക്കുള്ള സന്ദർശകരുമാകാം. സന്ദർശകരിൽ ചിലത് ഇരതേടി എത്തുന്നതും മറ്റു ചിലത് പ്രജനനത്തിനായി എത്തുന്നതുമാണ്. ജെല്ലി മത്സ്യങ്ങൾ കോറൽ

റീഫ്സിനു ചുറ്റും സ്ഥിരമായി വസിക്കാറില്ല. ചില സീസണുകളിൽ അവ കൂട്ടമായി പ്രത്യക്ഷപ്പെടുന്നു. ചില ജെല്ലി മത്സ്യങ്ങൾ ദംശനങ്ങൾ കൊണ്ട് നീന്തൽക്കാർക്ക് ദണ്ഡനം എല്പിക്കാറുണ്ട്. സമുദ്ര അനിമോൻസ് (നക്ഷത്രാകൃതിയിലുള്ള പൂക്കൾ വിരിയിക്കുന്ന ഒരിനം ചെറിയ ചെടി) റീഫ്സ് സ്ലോപ്പുകളിലും അരിക് പറ്റിയും റീഫ്സ് ഫ്ളാറ്റിന്റെ ആഴങ്ങളിലും കാണപ്പെടുന്നു. ഇതിൽ ക്ലോൺ മത്സ്യങ്ങളെപ്പോലുള്ള വർണ്ണശബളങ്ങളായ മത്സ്യങ്ങളെ പാർപ്പിക്കുന്നു. ഇത് മറ്റു മത്സ്യങ്ങളെയും ഇവിടേയ്ക്ക് ആകർഷിക്കുന്നു.

കവച ജന്തുവർഗ്ഗ (Crustacean)ത്തിൽപ്പെട്ട ജന്തുക്കൾ, ലോബ്സ്റ്റേഴ്, ചെമ്മീൻ എന്നിവകളുടെ സങ്കേത സ്ഥാനമാണ് റീഫ്സ്. ധാരാളം ശ്ലേഷ്മോദര പ്രാണികളുടെ വാസകേന്ദ്രമാണിവിടം. അതിൽ ടോപ്ഷെൽ, ടർബൻഷെൽ, സെക്രഡ് ചങ്ക്, കൗറീസ്, ബ്ലാക്ക് ലിപ്, പീൽ മുത്തുച്ചിപ്പി എന്നിവ ഉൾപ്പെടും. എച്ചിനോഡേമ്സ് ഇനത്തിൽപ്പെട്ട നക്ഷത്ര മത്സ്യം, ബ്രിട്ടിൽ സ്റ്റാർ, അപകടകാരിയായ ക്രൗൺ ഓഫ് തോൺസ്, കടൽപ്പുഴു, സമുദ്ര അർചിൻസ് (പുറം നിറയെ മുള്ളുകളുള്ള ഒരു കടൽ ജന്തു) എന്നിവയും ഇവിടെ വസിക്കുന്നവയാണ്. റീഫ്സുകളെ ചുറ്റിപ്പറ്റിയുള്ള ദ്വീപുകളിൽ 1200 ൽപരം സ്പീഷിസിൽപ്പെട്ട മത്സ്യങ്ങളുണ്ട്. അതിൽ 571 സ്പീഷിസിൽപ്പെട്ടവ റീഫ്സ് മത്സ്യങ്ങളാണ്. ഇതിൽ ചിത്രശലഭ മത്സ്യം, ക്ലൗൺ മത്സ്യം, പാരറ്റ് മത്സ്യം, കർഡിനാൽ മത്സ്യം, ഗോൾഫിഷ്, റേസസ്, സർജൻ ഫിഷ്, മൂറിഷ് ഫിഷ്, സ്റ്റോൺ മത്സ്യം, തേൾ മത്സ്യം, ഈലുകൾ, ട്രിഗ്ഗർ ഫിഷ് മുതലായവ ഉൾപ്പെടുന്നു.

കോറൽ റീഫ്സുകളുടെ പ്രാധാന്യങ്ങൾ

1. തീരപ്രദേശത്തെ മണ്ണൊലിപ്പും കൊടുങ്കാറ്റ് കൊണ്ടുള്ള നശീകരണത്തേയും തടയുന്നു.
2. ഇക്കോസിസ്റ്റത്തിന് ഗുണഫലങ്ങളുണ്ടാക്കുന്ന ലോകത്തിലെ വളരെ ഭിന്നമായവയിൽ ഏറ്റവും പ്രധാനപ്പെട്ട ഒരു സങ്കേതം.
3. വാണിജ്യപരമായി വളരെ പ്രാധാന്യമുള്ള മത്സ്യങ്ങളുടെയും ഷെൽ മത്സ്യങ്ങളുടെയും പ്രജനനവും വളർത്തു പരിപാലന കേന്ദ്രവും.
4. ചെറു (Juvenile) മത്സ്യങ്ങൾക്കും ധാരാളം ചെറു ജീവികൾക്കും (Organisms) അഭയസ്ഥാനം.

6. ചുറ്റുപാടും അധിവസിക്കുന്ന ജനങ്ങൾക്ക് സമ്പത്തും തൊഴിലും പ്രദാനം ചെയ്യുന്നു.

ഭീഷണികൾ

എ.) പ്രകൃത്യാലുള്ള ഭീഷണികൾ

1. ചുഴലിക്കാറ്റുകളും സൈക്ലോണും (അതിശക്തമായ കാറ്റ്) എന്നിവ കോറലുകളെ നശിപ്പിക്കുന്നു.

2. രോഗങ്ങൾ പിടിപെട്ട് നശീകരണം സംഭവിക്കുന്നു.
3. കാലാവസ്ഥാവ്യതിയാനം കൊണ്ട് കോറലുകളുടെ നിറം മങ്ങിപ്പോകുന്നു. ക്രൗൺ ഓഫ് തോൺ സ്റ്റാർ ഫിഷിന്റേയും Cariliivorous (മറ്റു ജീവികളെ ഇരയാക്കുന്ന ജീവി) കളുടേയും സാന്നിദ്ധ്യം.

ബി.) മാനുഷിക (Anthropogenic) ഭീഷണികൾ

1. എക്കൽ അടിയുന്ന പ്രക്രിയയുടെ ക്രമാതീതമായ വർദ്ധനവ്
2. മലിന വസ്തുക്കളും ജലവും (Swage) അമിതപോഷണവും
3. അപകടത്തിലാക്കുന്ന മത്സ്യബന്ധനം
4. വനനശീകരണവും തെറ്റായ രീതികളിലുള്ള കൃഷിയും
5. ഓയിൽ മലിനീകരണം
6. തെറ്റായ രീതിയിൽ ബോട്ടുകളുടെ നങ്കുരമിടൽ
7. അനധികൃതമായി സമുദ്രസമ്പത്തിന്റെ ചൂഷണം
8. റീഫ്സിന്റെ മുകളിൽ കൂടിയുള്ള നടത്തവും തെറ്റായ രീതിയിലുള്ള ഡൈവിംഗും (Diving).

ആൻഡമാൻ ആൻഡ് നിക്കോബാർ ദ്വീപുകളിലെ പ്രധാനപ്പെട്ട കോറൽ റീഫ് സ്ഥാനങ്ങൾ

1. മഹാത്മാഗാന്ധി മറൈൻ നാഷ്ണൽ പാർക്ക്
2. റാണി ത്സാൻസി മറൈൻ നാഷ്ണൽ പാർക്ക്
3. നോർത്ത് റീഫ്സ് ഐലൻഡ് സാങ്ചറി
4. സ്മിത്ത് ഐലൻഡ്
5. റോസ് ഐലൻഡ്
6. ഏവീസ് ഐലൻഡ്
7. ലാമിയ ബേ
8. ഹർമിന്തർ ബേ
9. സിൻക്യാ ഐലൻഡ്
10. ക്യാംബൽ ബേ
11. നാൻകൗവറി ദ്വീപുകൾ

നാല്പത്തിരണ്ട്

പാമുക്കെൽ
(Pamukkale)

പാമുക്കെൽ പ്രകൃത്യാനുസരണമായ ഈ പ്രതിഭാസം ടർക്കിയുടെ തെക്കുപടിഞ്ഞാറെ പ്രവിശ്യയായ ഡെൻസിലിയുടെ ഉൾപ്രദേശമായ Aegean ലെ Menders നദിയുടെ താഴ്‌വാരത്തു സ്ഥിതി ചെയ്യുന്നു. ഇവിടെ 365 ദിവസവും മിതശീതോഷ്ണ കാലാവസ്ഥയാണ് അനുഭവപ്പെടുന്നത്. താപമുള്ളതും ഉയർന്ന അളവിൽ കാത്സ്യം കാർബണേറ്റ് അലിഞ്ഞു ചേർന്നിട്ടുള്ളതുമായ ജലം ചുണ്ണാമ്പുപ്പാറകളുടെ ഇടയിലൂടെ മേലോട്ടു കുതിക്കുന്നു. മിനറലുകൾ അടങ്ങിയ അരുവികൾ ഒഴുകുന്നിടത്ത് വെണ്മയായതും തവിട്ടുനിറത്തിലും ക്രീം നിറത്തിലും ചുണ്ണാമ്പുപ്പാറയുടെ പാളികൾ സൃഷ്ടിക്കപ്പെട്ടിട്ടുണ്ട്. ഇത്തരത്തിൽ ധാരാളം മേൽത്തളങ്ങൾ കാണാം.

അതിപുരാതനമായ ഹീരാപൊളീസ് സിറ്റി ബി.സി. രണ്ടാമാണ്ടിൽ മണ്ണിലോ പാറയിലോ അല്ല പണികഴിപ്പിച്ചത്. മറിച്ച് നൂറ്റാണ്ടുകളായി കാത്സ്യം കാർബണേറ്റ് ജലം ഒഴുകി, പല പാളികളിലായി രൂപപ്പെട്ടിട്ടുള്ള ചുണ്ണാമ്പുകല്ലിന്റെ മുകളിലാണ്. ഈ പട്ടണത്തിന്റെ നീളം 2700 മീറ്ററും വീതി 600 മീറ്ററും ഉയരം 160 മീറ്ററുമാണ്. ഇവിടെ രൂപപ്പെട്ടിട്ടുള്ള കുളങ്ങളിൽ സഹസ്രാബ്ദങ്ങൾക്ക് മുമ്പ് മുതൽ സ്നാനം ചെയ്തുകൊണ്ടിരിക്കുന്നു. പാമുക്കെലിൽ സ്ഥിതിചെയ്യുന്ന പ്രദേശങ്ങളും ഹീരാപൊളീസ് പ്രദേശവും 1988ൽ യുനെസ്കോയുടെ ലോക പൈതൃക പട്ടികയിൽ ചേർക്കപ്പെട്ടിട്ടുണ്ട്. ഈ പ്രദേശത്ത് ഊഷ്മാവുള്ള വെള്ളത്തിന്റെ 17 ഉറവകൾ (Springs) ഉണ്ട്. 35^0c മുതൽ 100^0c വരെ താപജലം ഭൂഗർഭത്തിൽ നിന്നും നിർഗ്ഗളിക്കുന്നു.

ഇവിടുത്തെ ഉറവകളിൽ നിന്നും ആവിർഭവിക്കുന്ന ചൂടുള്ള ജലം 320 മീറ്റർ ദൂരെയുള്ള ചുണ്ണാമ്പുകല്ല് പാറയുടെ തലപ്പത്തെത്തിച്ച് കാത്സ്യംകാർബണേറ്റ് ശേഖരിക്കുന്നു. കാർബൺഡൈ ഓക്സൈഡിനെ പ്രകൃത്യാ നീക്കം ചെയ്ത് ജലത്തിലെ കാർബൺഡൈഓക്സൈഡും വായുവിലെ കാർബൺഡൈഓക്സൈഡും സ്ഥിരത കൈവരിക്കുമ്പോൾ

മൃദുവായ ജെല്ലിയുടെ ആകൃതിയിൽ കാത്സ്യം കാർബണേറ്റ് രൂപപ്പെടുന്നു. ഇത് ഘനീഭവിച്ച് കാഠിന്യമുള്ള വെൺമയായ ചുണ്ണാമ്പുപാറയായി മാറുന്നു. ഇത്തരത്തിൽ 4.9 സ്ക്വയർ കിലോമീറ്റർ വിസ്തൃതിയിൽ ദിവസവും ഒരു മില്ലീമീറ്റർ ഘനത്തിൽ കാത്സ്യം കാർബണേറ്റിന്റെ ശേഖരം സൃഷ്ടിക്കപ്പെടുന്നു.

പാമുക്കെൽ ടർക്കിയിലെ ഏറ്റവും ഔന്നത്യമാർന്ന ആകർഷണങ്ങളിൽ ഒന്ന്. പഞ്ഞിയുടെ നിറത്തോട് ഉപമിക്കാവുന്ന മേൽത്തളങ്ങളും പ്രതിഭാസവും ലോകത്തിലെ അമൂല്യ സ്ഥാനങ്ങളിൽ ഒന്നാണ്. പുരാതന പട്ടണമായ ഹീരാപൊളിസ് ഇവിടുത്തെ ഭൂഗർഭത്തിലുള്ള ജലം ഉപയോഗിച്ചിരുന്നു. ലോക സഞ്ചാരികളും തദ്ദേശീയ വാസികളും എത്തുന്നത് ഇവിടുത്തെ പ്രകൃതി സൗന്ദര്യം നുകരുന്നതിനു മാത്രമല്ല; മറിച്ച് ശാരീരികമായും മാനസികമായും ആരോഗ്യാവസ്ഥയിലെത്തുന്നതിനു കൂടിയാണ്. ഇവിടുത്തെ ഉഷ്ണനീരുറവ രോഗശമനം വരുത്തുമെന്ന് ശാസ്ത്രീയമായി തെളിയിച്ചിട്ടുള്ളതാണ്.

ഡെനിസ്‌ലിങിന് 18 കിലോമീറ്റർ വടക്കായി സ്ഥിതിചെയ്യുന്ന പാമുക്കെലിൽ ടർക്കിയുടെ ഏറ്റവും ശ്രദ്ധേയമായ മിനറൽ ബാത്ത്സ്പാ സ്ഥിതിചെയ്യുന്നു. പ്രകൃതി അതിന്റെ സൗന്ദര്യവും പ്രതിഭാസവും വെളിപ്പെടുത്തിയൊരിടം. ക്ഷാരശിലയടങ്ങിയ ഉഷ്ണമുള്ള ജലത്തിന്റെ സ്പ്രിംഗ്സ് ഭൂമിയുടെ അന്തർഭാഗത്തു നിന്നും പാറമുനമ്പുകളിൽ നിന്നുമുള്ള നീർച്ചാട്ടങ്ങളും അവ ഒരുക്കിയിരിക്കുന്ന രൂപീകരണങ്ങളും ഗുണസവിശേഷതകളും പ്രകൃതിപ്രതിഭാസങ്ങളിൽ ഒട്ടും പിറകിലല്ല. ഇത്തരത്തിൽ സ്പ്രിംഗ്കളും നീർച്ചാട്ടങ്ങളും തണുത്തുറഞ്ഞ് തേജോമയമായതും വെൺമയുള്ളതുമായ മേൽത്തളങ്ങളും കുളങ്ങളും സൃഷ്ടിച്ചെടുത്തിട്ടുണ്ട്.

ടർക്കിയുടെ കോട്ടൻ-കോട്ട എന്നറിയപ്പെടുന്ന ഇവിടെ റോമൻസ് ഹീരാപൊളീസ് എന്ന സ്പാസിറ്റി സ്ഥാപിക്കുന്നതിനു മുമ്പ് തന്നെ ഇവിടെ ആരോഗ്യസ്നാന സ്ഥല (SPA) മായി ഉപയോഗിച്ചിരുന്നു. അതി പുരാതന കുളങ്ങൾ ഇപ്പോഴും നിലവിലുണ്ട്. ഈ കുളത്തിലെ സ്നാനം ഇപ്പോഴും തികച്ചും സൗജന്യമാണ്. റോമാക്കാർ പണിത അപ്പോളോ ക്ഷേത്രത്തിന്റെ അവശിഷ്ടങ്ങളായ മാർബിൾ തൂണുകൾ ചിന്നിച്ചിതറി ഇവിടെ കിടപ്പുണ്ട്. പ്രകൃതിപ്രതിഭാസങ്ങളെ അടുത്തറിയാൻ പ്രകൃതി ഒരുക്കിയ ശ്രേഷ്ഠമായൊരു സ്ഥലം.

നാല്പത്തിമൂന്ന്

ഉഷ്ണജല സ്രോതസ്സുകൾ

ഭൂമിയുടെ അന്തർഭാഗത്തുനിന്നും ഊറ്റുകുഴികൾ വഴി തുടർച്ചയായും പ്രക്ഷുബ്ധമായും ഉഷ്ണജലം പുറത്തേയ്ക്ക് തെറിപ്പിക്കുകയും തുടർന്ന് നീരാവി പുറംതള്ളപ്പെടുകയും ചെയ്യുന്ന ഈ പ്രതിഭാസത്തെയാണ് ഗയ്സർ എന്നു വിളിക്കുന്നത്. ചില ഉഷ്ണസ്രോതസ്സുകളിൽ നിന്നും ആയിരക്കണക്കിന് ഗ്യാലൻ ഉഷ്ണജലം നൂറോ ഇരുനൂറോ അതിൽ കൂടുതലോ അടി ഉയരത്തിലേയ്ക്ക് പായിക്കാറുണ്ട്. ലോകമെമ്പാടുമുള്ള ഉഷ്ണജലസ്രോതസ്സുകളുടെ എണ്ണം ഏകദേശം ആയിരത്തിൽപരം മാത്രം. ലോകത്തിൽ അഞ്ചു രാജ്യങ്ങളിൽ മാത്രമേ ഉഷ്ണജലസ്രോതസ്സുകൾ നിലകൊള്ളുന്നുള്ളൂ. (1) യുണൈറ്റഡ് സ്റ്റേറ്റ് ഓഫ് അമേരിക്ക (2) റഷ്യ (3) ചിലി (4) ന്യൂസിലാൻഡ് (5) ഐസ്‌ലാൻഡ് എന്നീ രാജ്യങ്ങളിൽ മാത്രം.

ഭൂഗർഭജലത്തിലും അതിന്റെ സവിശേഷതകളിലും പ്രത്യേക തരത്തിലുള്ള വ്യതിയാനങ്ങളിലൂടെയാണ് ഗെയ്സർ രൂപപ്പെടുന്നത്. ഇതൊരു അത്യപൂർവ്വ പ്രതിഭാസമാണ്. വോൾകാനിക് പ്രവർത്തനങ്ങൾ സംഭവിക്കുന്ന പ്രദേശങ്ങളിലാണ് ഉഷ്ണജല സ്രോതസ്സുകളുടെയും സ്ഥാനങ്ങൾ. അതായത് മാഗ്മയുടെ സമീപ പ്രദേശങ്ങൾ ഭൂപരപ്പിലെ ജലം ഏകദേശം രണ്ടായിരം മീറ്റർ താഴ്ചയിൽ ചൂടായി കിടക്കുന്ന പാറകളുമായി സമ്പർക്കം സ്ഥാപിക്കും. ഈ സമ്പർക്കം മൂലം സാധാരണ ജലം ഉഷ്ണജലമായി മാറുന്നു. ഉഷ്ണജലമായി മാറുന്നതോടെ സമ്മർദ്ദത്തിന് വിധേയമാകുന്നു. സമ്മർദ്ദത്തിലായ ഉഷ്ണജലവും നിരാവിയും പുറത്തേയ്ക്ക് ശക്തിയോടെ തെറിപ്പിക്കുന്നു. ഉഷ്ണജലവും നിരാവിയും ഭൂമിയുടെ ഉപരിതലത്തിൽ എത്തുവാൻ നിർഗമന ദ്വാരങ്ങളുണ്ട്. ഇതിനെ ഭൂഗർഭ ഉഷ്ണജല സ്ഫോടനം എന്നു പറയുന്നു. ഗെയ്സറുകളുടെ രൂപീകരണത്തിന് പ്രധാനമായും ഭൂവിസ്ഥാനിയമായ മൂന്ന് കാര്യങ്ങൾ ഒത്തുചേരണം.

(1) തീക്ഷ്ണമായ ചൂട് (2) ഭൂമിയുടെ ഉപരിതലത്തിൽ നിന്നും ചൂടുള്ള പാറ വരെ എത്താനുള്ള ജലം. (3) പ്ലംബിംഗ് സിസ്റ്റം. ചൂടായ ജലത്തെ

ശേഖരിക്കുന്നതിന് ഒരു ജലസംഭരണി ഉണ്ട്. പ്ലംബിംഗ് സിസ്റ്റം രൂപപ്പെടുന്നത് വിടവുകളായിട്ടും പൊട്ടലുകളായിട്ടും സുക്ഷിരങ്ങളിലൂടെയും പൊള്ളയായ ഭാഗങ്ങളിലുടേയും ആയിരിക്കും. ഇവകളുടെ ഉള്ളിൽ സമ്മർദ്ദം രൂപപ്പെടുന്നതിന് സങ്കോചങ്ങൾ (Constrictions) വളരെ പ്രധാനമാണ്. ഇത്രയും അനുകൂല സാഹചര്യങ്ങൾ ഒത്തുവരുന്ന സ്ഥലത്തു മാത്രമേ ഗെയ്സേഴ്സ് സൃഷ്ടിക്കപ്പെടുകയുള്ളൂ.

ഗെയ്സർ ജലം കൊണ്ടു നിറയുമ്പോൾ (Column) കോളത്തിന്റെ മുകളിലുള്ള ജലം തണുക്കുന്നു. എന്നാൽ ചാനൽ ഇടുങ്ങിയതായതു കൊണ്ട് ജലസംഭരണിയിലുള്ള ജലത്തെ തണുപ്പിക്കുന്നതിന് അസാദ്ധ്യമാകുന്നു. മുകൾപ്പരപ്പിലെ തണുത്ത ജലം കീഴ്ഭാഗത്തുള്ള ചൂടേറിയ ജലത്തിനുമേൽ സമ്മർദ്ദം ചെലുത്തുന്നു. ഈ സമ്മർദ്ദം മൂലം അടിയിലുള്ള ജലം കുടുതലായി ചൂടായി തിളങ്ങുന്ന ഊഷ്മാവിൽ എത്തിച്ചേരുന്നു. തിളച്ചു മറിയുന്ന ജലസംഭരണിയിലെ ജലത്തിൽ നിന്നും നീരാവിയുടെ കുമിളകൾ മുകളിലേക്ക് ഉയരുന്നു. അവ ഗെയ്സറിന്റെ ജലദ്വാരങ്ങളിലൂടെ ശക്തിയായി ജലത്തോടൊപ്പം പുറംതള്ളപ്പെടുന്നു. ഇങ്ങനെ കോളത്തിന്റെ ഭാരക്കുറവും അടിയിലെ ജലത്തിന്റെ സമ്മർദ്ദം കുറയുകയും ചെയ്യുന്നു. സമ്മർദ്ദം പുറത്തു വിടുന്നതോടെ ചൂട് കൂടിയ ജലം നീരാവിയിലേയ്ക്ക് പായുന്നു. (Flashes) കോളം മൊത്തത്തിൽ തീക്ഷ്ണമായി ഊഷ്മാവ് വർദ്ധിക്കുന്നു. ഇതിന്റെ ഫലമായി നീരാവിയും ഉഷ്ണജലവും വികാസം പ്രാപിച്ച് പതഞ്ഞുപൊങ്ങി ദ്വാരങ്ങളുടെ പുറത്തേക്ക് സ്പ്രേ ചെയ്യപ്പെടുന്നു. ചില സ്ഫോടനങ്ങൾ ചില മിനിറ്റുകളിൽ കുറച്ചു സെക്കന്റുകളും ചിലത് എട്ടുമുതൽ പത്തുവരെയുള്ള മണിക്കൂറുകളിൽ പത്തു മിനിറ്റുവരെയും എറപ്ഷൻ നടക്കുന്നു.

ഉഷ്ണജല പ്രവാഹം രണ്ടുതരത്തിലുണ്ട്

1. ഫൗണ്ടർ ഗെയ്സഴ്സ്

ചെറിയ ജലാശയങ്ങളിൽ നിന്നും ഉദ്യമിക്കുന്ന ഉഷ്ണജല പ്രവാഹമാണ് ഫൗണ്ടൻ ഗെയ്സേഴ്സ്. അനുക്രമമായി തീഷ്ണതയോടും അക്രമപരമായും ആവിർഭവിക്കുന്നു.

2. കോൺ ഗെയ്സഴ്സ്

അഗ്നിപർവ്വതമുഖത്തു നിന്നോ മലകളാൽ ചുറ്റപ്പെട്ട താഴ്വാരങ്ങളിൽ നിന്നോ ഉണ്ടാകുന്ന ഉഷ്ണജലപ്രവാഹങ്ങളെ കോൺഗെയ്സേഴ്സ് എന്നു വിളിക്കുന്നു. സിലിക്കയുടെയോ ചുണ്ണാമ്പുകല്ലിന്റെയോ മേടുകളിൽ നിന്നും ധാതുക്കൾ കലർന്ന ഉഷ്ണജല പ്രവാഹങ്ങളുടെ സ്പ്രിംഗുകൾ ഉദ്ഭവിക്കുന്നു.

ലോകത്തിന്റെ പല ഭാഗങ്ങളിലായി ധാരാളം വോൾകാനോ സ്ഥലങ്ങളുണ്ട്. അവയിൽ നിന്നും ഉഷ്ണനീരുറവകളും മട്ടിയുടെ നിർഗമനങ്ങളും അഗ്നിപർവ്വതത്തിന്റെ പുകദ്വാരങ്ങളുമുണ്ട്. എന്നാൽ ഇവയിൽ

വളരെ കുറച്ചു സ്ഥലങ്ങളിൽ മാത്രമേ ഗെയ്സേഴ്സ് എറപ്റ്റ് ചെയ്യുന്നുള്ളൂ. ഗെയ്സേഴ്സ് ദുർബലമായ ഒരു പ്രതിഭാസമാണ്. അവസ്ഥ മാറുന്നതിനനുസരിച്ച് മാറ്റം വന്നുകൊണ്ടിരിക്കും. അവ നിഷ്ക്രിയാവസ്ഥയിലാവുകയോ അല്ലെങ്കിൽ ഇല്ലാതാവുകയോ ചെയ്യുന്നു.

അത്യുഷ്ണാവസ്ഥയിലും ജീവനെ നിലനിർത്താൻ കഴിയുന്ന ബാക്റ്റീരിയകൾ ഗെയ്സർ ജലത്തിൽ വസിക്കുന്നു. അത്യുഷ്ണത്തിലും സെല്ലുലാർ പ്രോട്ടീനുകളും DNA യും നഷ്ടപ്പെടാതെ പരിപാലിക്കപ്പെടുന്നു. അതായത് ജലം തിളയ്ക്കുന്ന ഊഷ്മാവിൽ ജീവൻ നിലനിർത്തുന്ന ബാക്ടീരിയകൾ 50^{0}c നും 70^{0}c ഊഷ്മാവിൽ നശിക്കാത്ത ബാക്ടീരിയകളും 80^{0}c നും 110^{0}c ഊഷ്മാവിൽ നശിക്കാത്ത ബാക്ടീരിയകളും ഉണ്ട്. ഹീറ്റ് സ്റ്റേബിൾ എൻസൈമുകൾ ഇത്തരം ബാക്ടീരിയകളിൽ ഉള്ളതാണ് ഇതിനു കാരണം.

നാല്പത്തിനാല്

യെല്ലോസ്റ്റോൺ ഉഷ്ണജലസ്രോതസ്സുകൾ

തീർത്തും അനന്യസുലഭമായതും ചൂടും ഉഷ്ണവും അചിന്തിതമായ ലക്ഷണങ്ങളോടുകൂടിയ ജലക്കുഴലുകളോടുകൂടിയതുമാണ് ഗെയ്സേഴ്സ്. അതിൽ ലോകത്തിലെ ഏറ്റവും പ്രധാനപ്പെട്ട ഒരിടമാണ് യെല്ലോ സ്റ്റോൺ നാഷണൽ പാർക്ക്. ഉഷ്ണജലസ്രോതസ്സുകളെ സംബന്ധിച്ചിടത്തോളം ലോകത്തിലെ ഏറ്റവും വലിയ പ്രകൃതി പ്രതിഭാസമാണ് ഈ പാർക്കിലുള്ളത്. ആയിരക്കണക്കിന് ഉഷ്ണനീരുറവ (Springs)കളും ഏകദേശം അഞ്ഞൂറോളം ഗെയ്സറുകളും ഇവിടെയുണ്ട്. ലോകത്തിലെ ഗെയ്സറുകളുടെ പകുതി ഈ നാഷ്ണൽ പാർക്കിലാണ്. യുണൈറ്റഡ് സ്റ്റേറ്റ് ഓഫ് അമേരിക്കയിലെ Wyoming എന്ന സ്ഥലത്തും കുറഞ്ഞൊരു ഭാഗം (Montana, Idaho) മോൺറ്റാന, ഇഡാഹോ എന്ന സ്ഥലങ്ങളിലുമായി ഭൂരിഭാഗം ഗെയ്സറുകൾ വ്യാപിച്ചു കിടക്കുന്നു. കുറഞ്ഞത് 1283 ഗെയ്സേഴ്സ് ഈ നാഷ്ണൽ പാർക്കിൽ പൊട്ടിത്തെറിക്കപ്പെട്ടിട്ടുണ്ടെന്ന് കണക്കാക്കിയിരിക്കുന്നു. എന്നാൽ അഞ്ഞൂറിൽ താഴെ മാത്രമേ നിലനിൽക്കുന്നുള്ളൂ (പ്രവർത്തനക്ഷമതയിലുള്ള). ഗെയ്സറുകളുടെ പൊട്ടിത്തെറിമൂലം അതിന്റെ കുഴലുകളിൽ ധാതുക്കൾ അടിഞ്ഞു കൂടുന്നതിന്റെ ഫലമായി നിലച്ചുപോകുകയോ പ്രവർത്തനങ്ങളിൽ മാറ്റം സംഭവിക്കുകയോ ചെയ്യാറുണ്ട്. കൂടാതെ ഭൂകമ്പം, മനുഷ്യന്റെ ഇടപെടൽ മൂലം ഗെയ്സേഴ്സ് നിലച്ചുപോകുകയും ഒന്ന് മറ്റൊന്നിനോട് യോജിക്കുകയും ചെയ്യാറുണ്ട്.

പതിനായിരത്തിൽപരം ഉഷ്ണജലനീരുറവകളും ഗെയ്സറുകളുമുണ്ട് ഈ പാർക്കിൽ. വർഷത്തിൽ മുന്നൂറിൽപരം തവണ പൊട്ടിത്തെറിക്കുന്ന ചില ഗെയ്സറുകൾ ഇവിടെയുണ്ട്. അമ്പതു വർഷങ്ങളായി പ്രവർത്തനരഹിതമായ അവസ്ഥയിൽ കഴിയുന്ന (Stream Boat) സ്ട്രീം ബോട്ടിന്റെ സ്ഥാനവും ഇവിടെ തന്നെ. പ്രധാനമായി എട്ട് ഉഷ്ണജല സ്രോതസ്സുകളുടെ പ്രദേശങ്ങളായി തിരിച്ചിട്ടുണ്ട്. അവയുടെ ചുരുങ്ങിയ വിവരണങ്ങൾ ചുവടെ ചേർക്കുന്നു.

1. മമ്മോത്ത് ഹോട്ട് സ്പ്രിംഗ്

ഇത് യെല്ലോ സ്റ്റോൺ നാഷ്ണൽ പാർക്കിന്റെ വടക്കുകിഴക്കാണ്. സമാനതകളില്ലാത്ത ജലസ്രോതസ്സുകളാണ് മമ്മോത്ത് ചൂട്നീരുറവകൾ. പുരാതനമായ ചുണ്ണാമ്പുകല്ല് ശേഖരങ്ങളിൽ നിന്നും ഉഷ്ണജലം ഉച്ചസ്ഥായിയിലേയ്ക്ക് കുതിച്ചുയരുന്നു. ഇതിന്റെ ഫലമായി അവിടുത്തെ ലാൻഡ്സ്കേപ്പ് ശില്പവേല ചെയ്ത ചുണ്ണാമ്പുകല്ലിന്റെ തളങ്ങൾ പ്രകൃതി ഒരുക്കിയിരിക്കുന്നു. വർണ്ണരേഖ സൃഷ്ടിച്ചു കൊണ്ട് മിനർവ തളങ്ങളിലൂടെ (Terraces) ജലം തുളുമ്പി ഒഴുകുന്നത്, ശാന്തമായി ഒഴുകുന്ന ഒരു വെള്ളച്ചാട്ടത്തിന്റെ കാഴ്ച ഒരുക്കിയിരിക്കുന്നു.

മുകൾപരപ്പിന്റെ അടിയിൽ ശേഖരിക്കപ്പെട്ടിട്ടുള്ള ഉഷ്ണ ഗ്യാസിലേക്ക് ജലം കിനിഞ്ഞിറങ്ങുന്നു. ഇങ്ങനെ കിനിഞ്ഞിറങ്ങുന്ന ജലവുമായി കുറെ ഗ്യാസ് വേഗത്തിൽ സംയോജിച്ച് ആസിഡ് ലായനി രൂപപ്പെടുന്നു. ചൂടുള്ളതും അമ്ലവുമുള്ള ഈ ലായനി വലിയൊരു അളവ് ചുണ്ണാമ്പു കല്ലിനെ അലിയിക്കുകയും ഭൂപരപ്പിലുള്ള പാറയിലൂടെ ഒഴുകുകയും ചെയ്യുന്നു. ഈ ലായനി വായുവുമായി ലയിക്കുന്നതോടെ കുറച്ച് കാർബൺഡൈഓക്സൈഡ് ലായനിയിൽ നിന്നും സ്വതന്ത്രമാകുന്നു. ഇത്തരത്തിൽ കാർബൺഡൈഓക്സൈഡ് നഷ്ടപ്പെടുന്നതോടെ ലായനിത്വം നഷ്ടപ്പെടുകയും മേടകളിൽ (Terraces) നിക്ഷേപിക്ക പ്പെടുകയും ചെയ്യുന്നു. ഇങ്ങനെ മമ്മോത്ത് ഹോട്ട് സ്പ്രിംഗ്സ് രണ്ടു ടണ്ണോളം ട്രാവെന്റയിൻ കാത്സ്യം കാർബണേറ്റ് ഓരോ ദിവസവും ശേഖരിക്കപ്പെടുന്നു.

2. നോറീസ് ഉഷ്ണജല ബേസിൻ (Norris Geyser Basin)

യെല്ലോസ്റ്റോണിന്റെ ഉഷ്ണജല സംഭരണികളിൽ ഏറ്റവും ചൂടുള്ള ഗെയ്സർ നോറീസ് ഗെയ്സർ ബേസിനാണ്. ഇവിടെ ഗവേഷണ ങ്ങൾക്കായി തുരന്ന ഒരു ദ്വാരം 1087 അടി താഴ്ചയിലെത്തിയപ്പോഴുള്ള ചൂട് 237^{0}c. രണ്ട് വ്യത്യസ്ത ബേസിനുകൾ ചേർന്നതാണ് നോറീസ് ഗെയ്സർ ബേസിൻ (1) പോർസലേയിൻ ബേസിൻ (2) ബാക്ക് ബേസിൻ ഇച്ചിൻസ് (Echinns) ഗെയ്സർ പോലുള്ള ഹൃദയഹാരിയായ ഉഷ്ണ ജലസ്രോതസ്സുകളുള്ള സ്ഥലമാണ് ബാക്ക് ബേസിൻ. എന്നാൽ പോർസലേയിൻ ബേസിൻ ധാരാളം ഉഷ്ണ സ്പ്രിംഗുകളും നിർഗമന ദ്വാരങ്ങളും (Vents) കുളങ്ങളുമുള്ള സ്ഥലമാണ്. ജനപ്രീതിയാർജ്ജിച്ച എമറാൾഡ് സ്പ്രിംഗ്, കോർപോറൽ ഗെയ്സർ എന്നിവയുടെ സ്ഥാനം കൂടിയാണ് നോറീസ് ഗെയ്സർ ബേസിൻ.

3. ചിത്രകാരന്റെ ചായപ്പാത്രം (Artist's Paintpots)

ചിത്രകാരന്റെ ചായപ്പാത്രം പേരിൽ നിന്നു തന്നെ നിറങ്ങളുടെ വർണ്ണ ചാർത്തുള്ള സ്ഥലമാണെന്ന് ഊഹിക്കാമല്ലോ. ഇത് നോറീസ് ജംഗ്ഷന്റെ

തെക്കു ഭാഗത്തായി സ്ഥിതി ചെയ്യുന്നു. ഇതൊരു ചെറിയ ഹൈഡ്രോ തെർമ്മൽ ഏരിയയാണ്. ഇവിടെ വർണ്ണശബളങ്ങളായ ഉഷ്ണനീരുറവകളും രണ്ട് വലിയ മഡ്പോട്ടുകളുമുണ്ട്.

4. ലോവർ ഉഷ്ണജല ബേസിൻ (Lower Geyser Basin)

ഇത് മാഡിസത്തിനും (Madison) ഓൾഡ് ഫെയ്ത് ഫുൾ ഏരിയായ്ക്കും ഇടയിലായി കേന്ദ്രീകരിച്ചിരിക്കുന്നു. ഇവിടെ ഏകദേശം നൂറോളം ജിയോ തെർമ്മൽ സ്ഥാനങ്ങളുടെ കേന്ദ്രസ്ഥാനമാണ്. പ്രതിഭാസങ്ങളുടെ സവിശേഷതകൾ അഞ്ച് സ്ക്വയർ മൈൽ വിസ്തൃതിയിൽ വ്യാപിച്ചിട്ടുണ്ട്. സാധാരണ ഇത്തരം പ്രതിഭാസങ്ങളുടെ സംഗമസ്ഥാനങ്ങളിൽ കണ്ടുവരുന്ന നാല് സവിശേഷതകളായ ഉഷ്ണനീരുറവകൾ, ഉഷ്ണജല സ്രോതസ്സുകൾ, മഡ്പോട്ട്സ്,അഗ്നിപർവ്വതത്തിന്റെപുക, ദ്വാരങ്ങൾ എന്നിവ കൂടിച്ചേർന്ന സ്ഥാനമാണ് ലോവർ ഗെയ്സർ ബേസിൻ. ഇവിടെ ഭൂഗർഭത്തിൽ നിന്നും ഉയരുന്ന നീരാവിയിൽ അമ്ലത്വം ഉള്ളതുകൊണ്ട് ഭൂപരപ്പിലെ പാറകൾ തകർന്ന് കളിമണ്ണായി ത്തീരുന്നു. കളിമണ്ണും നീരാവിയും കൂടിക്കലർന്ന പ്രകൃതി മറ്റൊരു രൂപം സൃഷ്ടിച്ചെടുത്തിരിക്കുന്നു. അതാണ് ജനപ്രീതിയാർജ്ജിച്ച ഫൗണ്ടൻ പെയിന്റ് പോട്ട്. ഇതിന്റെ മൂലകാരണം ഭൂമിയുടെ അന്തർഭാഗത്തു നിന്നും ഉയർന്നു പൊന്തുന്ന നീരാവിയാണ്. നീരാവിക്ക് ആവശ്യത്തിനുവേണ്ട കളിമണ്ണും മഡും നിർമ്മിച്ചെടുത്ത് വെള്ള, ബ്രൗൺ, ഗ്രേ എന്നീ നിറങ്ങൾ ചാലിക്കുന്നു.

5. മിഡ്വേ ഉഷ്ണജല ബേസിൻ (Midway Geyser Basin)

ഇത് കേന്ദ്രീകരിച്ചിരിക്കുന്നത് യെല്ലോ സ്റ്റോണിന്റെ അപ്പർ ഗെയ്സർ ബേസിനും ലോവർ ഗെയ്സർ ബേസിനും ഇടയിലായിട്ടാണ്. ഇതൊരു ചെറിയ പ്രദേശമാണെങ്കിലും ലോകത്തിലെ ഏറ്റവും വലിയ ഒറ്റയായ ഉഷ്ണനീരുറവകളുടെ സ്ഥാനമാണ്. ഇവിടെ ഏറ്റവും കൂടുതൽ ശ്രദ്ധിക്കപ്പെട്ട ഉഷ്ണനീരുറവകളിലും ഗെയ്സറുകളിലും പ്രധാനപ്പെട്ടവ ഗ്രാൻഡ് പ്രിസ്മാറ്റിക് സ്പ്രിംഗ് ആണ്.

ഗ്രാൻഡ് പ്രിസ്മാറ്റിക് സ്പ്രിംഗ് യെല്ലോ സ്റ്റോണിലെ ഏറ്റവും വലിയതും ലോകത്തിലെ തന്നെ മൂന്നാമത്തെ വലുപ്പമേറിയതുമാണ്. വലുപ്പം കൊണ്ടു മാത്രമല്ല വർണ്ണങ്ങൾ കൊണ്ടും മനംകവരുന്ന ബൃഹത്തായ ഒരു കുളം ഇവിടെയുണ്ട്. ഇവിടെ നിന്നും ഉയർത്തപ്പെടുന്ന ജലധാരയിൽ വർണ്ണരാജി സൃഷ്ടിക്കുന്നു. വർണ്ണങ്ങളുടെ തീരത്തുകൂടി സഞ്ചരിക്കുന്ന പ്രതീതി ഉളവാക്കുന്നു, ഇവിടെ ദർശിക്കുന്നവർക്ക്.

6. അപ്പർഉഷ്ണജല ബേസിൻ (Upper Geyser Basin)

ഇത് യെല്ലോസ്റ്റോൺ നാഷ്ണൽ പാർക്കിലെ ഏറ്റവും വലിയ ഗെയ്സർ ബേസിൻ. ലോകത്തിലെ ഏറ്റവും വലിയ ഉഷ്ണനീരുറവകളുടെ ഒറ്റയായ സംയോജന കേന്ദ്രം, ഒരു സ്ക്വയർ മൈലിൽ വ്യാപൃതമായിരിക്കുന്നു. ഓൾഡ് ഫെയ്ത്ഫുൾ ഏരിയായ്ക്കും ബിസ്ക്കറ്റ് ബേസിൻ റോഡിനും ഇടയിൽ അപ്പർ ഗെയ്സർ ബേസിൻ കേന്ദ്രീകരിച്ചിരിക്കുന്നു. ഇവിടെ അനേകം ഗണങ്ങളുടെ ഉഷ്ണനീരുറവകളും നൂറ്റിയമ്പതിൽപരം ഗെയ്സറുകളുമുണ്ട്. ഈ ബേസിന്റെ വിസ്തീർണ്ണം അര മൈൽ, മീനജിയോ തെർമ്മൽ സവിശേഷതകളും ഫയർഹോൾ നദിക്ക് ഇരുന്നൂറ് മുന്നൂറ് അടിക്ക് ചുറ്റുമായി വ്യാപിച്ചിരിക്കുന്നു. അമേരിക്കയിലെ വളരെ പ്രസിദ്ധമായ ഗെയ്സറാണ് ഓൾഡ് ഫെയ്ത് ഫുൾ. ഇത് 1870ലാണ് കണ്ടുപിടിക്കപ്പെട്ടത്. 1872ൽ യെല്ലോ സ്റ്റോൺ നാഷ്ണൽ പാർക്ക് സ്ഥാപിതമായതിനുശേഷം പത്തുലക്ഷത്തിൽപരം പ്രാവശ്യം ഓൾഡ് ഫെയ്ത്ഫുൾ ഗെയ്സേഴ്സ് എറപ്റ്റ് ചെയ്തിട്ടുണ്ട്. ശരാശരി 92 മിനിറ്റുകൾക്കുള്ളിൽ പൊട്ടിത്തെറിക്കാറുണ്ട്. സാധാരണ 135 അടി ഉയരത്തിലേക്ക് ജലത്തെ ചുഴറ്റി എറിയാറുണ്ട്. എന്നാൽ ഏറ്റവും ഉയരത്തിൽ ചുഴറ്റി എറിഞ്ഞിട്ടുള്ളത് 190 അടിയും ഏറ്റവും കുറഞ്ഞത് നൂറ് അടിയുമാണ്.

കാസിൽ ഉഷ്ണജല സ്രോതസ്സ് ധാരാളം ഊർജ്ജം സംഭരിക്കുന്നതുകൊണ്ട് വളരെ ശ്രദ്ധേയമാണ്. ഏകദേശം പതിനഞ്ചു മിനിറ്റ് ഇടവേളയിൽ മുഴക്കത്തോടെ (അലർച്ചയോടെ) നീരാവിയെ പുറംതള്ളുന്നു. അപ്പർ ഗെയ്സർ ബേസിനിലെ വലിയ കോൺഗെയ്സറുകളിൽ ഒന്നാണ് കാസിൽ. പൊട്ടിത്തെറിക്കുമ്പോൾ കോണിന്റെ ഉയരം മുപ്പതു അടിയും ശരാശരി പതിനൊന്ന് പതിമൂന്ന് മണിക്കൂർ ഇടവിട്ട് എറപ്ഷൻ ഉണ്ടാകുന്നു. ഉഷ്ണജലം എൺപത് അടിയോളം വായുവിലേയ്ക്ക് പെട്ടെന്ന് ഉയരുന്നു.

നദീതീരത്തുള്ള ഉഷ്ണജലസ്രോതസ്സുകൾക്ക് അസാമാന്യമായ ദൃശ്യഭംഗി ഒരുക്കുന്നു. ഇത് നദിക്കു മീതെ ഉഷ്ണജലം ചീറ്റുന്നു. അറുപതു ഡിഗ്രി ആംഗിളിൽ ഏകദേശം എൺപതടി ഉയരത്തിൽ ഉഷ്ണജലത്തെ ഭൂപരപ്പിൽ നിന്നും വായുവിലേക്ക് ചുഴറ്റി എറിയുന്നു. പകലിന്റെ ഉത്തരാർദ്ധത്തിൽ ഇവിടെ സന്ദർശിക്കുന്നവർക്ക് വർണ്ണരാജി (Rainbow) കാണാം. ഈ ഉഷ്ണജല പ്രവാഹങ്ങൾ ഏകദേശം ആറു മണിക്കൂറുകൾ ഇടവിട്ട് എറപ്ഷൻ നടത്തുന്നു. ഓരോ എറപ്ഷനും ഏകദേശം ഇരുപത് മിനിറ്റുകൾ നീണ്ടു നിൽക്കും.

പാത അവസാനിക്കുന്ന ഭാഗത്താണ് മോണിംഗ് ഗ്ലോറി പൂൾ. ഇത് നാനാവർണ്ണങ്ങളോടുകൂടിയതും ശക്തിയേറിയ കമ്പനാവസ്ഥയിലുള്ളതുമാണ്. എന്നാൽ സന്ദർശകർ നാണയത്തുട്ടുകളും ചവറും കുളത്തിലേക്ക്

വലിച്ചെറിയുന്നതു കൊണ്ട് തനതു അവസ്ഥകൾക്ക് മാറ്റം സംഭവിച്ചിട്ടുണ്ട്. കുളത്തിനു ചുറ്റുമുള്ള ബാക്റ്റീരിയ മാറ്റ്സ് നശിച്ചുപോകുകയും താപനില താഴേയ്ക്ക് പോകുകയും ചെയിതിട്ടുണ്ട്.

7. വെസ്റ്റ് തംബ് ഗെയ്സർ ബേസിൻ (West Thumb Geyser Basin)

യെല്ലോസ്റ്റോൺ തടാക തീരത്തുള്ള ഏറ്റവും വലിയ ഗെയ്സർ ബേസിനാണിത്. ഭൂപരപ്പിൽ നിന്നും പതിനായിരം അടി താഴ്ചയിൽ നിന്നുള്ള താപമാണ്. ഇവിടുത്തെ തെർമ്മൽ സവിശേഷതകളുടെ സ്രോതസ്സെന്ന് സങ്കല്പിക്കുന്നു. വെസ്റ്റ്തംബ് വലിയ ഗർത്തത്തിനുള്ളിലെ (Caldera) കാൽഡേരയാണ്. ഇവിടുത്തെ താപ സംബന്ധിയായ സവിശേഷതകളിൽ (Big Cone, Beach Geyser, Lakeshore Geyser, Twin geysers, Black Pool, Fishing Cone, Abyss Pool, King Geyser, Occasional Geyser) ബിഗ് കോൺ, ബീച്ച് ഗയ്സർ, ലേക്ഷോർ ഗെയ്സർ, ടിൻ ഗെയ്സർ, ബ്ലാക്ക് പൂൾ, ഫിഷിംഗ് കോൺ, എബിസ്സ് പൂൾ, കിംഗ് ഗെയ്സർ, ഒക്കേഷണൽ ഗെയ്സർ എന്നിവ ഉൾപ്പെടുന്നു. ഇവിടുത്തെ ഏറ്റവും പ്രസിദ്ധമായ ഹൈഡ്രോ തെർമ്മൽ സവിശേഷത ഫിഷിംഗ് കോൺ ആണ്.

8. ഹെയ്ഡൺ വാലി ഗെയ്സർ ബേസിൻ (മഡ് വോൾകാനോ) (Hayden Valley Geyser Basin (Mud Volcano)

മഡ്വോൾകാനോ സ്ഥിതി ചെയ്യുന്നത് യെല്ലോ സ്റ്റോണിന്റെ വടക്കു ഭാഗത്തായിട്ടാണ്. ഈ ഏരിയായിൽ ഒരു ഡസനിൽ കൂടുതൽ സമാനതകളില്ലാത്ത ജിയോ തെർമ്മൽ സവിശേഷതകളുണ്ട്. പല വോൾകാനോകളും നാഷ്ണൽ പാർക്ക് രൂപീകൃതമായതിനു ശേഷം സ്ഫോടനം ഉണ്ടായിട്ടില്ല. ആറ് ലക്ഷം വർഷങ്ങൾക്കു മുമ്പ് വളരെ ശക്തിയായ സ്ഫോടനം സംഭവിച്ചിട്ടുണ്ടെന്ന് ഗവേഷണങ്ങൾ തെളിയിക്കുന്നു. സ്ഫോടനഫലമായി ഭൂഖണ്ഡത്തെ മൊത്തത്തിൽ പ്രഹരമേല്പിച്ച് കരഭൂമിക്ക് ശക്തിക്ഷയം സംഭവിച്ചു. ഭൂമിക്ക് വിക്രയ വിരളത്വം (Depression) എല്പിച്ചു. ബൃഹത്തായ ഗർത്തം ലാവ കൊണ്ടുനിറഞ്ഞു. ഇതിന്റെ ഫലമായി വലിയ വോൾകാനോയുടെ തടത്തിൽ സെൻട്രൽ യെല്ലോസ്റ്റോണിന്റെ മിക്ക ഭാഗങ്ങളും അന്തർഭവിച്ചു.

ബൃഹത്തായ ഗർത്തത്തിന്റെ മദ്ധ്യഭാഗത്തിനോട് ചേർന്നാണ് മഡ് വോൾകാനോ പ്രദേശം. നിർഗമന ദ്വാരത്തിൽ കൂടി സ്ഫോടനത്തിൽ ഒഴുകിയെത്തുന്ന ലാവയുടെ ശേഖരമാണ് മഡ്പോട്ട്സ്. ചീമുട്ടയുടെ ദുർഗന്ധം വമിപ്പിക്കുന്ന ബാക്റ്റീരിയ, സൾഫറിനെ ഭക്ഷിച്ച് സൾഫ്യൂരിക് ആസിഡ് സൃഷ്ടിക്കുന്നു. ഇത് ബാഷ്പീകരിക്കുമ്പോൾ ഹൈഡ്രജൻ

സൾഫൈഡ് ഗ്യാസ് ആയി പരിണമിക്കുന്നു. ഇതിന്റെ ദുർഗന്ധമാണ് അവിടെ അനുഭവപ്പെടുന്നത്. മഡ് വോൾകാനോ പ്രദേശം, പാർക്കിലെ മറ്റ് ഗെയ്സർ ഏരിയകളെ അപേക്ഷിച്ച് അമ്ലത്വം കൂടുതലാണ്. ഇത് മഡ് വോൾകാനോ മണ്ണിൽ സൾഫറിന്റെ സാന്നിദ്ധ്യം ഉള്ളതു കൊണ്ടാണ്. സൾഫറും ബാക്ടീരിയായും കൂടി ചുറ്റുപാടുള്ള പാറയെ ഭക്ഷിച്ച് മട്ടി സൃഷ്ടിക്കുന്നത്.

കണ്ണഞ്ചിക്കുന്നതും മനംകവരുന്നതുമായ ബൃഹത്തായ പുരാതന ഗർത്തം, ഉഷ്ണജല സ്രോതസ്സുകൾ, വെള്ളച്ചാട്ടങ്ങൾ, വന്യമൃഗങ്ങൾ, മനോഹര ദൃശ്യങ്ങളടങ്ങിയ പ്രകൃതിപ്രതിഭാസങ്ങൾ വിളിച്ചറിയിക്കുന്ന സൃഷ്ടി വൈഭവങ്ങളുടെ വിളനിലമാണ് യെല്ലോസ്റ്റോൺ നാഷണൽ പാർക്ക്.

നാല്പത്തിയഞ്ച്

വെയ്മാൻഗു ഗെയ്സർ

(വേയ്മാഗു വോൾകാനിക് റിഫ്റ്റ് വാലി)

(Waimangu Geyser - Waimangu Volcanic Rift Valley)

1886ൽ ഉണ്ടായ മൗണ്ട് തരവേര (Tarawera) സ്ഫോടനത്തിൽ സൃഷ്ടിക്കപ്പെട്ടതാണ് വെയ്മാൻഗു വോൾകാനിക് റിഫ്റ്റ് വാലി. എഴുന്നൂറ് വർഷങ്ങൾക്കുള്ളിൽ ന്യൂസിലാന്റിൽ സംഭവിച്ച ഏറ്റവും വലിയ സ്ഫോടനമായിരുന്നു ഇത്. പൊട്ടിത്തെറിയുടെ ഫലമായി വെയ്മാൻഗു താഴ്വരയിലുള്ള സകല സസ്യജാലങ്ങളും നശിച്ചു. ഇവിടെ വോൾകാനിക് മട്ടി കൊണ്ടും ഇരുപതു മീറ്റർ കനത്തിൽ ചാരം മൂടി. ഉഗ്ര സ്ഫോടനത്തോടെ അതുവരെ കണ്ടിട്ടില്ലാത്ത ഹൈഡ്രോ തെർമ്മൽ പ്രവർത്തനങ്ങളും ജിയോ തെർമ്മൽ സവിശേഷതകളും തനിയെ സ്ഥിരമായി സ്ഥാപിക്കപ്പെട്ടു. വർഷങ്ങൾക്കുള്ളിൽ പുതിയ മണ്ണ് സ്ഥിരതയാർജ്ജിച്ച് ഭദ്രമാക്കപ്പെട്ടു. ഇതോടെ സസ്യജാലങ്ങൾ പതുക്കെ വീണ്ടും ദൃഢീകരിക്കാൻ തുടങ്ങി. ഇത് സ്ഥിതിചെയ്യുന്നത് ന്യൂസിലാന്റിലെ നോർത്ത് ഐലന്റിലാണ്.

1886 ജൂൺ പത്താം തിയതി സംഭവിച്ച ഉഗ്ര സ്ഫോടനത്തെ തുടർന്ന് സാർത്ഥകമായ ഹൈഡ്രോ തെർമ്മൽ വിശേഷഗുണം ആദ്യമായി കണ്ടു തുടങ്ങിയത് വെയ്മാൻഗു ഗെയ്സറാണ്. ഇത് 1900 മുതൽ 1904 വരെ പ്രവർത്തനക്ഷമതയുള്ളതായിരുന്നു. ഇരുപതാം നൂറ്റാണ്ടിന്റെ ആദ്യ രണ്ടു ദശാബ്ദങ്ങളോടെ ഇവിടെ ധാരാളം സംഭവങ്ങൾ ഉടലെടുത്തു. എക്കോ ഗർത്തത്തിനും (Echo Crater) ഇൻഫെർനോ ഗർത്തത്തിനും ചുറ്റുമുള്ള ഏരിയകളിലാണ് സൃഷ്ടികൾ സംഭവിച്ചത്. 1915ലും 1917ലും ഉണ്ടായ സ്ഫോടനങ്ങളിൽ എക്കോ ഗർത്തം വികസിക്കപ്പെട്ടു. പല ഗർത്തങ്ങളും രൂപപ്പെട്ടു. ഇങ്ങനെ രൂപപ്പെട്ട ഗർത്തങ്ങളിലേക്ക് 1918ൽ സംഭവിച്ച സ്ഫോടനത്തിലെ ലാവ നിറഞ്ഞു. ഇങ്ങനെ ഫ്രൈയിംഗ് പാൻ തടാകം രൂപപ്പെട്ടു. വീണ്ടും ചെറിയ സ്ഫോടനങ്ങൾ ഇരുപതാം നൂറ്റാണ്ടിൽ തുടർന്നു കൊണ്ടിരുന്നു. അവസാനമായി (Raupo Pond)

റാപോ പോണ്ട് ഗർത്തം 1981 ൽ നടന്ന പൊട്ടിത്തെറിയിൽ സൃഷ്ടിക്കപ്പെട്ടതാണ്. ഈ സ്ഫോടനത്തിൽ 1906 ൽ സൃഷ്ടിക്കപ്പെട്ട മഡ്റിഫ്റ്റ് നശിപ്പിക്കപ്പെട്ടു.

വെയ്മാൻഗു വോൾകാനോ റിഫ്റ്റ് വാലിയെ റോട്ടോമാഹന എന്ന തടാകം വലയം ചെയ്തിരിക്കുന്നു. പുതുതായി രൂപപ്പെട്ട താഴ്വര മുമ്പ് ഇളംചുവപ്പും വെള്ളയും ചേർന്ന മേൽത്തള(Terraces)ങ്ങളായിരുന്നു. ഇവിടെ രൂപപ്പെട്ട ഫ്രൈയിംഗ് പാൻ തടാകം ലോകത്തിലെ ഏറ്റവും വലിയ ഉഷ്ണനീരുറവ (Spring)യാണ്. അതുപോലെതന്നെ ഇൻഫർനോഗർത്ത തടാകം ലോകത്തിലെ ഏറ്റവും വലിയ ഗെയ്സറിന്റെ വിശേഷ ലക്ഷണങ്ങളുള്ള ഉഷ്ണജല സ്രോതസ്സുകളാണ്. കാരണം തടാകത്തിൽ രൂപപ്പെട്ടിട്ടുള്ള ഗെയ്സറുകൾ പുറമേ ദൃശ്യമല്ല. തടാകത്തിന്റെ അടിത്തട്ടിലാണ് പ്രവർത്തിച്ചുകൊണ്ടിരിക്കുന്നത്. വെയ്മാഗു എന്ന വാക്കിന്റെ അർത്ഥം ബ്ലാക്ക് വാട്ടർ (Black Water) എന്നാണ്. ന്യൂസിലാന്റിന്റെ തനതു ഭാഷയായ മാഓരി (Maori) യിൽ നിന്നും ലഭിച്ചതാണ്. വെയ്മാഗു ഗെയ്സറിൽ നിന്നും പുറത്തുവരുന്നത് പാറയും മട്ടിയും കലർന്ന കറുപ്പു നിറത്തിലുള്ള ജലമാണ്. അതുകൊണ്ടാണ് 'കറുത്ത ജലം' എന്ന പേര് ലഭിച്ചത്.

1890 കൾ മുതൽ പ്രകൃതി ദത്തമായി സസ്യജാലങ്ങളുടെ തിരിച്ചുവരവിനൊപ്പം ഉഷ്ണജലത്തിൽ വളരുന്ന ആൽഗെയും പായലുകളുടെ ബാക്റ്റീരിയായും വളരാൻ ആരംഭിച്ചു. പുല്ലുകളും കുറ്റിച്ചെടികളും മരങ്ങളും പ്രാന്തപ്രദേശങ്ങളിൽ വളർന്നു. ഇത് തദ്ദേശീയമായ പല പക്ഷികളും ഇവിടെ താവളമാക്കാൻ തുടങ്ങി. കൂടാതെ പല ദേശാടന പക്ഷികളുടെ ഗണങ്ങൾ ഇവിടെ താവളമാക്കി. റിഫ്റ്റ് വാലിയുടെ ഭാഗമായി റോട്ടോമാഹന തടാകത്തിൽ കറുത്ത അരയന്നങ്ങൾ അധിവസിക്കുന്നു. ഇവയെ പടിഞ്ഞാറൻ ആസ്ട്രേലിയായിൽ നിന്നും ഇവിടെ നിവേശിപ്പിച്ചതാണ്. ആസ്ട്രേലിയായുടെ തെക്കുകിഴക്കും തെക്കുപടിഞ്ഞാറും സ്ഥലങ്ങളിലാണ് കറുത്ത അരയന്നങ്ങളെ സാധാരണയായി കാണാറ്. ചതുപ്പുസ്ഥല (Wetlands) ങ്ങളാണ് ഇവയ്ക്ക് കൂടുതൽ പ്രിയം തടാകങ്ങളും. ആസ്ട്രേലിയായിൽ നിന്നും ന്യൂസിലാന്റിലെത്തിച്ച മറ്റൊരു മൃഗമാണ് Wallaby (കംഗാരുവിന്റെ ഇനത്തിൽപ്പെടുന്ന ഒരു സഞ്ചിമൃഗം). വെയ്മാഗുവിലെ പല ജിയോ തെർമ്മൽ സവിശേഷ ലക്ഷണങ്ങളും ഏറ്റവും ഉയർന്ന നിലവാരം പുലർത്തുന്നവയാണ്. അതുകൊണ്ടുതന്നെ അന്തർദേശീയ തലത്തിൽ വളരെ പ്രാധാന്യവും പ്രാമുഖ്യവും നൽകുന്നു.

1886ലെ മൗണ്ട് റ്റാരവേര സ്ഫോടനത്തോടെ നാല് കിലോമീറ്റർ വിസ്തൃതിയിൽ വെയ്മാഗു വോൾക്കാനിക് റിഫ്റ്റ് വാലി സൃഷ്ടിക്കപ്പെട്ടു. തെക്കൻ ഗർത്തം മുതൽ റോട്ടോമാഹന തടാകം വരെ ജിയോ തെർമ്മലും ഹൈഡ്രോ തെർമ്മൽ പ്രവർത്തനങ്ങളും നിലവിൽ വന്നു.

വെയ്മാൻഗു ഗെയ്സർ

ഇതോടെ സതേൺ ഗർത്തം, എക്കോ ഗർത്തം, ഇൻഫർനോ ഗർത്തം എന്നിവയുണ്ടായി. കുറ്റിക്കാടുകളെകൊണ്ട് ചുറ്റപ്പെട്ട റാപോ പോണ്ട് ഗർത്തം, ഫെയ്റി ഗർത്തം, കറുത്ത ഗർത്തം എന്നീ ഗർത്തങ്ങൾ സൃഷ്ടിക്കപ്പെട്ടു. അമ്പതുമീറ്റർ താഴ്ചയിൽ രൂപപ്പെട്ട സതേൺ ഗർത്തിൽ നാളിതുവരെ സ്ഫോടനം നടന്നിട്ടില്ല.

വെയ്മാഗു ഏരിയായുടെ വടക്കുകിഴക്കായി എക്കോ ഗർത്തത്തിൽ രൂപപ്പെട്ട ഫ്രൈയിംഗ് പാൻ തടാകത്തിന്റെ ആഴം ആറ് മീറ്റർ. 38000 സ്ക്വയർ മീറ്റർ ഏരിയായിൽ വ്യാപിച്ചിരിക്കുന്നു. ആവി സ്രവിച്ചുകൊണ്ടിരിക്കുന്ന തടാകത്തിലെ ജലത്തിന്റെ ശരാശരി ഊഷ്മാവ് 55^{0}c. ഈ തടാകം കരകവിഞ്ഞൊഴുകുന്നതാണ് വെയ്മാഗു സ്ട്രീം. ഉഷ്ണജലക്രീക്ക് എന്നും പറയും. ഉഷ്ണജലക്രീക്ക് ഒഴുകി താഴ്വാരത്തിൽ കൂടി റോട്ടോമാഹന തടാകത്തിൽ ചെന്നു ചേരുന്നു. ഫ്രൈയിംഗ് പാൻ തടാകതീരത്തിന്റെ പടിഞ്ഞാറു ഭാഗത്തായി വർണ്ണാഭമായ കാത്സ്യം കാർബണേറ്റിന്റെ മേൽത്തളങ്ങൾ (Sinter Terraces) കാണാം. ഗർത്ത പ്രദേശം ഇപ്പോഴും അത്യന്തം സ്ഫോടനാത്മകമായ സ്ഥാനങ്ങൾ തന്നെ. വടക്ക് ആവി സ്രവിക്കുന്ന കദീഡ്രൽ പാറകൾ, ചൂട് നീരുറവകളുടെ ഗണങ്ങൾ, സിലിക്കയുടെ രൂപീകരണങ്ങൾ. തടാകത്തിന്റെ വടക്കുകിഴക്ക് ഭാഗത്തെ വിളിക്കുന്നത് 'മദർ എർത്തിന്റെ ഉഷ്ണ ഉറവകൾ' എന്നാണ്.

നാല്പത്തിയാറ്

ഉഷ്ണജല സ്രോതസ്സുകളുടെ താഴ്‌വാരം (Valley of Geysers)

റഷ്യയുടെ കിഴക്കെ അറ്റത്തു സ്ഥിതിചെയ്യുന്ന കാംചാറ്റ്ക്ക (Kamchatka) എന്ന ഉപദ്വീപിലാണ് വാലി ഓഫ് ഗെയ്സേഴ്സിന്റെ സ്ഥാനം. ലോകത്തിലെ ഏറ്റവും വലിയ ഗെയ്സറുകളുടെ കേന്ദ്രങ്ങളിൽ രണ്ടാം സ്ഥാനമാണിതിനുള്ളത്. ആറ് കിലോമീറ്റർ നീളത്തിൽ കിടക്കുന്ന ഈ പ്രദേശത്ത് തൊണ്ണൂറ് ഗെയ്സറുകളും ധാരാളം ഉഷ്ണ നീരുറവകളും ഉണ്ട്. ഈ പ്രദേശം സ്ട്രാറ്റോ വോൾകാനോ ഉണ്ടാകുന്ന സ്ഥലമാണ്. സ്ട്രാറ്റോ വോൾകാനോ എന്നു പറയുന്ന, കോണിക്കൽ വോൾകാനോ നിർമ്മിച്ചിട്ടുള്ളത് പല അടുക്കുകളുടെ കട്ടിപിടിച്ച ലാവ അധിപർവ്വത ശില (ജലത്തിൽ പൊന്തികിടക്കുന്ന ഒരുതരം പർവ്വതശില), റ്റെഫ്റ, പാറക്കഷ്ണങ്ങളും മറ്റു വസ്തുക്കളും വോൾകാനോ പൊട്ടിത്തെറിമൂലം പുറത്തു വന്നവ) വോൾഗാനിക് ചാരം എന്നിവകൾ കൊണ്ടാണ്. വാലി ഓഫ് ഗെയ്സേഴ്സ് മുഖ്യമായും ഗെയ്സർനായ (Geysernaya) നദിയുടെ ഇടതു തീരത്ത് സ്ഥിതിചെയ്യുന്നു. ഈ നദിയിലേക്ക് ജിയോ തെർമ്മൽ ജലം ഒഴുകിയെത്തുന്നു. ഈ പ്രദേശത്തിന്റെ ബൃഹത്തായ ഗർത്തം സ്ഥിതിചെയ്യുന്ന ഗ്രൗണ്ടിനു അമ്പതുമീറ്റർ താഴെ 250^0c ഊഷ്മാവുണ്ടെന്ന് കണ്ടുപിടിക്കപ്പെട്ടിരിക്കുന്നു. ഈ പ്രദേശം ക്രോണോസ്കി നേചർ റിസർവിന്റെ ഭാഗമാണ്. ഇത് ലോകപൈതൃക സൈറ്റിൽ ഇടം നേടിയിട്ടുണ്ട്.

കാംചാറ്റ്ക്കയിലെ ഗെയ്സറുകളുടെ തുടിപ്പ്, 1941ൽ (Tatyana Ustinoua) റ്റാറ്റിയാന ഉസ്റ്റിനോവ എന്ന പ്രാദേശിക ഗവേഷകയാണ് കണ്ടുപിടിച്ചത്. എന്നാൽ ഈ കണ്ടുപിടിത്തം പതിന്നാല് വർഷങ്ങൾക്ക് ശേഷമാണ് പ്രസിദ്ധീകരിക്കുന്നത്. 1972 വരെ അധികം പര്യവേക്ഷണങ്ങൾ ഈ പ്രദേശത്ത് നടത്തിയിട്ടില്ല. 1970കളുടെ മദ്ധ്യത്തിൽ വ്യവസ്ഥിതമായ സർവ്വേ നടത്തുകയുണ്ടായി. 1990ൽ ഓട്ടോമാറ്റിക് മോണിറ്ററിംഗ് സംവിധാനം ഉപയോഗിച്ച് സർവ്വേ നടത്തി. അന്ന് ജയന്റ് ഗെയ്സർ

ഉൾപ്പടെ മുപ്പതു ഉഷ്ണജല സ്രോതസ്സുകൾക്ക് പേരിട്ടു. ജയന്റ് ഗെയ്സറിന് നാല്പതു മീറ്റർ ഉയരത്തിൽ ശക്തിയേറിയ ജലപ്രവാഹം നടത്തുന്നതിനു കഴിയും.

വാലി ഓഫ് ഗെയ്സർ ഒരു മലയിടുക്കാണ്. ഇതിന്റെ വീതി നാല് കിലോമീറ്ററും നീളം എട്ട് കിലോമീറ്ററും ആഴം 400 മീറ്ററുമാണ്. ഇതു പോലെ ഡസൻ കണക്കിന് മലയിടുക്കുകൾ കാംചാറ്റ്കയിലുണ്ട്. എന്നാൽ ഈയൊരു മലയിടുക്കു മാത്രമാണ്, ഉഷ്ണജലസ്രോതസ്സുകളും ധാരാളം ഉഷ്ണ നീരുറവകളും ഉള്ളത്. മറ്റൊരു പ്രത്യേകത നദീമുഖത്തു നിന്നും ആറ് കിലോമീറ്റർ വിസ്തൃതിയിൽ വ്യാപിച്ചുകിടക്കുന്നു. തിളയ്ക്കുന്ന നീരുറവകൾ, ഉഷ്ണതടാകം, മഡ്പോട്ട്സ്, മഡ് വോൾ കാനോ, നീരാവിയുടെ ദ്വാരങ്ങൾ എന്നിങ്ങനെ ഹൈഡ്രോതെർമ്മൽ പ്രവർത്തനങ്ങൾ എല്ലാം വെളിപ്പെടുത്തുന്ന ഒരിടം.

ബൃഹത്തായ ഈസോൺ ഗർത്തം വർണ്ണങ്ങളുടെ ഒരു സംഗമ വേദി യാണ്. ഗർത്തത്തിനു ചുറ്റും മഞ്ഞനിറത്തിലുള്ള പൂവരശ്, (Birches) ചുവന്ന ബ്ലൂബറി, ക്രാൻബറി ബുഷസ്, പച്ച പൈൻ മരത്തിന്റെ തോപ്പ്, തെർമ്മൽ തടാകത്തിലെ നീല ജലം എന്നിവകളെകൊണ്ട് വർണ്ണങ്ങൾ തീർത്തിരിക്കുന്നു. ആകാശത്തു നിന്നും നോക്കുക്കുമ്പോൾ ഈ ഗ്രഹ ത്തിലെ ഏറ്റവും സൗന്ദര്യമുള്ള സ്ഥലമാണെന്ന് തോന്നിപ്പോകും. എവിടെ നോക്കിയാലും തിളച്ചുമറിയൽ, കുമിളകളുടെ ശബ്ദം, പുകപടലം എന്നിവകൊണ്ട് മുഖരിതമായ ഭൂമിയിലെ വേറിട്ടൊരിടം. മറ്റൊരിടത്ത് തിളച്ചു പൊന്തുന്ന മഡ് വോൾകാനോ, അതിന്റെ വ്യത്യസ്തവർണ്ണങ്ങൾ, അതിശക്തിയായി കുതിച്ചുയരുന്ന നീരാവി, ചൂടുനീരുറവകൾ, ഉഷ്ണ തടാകം, പ്രകൃതിപ്രതിഭാസങ്ങൾ അതിന്റെ എല്ലാ അർത്ഥത്തിലും വിളിച്ചറിയിക്കുന്ന ഒരിടം. കണ്ണുകൾക്ക് ദൃശ്യവിരുന്നും മനസ്സിന് ആനന്ദവും വളരെക്കാലം ചിന്തിക്കാനുള്ളതും ഇവിടെ നിന്നും ലഭ്യമാണ്.

മറ്റു രാജ്യങ്ങളിലെ ഗെയ്സർ ഫീൽഡുകളെപ്പറ്റിയും ഹോട്ട് സ്പ്രിംഗു കളെപ്പറ്റിയും ചുരുക്കമായി ചുവടെ ചേർക്കുന്നു.

എൽ റ്റാറ്റിയോ, ചിലി

സൗത്ത് അമേരിക്കയിലെ ചിലി എന്ന രാജ്യത്തിൽ ആഡീസ് പർവ്വത നിരകളുടെ താഴ്വരകളിൽ കേന്ദ്രീകൃതമായിരിക്കുന്നു. സമുദ്രനിരപ്പിൽ നിന്നും 4200 മീറ്റർ ഉയരത്തിലാണ് ഇതിന്റെ സ്ഥാനം. ഇപ്പോൾ ഇവിടെ എൺപതു ഗെയ്സറുകൾ പ്രവർത്തനക്ഷമതയുള്ളതായിട്ടുണ്ട്. സതേൺ ഹെമിസ്ഫിയറിലെ ഏറ്റവും വലിയ ഗെയ്സർ ഫീൽഡാണിത്. ഈ പദവി ലഭിക്കാൻ കാരണം ന്യൂസിലാന്റിലെ പല പ്രസിദ്ധ ഗെയ്സറുകളും നശിച്ചു പോയതിന്റെ ഫലമായിട്ടാണ്. ലോകത്തിലെ ഏറ്റവും വലിയ ഗെയ്സർ ഫീൽഡുകളിൽ മൂന്നാം സ്ഥാനമാണിതിനുള്ളത്. ഇവിടുത്തെ ഗെയ്സറുകളുടെ സവിശേഷത അധികം ഉയരത്തിൽ സ്ഫോടനം

വാലി ഓഫ് ഗെയ്സർസ്

നടക്കുന്നില്ല എന്നതാണ്. ഏറ്റവും ഉയരത്തിൽ സ്ഫോടനം നടന്നിട്ടുള്ളത് ആറ് മീറ്ററാണ്. എന്നാൽ നീരാവിയുടെ പുകയുടെ കോളത്തിന്റെ ഉയരം ഇരുപതു മീറ്റർ വരെ എത്തും.

ഐസ്‌ലാൻഡ്

ഐസ്‌ലാൻഡ് വോൾകാനിക് പ്രവർത്തനങ്ങളുടെ തോത് ഉയർന്നതായതുകൊണ്ട് ധാരാളം ഉഷ്ണജല സ്രോതസ്സുകളും ചൂട് നീരുറവകളുമുള്ള രാജ്യമാണ്. ഈ രാജ്യത്തിന്റെ ഇതു സംബന്ധിച്ച പ്രത്യേകത ഐസ്‌ലാൻഡിന്റെ എല്ലാ ഭാഗത്തും പകിട്ടു നൽകിയ പ്രതീതി ഉളവാക്കുന്നു. മിക്ക ഗെയ്സറുകളും ഹൗക്കാദലൂർ (Haukadalur) എന്ന സ്ഥലത്തു കേന്ദ്രീകരിച്ചിരിക്കുന്നു. രാജ്യത്തിന്റെ മറ്റ് ഒരു ഡസൻ പ്രദേശത്തിൽ കൂടുതൽ ഏരിയാകളിൽ ഗെയ്സർസ് ദൃശ്യമാണ്. ഇവിടെ ആദ്യമായി സ്ഫോടനം ഉണ്ടായത് പതിന്നാലാം നൂറ്റാണ്ടിലാണെന്ന് കണക്കാക്കപ്പെട്ടിരിക്കുന്നു. 1896ൽ ഐസ്‌ലാന്റിലുണ്ടായ ഭൂകമ്പത്തോടനുബന്ധിച്ച് ഗെയ്സറുകളുടെ പ്രവർത്തനം നിഷ്ക്രിയമായി. വീണ്ടും പ്രവർത്തനക്ഷമതയിലേക്ക് എത്തിയെങ്കിലും ഇടയ്ക്കിടെ ഉണ്ടാകുന്ന ഭൂകമ്പങ്ങൾ ഗെയ്സറുകളുടെ പ്രവർത്തനങ്ങളെ തടസ്സപ്പെടുത്തുന്നുണ്ട്.

നാല്പത്തിയേഴ്

ജന്തുക്കളുടെ ദേശാടനം

ജന്തുക്കളുടെ ദേശാടനം ഋതുക്കളുടെ മാറ്റങ്ങൾക്കനുസരിച്ച് ദൂരെ സ്ഥലത്തേക്കുള്ള മാറ്റമാണ്. എല്ലാ ജന്തുക്കളും ദേശാടനം ചെയ്യുന്നു. അതിൽ പക്ഷികൾ, സസ്തന ജീവികൾ, മത്സ്യങ്ങൾ, ഉരഗ ജീവികൾ, ഉഭയജീവികൾ, ഷഡ്പദങ്ങൾ മുതലായവ ഉൾപ്പെടുന്നു. ദേശാടനത്തിനുള്ള പ്രേരകശക്തികൾ പ്രാദേശിക കാലാവസ്ഥ, പ്രാദേശികമായി ലഭിക്കാവുന്ന ഭക്ഷണത്തിന്റെ ദൗർലഭ്യത, ഋതുക്കളിൽ ഉണ്ടാകുന്ന കാലാവസ്ഥാമാറ്റം, പ്രജനനത്തിലുള്ള അനുകൂല സാഹചര്യം എന്നിവകളാണ്. പ്രാദേശികമായി ഭക്ഷണ ലഭ്യതയ്ക്കനുസരിച്ച് വ്യാപിപ്പിക്കലും പിളർപ്പും സംഭവിക്കുന്നുണ്ട്. എന്നാൽ ദേശാടനം ശരിക്കും അദ്ഭുതം ജനിപ്പിക്കുന്നതും ഋതുഭേദങ്ങളിൽ ജന്തുക്കളിൽ സംഭവിക്കുന്ന പ്രതിഭാസവുമാണിത്.

ദേശാടനം വ്യത്യസ്ത സ്പീഷിസുകളിൽ വ്യത്യസ്ത രീതികളിൽ കാണപ്പെടുന്നു. അതുകൊണ്ട് ഏകമായ വ്യാഖ്യാനം അംഗീകരിച്ചിട്ടില്ല. എന്നാൽ ജന്തുക്കളിലെ ദേശാടനം, പെരുമാറ്റം ചിരസ്ഥായിയായതും ഭൂമിയിലെ അതതു സ്പീഷിസുകളെ നിലനിർത്തി പോരുന്നതിനുള്ള ശക്തമായ ഗമന പ്രക്രിയയാണ്. ഈ പ്രദക്ഷിണം ദീർഘോദ്യമിയായതും സ്ഥാനമാറ്റങ്ങൾ വരുത്തുന്നതും വൻതോതിൽ സംഭവിക്കുന്നതുമായ ഒരു പ്രതിഭാസമാണ്. ഈ മഹാപ്രതിഭാസം ഭൂമിക്കുവേണ്ടിയുള്ള ജന്തുക്കളുടെ കർത്തവ്യമായി ചെയ്യുന്ന ഒന്നാണെന്ന് ഗാഢമായി നിരീക്ഷണം നടത്തുമ്പോൾ മനസ്സിലാക്കുന്നത്, ദേശാടനം ആവശ്യമുണ്ടോ ഇല്ലയോയെന്ന് തെരഞ്ഞെടുപ്പ് നടത്താനുള്ള ബുദ്ധിശക്തി ഓരോ ജന്തുവിലും ഉണ്ട്. ഇതിനുദാഹരണമായി ദേശാടനം നടത്തുന്ന സ്പീഷിസുകളിലും ഏകമായ സ്പീഷിസിലും പഠനം നടത്തിയതിൽ നിന്നും കണ്ടുപിടിക്കപ്പെട്ടിട്ടുള്ളത്, കൂട്ടത്തിലെ ചിലവ ദേശാന്തരഗമനം നടത്തുന്നില്ലായെന്നുള്ളതാണ്. പ്രായവും ലിംഗഭേദവും കാരണങ്ങളായി ചൂണ്ടിക്കാണിക്കപ്പെടുന്നു.

ധാരാളം ജലജന്തുക്കൾ ജലത്തിൽ ലംബമായി ഗമനം നടത്തുന്നു. ഇതിനെ ഡൈൽ വെർട്ടിക്കൽ ദേശാടനം (Diel Vertical Migration) എന്നു പറയും. കുറെയെണ്ണം നൂറ് മീറ്ററുകൾ ജലത്തിൽകൂടി താഴോട്ടും മുകളി ലോട്ടും സഞ്ചരിക്കുന്നു. ചില ജെല്ലി ഫിഷ് സമാന്തരമായും ചിലത് കുറുകെയും നൂറ് മീറ്ററുകൾ ജലത്തിൽ കൂടി സഞ്ചരിക്കുന്നു. ഇത് രണ്ടു ദിവസം നടത്തുന്ന ഗമനങ്ങളാണ്. ക്രമരഹിതമായ സഞ്ചാരങ്ങളും സംഭവിക്കുന്നുണ്ട്. എണ്ണത്തിൽ ക്രമാതീതമായി പെരുകുമ്പോഴും ഭക്ഷണ ലഭ്യത കുറയുമ്പോഴും സങ്കീർണ്ണമായ ചില സ്വാധീനത്താലും ചാക്രികമായി സംഭവിക്കാത്ത ഗമനങ്ങളും ജന്തുക്കൾ നടത്തുന്നുണ്ട്.

ലോകത്ത് പതിനായിരത്തിൽപ്പരം സ്പീഷിസിൽപ്പെട്ട പക്ഷികളുണ്ടെ ന്നാണ് ഏകദേശ കണക്ക്. അതിൽ ഏകദേശം 1800 സ്പീഷിസിൽപ്പെട്ട പക്ഷികൾ ദൂരെ സ്ഥലങ്ങളിലേക്ക് ദേശാന്തരഗമനം നടത്തുന്നുണ്ടെ ന്നാണ് പഠനം വ്യക്തമാക്കുന്നത്. അതും അനുയോജ്യമായ കാലാവസ്ഥ തേടിയുള്ള സഞ്ചാരം. പ്രകൃതിവിഭവങ്ങളുടെ ഏറ്റക്കുറച്ചിൽ ഉള്ള ഗ്രഹത്തിലാണല്ലോ ജന്തുക്കൾ അധിവസിക്കുന്നത്. അതുപോലെ തന്നെ വിഭിന്ന കാലാവസ്ഥകളും ഇളം ചൂടുള്ള കാലാവസ്ഥ കഴിഞ്ഞാൽ ഭൂമി യിലെ ചില ഭാഗങ്ങൾ അതിശൈത്യത്തിലേക്കു വഴുതി വീഴും. താമസ യോഗ്യമല്ലാത്ത ആ സമയത്ത് പക്ഷികൾ ഭൂമിയിലെ ഏറ്റവും അനു യോജ്യമായ സ്ഥലം തെരഞ്ഞെടുത്ത് പ്രജനനം നടത്തി മുട്ടയിട്ട് അടയിരുന്ന് കുഞ്ഞുങ്ങളെ പറക്കാൻ പാകമാക്കി സ്വദേശത്തേക്ക് മട ങ്ങുന്നു. പക്ഷികളുടെ ദേശാന്തരഗമനം പ്രജനന സ്ഥലത്തേക്കും അല്ലാത്ത സ്ഥലത്തേക്കുമുള്ള ഒരു വെറും ഗമനമല്ല. മറിച്ച് ജീവശാസ്ത്ര പരമായി ഈ പ്രതിഭാസത്തിന് വളരെ പ്രാധാന്യമുണ്ട്. കിഴക്കുനിന്നും പടിഞ്ഞാറോട്ടും വടക്കുനിന്നും തെക്കോട്ടും ഗമനങ്ങൾ പക്ഷികൾ നടത്തു ന്നുണ്ട്. ഒരു വാസസ്ഥലത്തു നിന്നും മറ്റൊരു വാസസ്ഥലം തേടിയുള്ള യാത്ര. ആട്ടിറ്റ്യൂഡിനൽ ദേശാടനം (Attitudinal Migration) പർവ്വത ങ്ങളുടെ മുകളിൽ നിന്നും താഴേക്ക്. സമുദ്രത്തിലെ മത്സ്യങ്ങൾ സമുദ്രം ചുറ്റിക്കറങ്ങി സഞ്ചാരം നടത്തുന്നു. പക്ഷികളുടെ ദേശാന്തരഗമന ങ്ങളെക്കുറിച്ച് എന്റെ 'ദിനാചരണങ്ങൾ' എന്ന പുസ്തകത്തിൽ പ്രതി പാദിച്ചിട്ടുണ്ട്.

മിക്ക മത്സ്യങ്ങളും പരിമിതമായ ഗമനങ്ങളെ നടത്തുന്നുള്ളൂ. ഏകമായ ഭൂമിശാസ്ത്രപരമായ പ്രദേശങ്ങളിൽ അധിവസിക്കുന്നു. ശീതകാല ങ്ങളിൽ വിദൂരമല്ലാത്തിടത്തേക്ക് മുട്ടയിടുന്നതിനും ആഹാരത്തിനുമായി സഞ്ചരിക്കുന്നു. എന്നാൽ നൂറ് സ്പീഷിസിൽപ്പെട്ട മത്സ്യങ്ങൾ ദീർഘ ദൂരം ദേശാന്തരഗമനം നടത്തുന്നു. അതായത് ഏകദേശം 120ൽപരം മത്സ്യ ങ്ങൾ ഇങ്ങനെ ദീർഘദൂരം സഞ്ചരിക്കുന്നു. സാൽമൺ (Salmon) മത്സ്യങ്ങളുടെ സ്പീഷിസിൽപ്പെട്ടവയും ഉപ്പുജലത്തിൽ നിന്നും ശുദ്ധ

ജലത്തിലേക്ക് കുടിയേറ്റം നടത്തുന്നു. ഇത്തരം മത്സ്യങ്ങൾ Dadromous* ഇനങ്ങളിൽപ്പെടുന്നു.

ഭക്ഷണം തെരഞ്ഞു അലയുന്ന (Forage Fish) മത്സ്യങ്ങളിൽപ്പെടുന്നതാണ് ചാള (Herring), കാപെലിൻ (Capelin - നോർത്ത് സൗത്ത് അറ്റ്ലാന്റിക്കിലും ആർട്ടിക്ക് സമുദ്രത്തിലും കാണപ്പെടുന്ന ഒരു ചെറു മത്സ്യം) ഇവ സമുദ്രത്തിന്റെ ഗണ്യമായ ഭാഗങ്ങളിലേക്ക് ഗമനം നടത്തുന്നു. ഉദാഹരണമായി കാപെലിൻ മുട്ടയിടുന്നത് ഐസ്‌ലാന്റിന്റെ തെക്കും പടിഞ്ഞാറുള്ള തീരങ്ങളുടെ ചുറ്റുപാടുകളിലാണ്. ഇവയുടെ ലാർവ ഐസ്‌ലാൻഡിനു ചുറ്റും ഒഴുകിയെത്തുന്നു. ഈ മത്സ്യം തീറ്റയ്ക്കായി വടക്കു ദിശയിലേക്ക് നീന്തി (Jan Mayen) ജാൻ മേയൻ ദ്വീപിലെത്തുന്നു. തിരിച്ച് ഗ്രീൻലാൻഡിന്റെ കിഴക്കേ തീരത്തിന് സമാന്തരമായി നീന്തി ഐസ്‌ലാൻഡിൽ എത്തുന്നു. സൗത്ത് ആഫ്രിക്കയിലെ കോടിക്കണക്കിനു വരുന്ന മത്തികൾ (Sardine)മുട്ടയിടുന്നത് (Agulhas) അഗുൽഹാസിന്റെ തീരത്തിലെ ശീതജലത്തിലാണ്. അവിടെനിന്നും മെയ് ജൂലൈ മാസങ്ങളിൽ വടക്കു ദിശയിലേക്ക് സൗത്ത് ആഫ്രിക്കയുടെ കിഴക്കേ തീരം ലക്ഷ്യമാക്കി ഗമനം നടത്തുന്നു.

സതേൺ റൈറ്റ് തിമിംഗിലത്തിന് Right എന്ന പദവി നൽകിയതിന് കാരണം വേട്ടയാടുന്നതിന് ഏറ്റവും അനുയോജ്യമായ തിമിംഗിലമായതുകൊണ്ടാണ്. വേട്ടയാടുന്നതിന്റെ കാരണം ഇതിന്റെ ശരീരത്തിൽ വലിയ അളവിൽ കൊഴുപ്പ് (Bubbler) ശേഖരമുണ്ട്. അതുകൊണ്ട് ഇവയുടെ ചലനം മന്ദഗതിയിലാണ്. വേട്ടയാടുന്നവർക്ക് എളുപ്പത്തിൽ കണ്ടുപിടിച്ച് കൊല്ലുന്നതിന് സഹായകരമാണ് ഇതിന്റെ മെല്ലെപോക്ക്. വലിയൊരളവിൽ കൊഴുപ്പുള്ളതുകൊണ്ടാണ് ജീവൻപോയാലും ജലത്തിൽ പൊങ്ങികിടക്കുന്നത്. ഇതും വേട്ടക്കാർക്ക് ഇവയെ വേട്ടയാടുന്നതിനുള്ള അനുകൂല ഘടകമാണ്. 1935ൽ തിമിംഗിലങ്ങളെ കൊല്ലുന്നതിനെതിരെ നിരോധനം വരുന്നതിനുമുമ്പ് ആയിരക്കണക്കിന് തിമിംഗിലങ്ങളെ കൊന്നൊടുക്കിയിരുന്നു.

സതേൺ റൈറ്റ്തിമിംഗിലങ്ങളുടെ ആഹാര സമ്പാദന പ്രദേശം അന്റാർട്ടിക്കയാണ്. അവിടെനിന്നും പ്രജനനത്തിനുവേണ്ടി ചിലി, അർജന്റീന, തെക്കൻ ആഫ്രിക്ക എന്നീ മിതശീതോഷ്ണ കാലാവസ്ഥയുള്ള തീരങ്ങളിലേക്ക് ദേശാടനം നടത്തുന്നു. ഈ യാത്രയിൽ ഒരു വശത്തേക്ക് രണ്ടായിരത്തിഅഞ്ഞൂറ് കിലോമീറ്റർ ദൂരം താണ്ടുന്നു. ഇതിന്റെ ദേശാടനത്തിന് ഊർജ്ജം പകരുന്നത് ശരീരത്തിൽ ശേഖരിക്കപ്പെട്ടിട്ടുള്ള കൊഴുപ്പാണ്. ഈ കൊഴുപ്പ് ശേഖരിക്കപ്പെടുന്നത് മഞ്ഞു പൊതിഞ്ഞ സതേൺ സമുദ്രത്തിലും അന്റാർട്ടിക്കയ്ക്ക് ചുറ്റും ഭക്ഷണത്തിനായി കഴിയുന്ന നാലു മാസങ്ങളിലായിട്ടാണ്. ഈ സമയത്ത്

* Cordillera എന്നുപറയുന്നത് സമന്തരങ്ങളായ പല പർവ്വതങ്ങളുടെ കൂട്ടം കാണപ്പെടുന്ന പ്രദേശം.

സൂപ്ലാങ്ക്ട്ടനു(Zoo Plankton)[1]വേണ്ടി സമുദ്രത്തിന്റെ മുകൾപ്പരപ്പിലൂടെ നീന്തും. ബ്രീഡിംഗ് സ്ഥലത്തെത്തി തിരിച്ചു വരുന്നു. അതായത് ഫീഡിംഗ് സ്ഥലത്തെത്തുന്നതുവരെ ആഹാരം കഴിക്കാറില്ല. ഒരു വർഷക്കാലം അതിജീവിക്കുന്നതിനു പ്രകൃതി അതിന്റെ ശരീരത്തിൽ കൊഴുപ്പ് ശേഖരിച്ചു വയ്ക്കുന്നതിനുള്ള ക്രമീകരണം ചെയ്തുകൊടുത്തിരിക്കുന്നു.

ഹംബാക്ക് (Humback) തിമിംഗിലങ്ങളുടെ ഭക്ഷണത്തിനായി തെരഞ്ഞെടുക്കുന്ന സ്ഥലവും പ്രജനനത്തിനായി തെരഞ്ഞെടുക്കുന്ന സ്ഥലവും ഒന്നല്ല. ചെറുഉഷ്ണമുള്ള മാസങ്ങളിൽ ഭക്ഷണത്തിനായി ഉയർന്ന പോഷകഗുണങ്ങളുള്ള ഉയർന്ന ലാറ്റിറ്റ്യൂഡ്സുള്ള സമുദ്രഭാഗങ്ങൾ തെരഞ്ഞെടുക്കുന്നു. ഇണചേരലും പ്രസവിക്കുന്നതും ആഹാരം കുറഞ്ഞ സമുദ്രഭാഗങ്ങളിലേയ്ക്ക് ദേശാടനം ചെയ്യുന്നു. ഈ സഞ്ചാരത്തിന് 8047 കിലോമീറ്ററോളം വേണ്ടിവരുന്നു. ഇതിനായി അല്പം കൂടിയ ചെറു ഊഷ്മാവുള്ള സമുദ്ര ഭാഗങ്ങളിൽ എത്തിച്ചേരുന്നു. ശീതകാലത്ത് ഇര തേടാതെ കഴിഞ്ഞു കൂടുന്നു. സസ്തനികളുടെ കൂട്ടത്തിൽ ഏറ്റവും കൂടുതൽ ദൂരം ദേശാടനം ചെയ്യുന്നത് ഹംബാക്ക് തിമിംഗിലങ്ങളാണ്.

നോർത്ത് അമേരിക്കയിലെ മാൻ വർഗ്ഗത്തിൽപ്പെട്ട പ്രോംഗ്ഹോൺ പച്ചപ്പിന്റെ പുൽമേടുകൾ തേടി അതിന്റെ സ്വാഭാവിക വാസസ്ഥലമായ വ്യോമിംഗിലെ അപ്പർ ഗ്രീൻ റിവർ ബേസിനിൽ[2] നിന്നു അതിശൈത്യ കാലാവസ്ഥയിൽ, വേനൽക്കാല ഭൂപ്രദേശമായ ഗ്രാൻഡ് റ്റെറ്റോൺ നാഷ്ണൽ പാർക്കി[3]ലേക്ക് ദേശാടനം നടത്തുന്നു. ശരത്ത് കാലമെത്തുമ്പോൾ തിരിച്ച് ഗ്രോസ് വെന്റർ പർവ്വതങ്ങൾ വഴി അതിശൈത്യം തുടങ്ങുന്നതിനു മുമ്പായി സ്വാഭാവിക വാസസ്ഥലത്തെത്തുന്നു. മഞ്ഞു വീഴ്ചക്കു മുമ്പായി തിരിച്ചെത്തിയില്ലെങ്കിൽ യാത്രാമദ്ധ്യേ അപകടത്തിൽപ്പെടും. ഇത് തിരിച്ചറിയാനുള്ള ബുദ്ധിശക്തി പ്രകൃതി അവയ്ക്കു നൽകിയിട്ടുണ്ട്. മഞ്ഞു വീഴ്ചയിൽ അകപ്പെട്ടുപോയാൽ മാനുകളുടെ അതിജീവനം സാദ്ധ്യമല്ല.

പസഫിക് സാൽമൺ (Pacific Salmon) ന്റെ ദേശാടനം കൊണ്ട് അർത്ഥം വ്യവച്ഛേദിക്കുന്നത് അതിന്റെ ജീവിതകാലയളവിന് തിരശ്ശീല വീണു എന്നാണ്. പ്രായപൂർത്തിയാകുന്നതുവരെ സമുദ്രത്തിൽ ചെലവഴിക്കുന്നു. അതിന് ജന്മം നൽകിയ ശുദ്ധജല നദിയെ ലക്ഷ്യമാക്കി

1. Zoo Plankton ജലാശയങ്ങളിൽ ഒഴുകി നടക്കുന്ന ജീവജാലം. ഇതിൽ ചെറിയ കവച ജന്തുക്കളും മത്സ്യങ്ങളുടെ ലാർവ തുടങ്ങിയവ ഉൾപ്പെടും.
2. Upper Green River Basin: പടിഞ്ഞാറൻ വ്യോമിംഗ് നദിയുടെ തീരങ്ങൾ നാലായിരം മൈൽ വനങ്ങളിലെ പർവ്വതവും മരുഭൂമിയും ചേർന്നതാണ്. ധാരാളം വന്യമൃഗങ്ങൾ ഇവിടേക്ക് ദേശാടനം നടത്തി എത്തുന്നു. തിരിച്ചും.
3. Grand Teton National Park അമേരിക്കയുടെ വടക്കുപടിഞ്ഞാറായി വ്യോമിംഗ് എന്ന സ്ഥലത്തുസ്ഥിതിചെയ്യുന്നു. 1300 Km^2 ൽ വ്യാപിച്ചു കിടക്കുന്നു.

സമുദ്രജല പ്രവാഹങ്ങളെ മുറിച്ചു കടന്ന് യാത്ര തിരിക്കുന്നു. നദികളിലെത്തി മുട്ടയിട്ട് വിരിയിച്ചെടുക്കുന്നു. അടുത്ത തലമുറയെ സൃഷ്ടിച്ചെടുത്ത മഹാകർത്തവ്യ നിർവ്വഹണം കഴിഞ്ഞ് മരണം അതിനെ പുൽകുന്നു. എത്ര ക്ലേശകരവും അപകടം നിറഞ്ഞതുമായ കൃത്യമാണ് ആ സാധു ജീവി നിർവ്വഹിച്ചിരിക്കുന്നത്. ആയിരത്തിൽ ഒരു സാൽമൺ മത്സ്യമേ തിരിച്ചെത്താറുള്ളൂ.

വിൽഡ് ബീസ്റ്റുകളുടെ ദേശാടനം

ലോകത്തിലെ ഏറ്റവും വലിയ മൃഗങ്ങളുടെ ദേശാടനമാണിത്. ലോകാദ്ഭുതങ്ങളിൽ ഒന്നാണ്. വിൽഡ്ബീസ്റ്റുകൾ രണ്ടു സ്പീഷിസിൽപ്പെട്ടവയുണ്ട്.

(1) ബ്ലാക്ക് വിൽഡ് ബീസ്റ്റ് (2) ബ്ലൂ വിൽഡ് ബീസ്റ്റ്. ബ്ലാക്ക് വിൽഡ് ബീസ്റ്റുകൾ ദേശാന്തരഗമനം നടത്തുന്നവയും ബ്ലൂ വിൽഡ് ബീസ്റ്റുകൾ പൈതൃക സ്ഥലത്തു തന്നെ ജീവിക്കാൻ ഇഷ്ടപ്പെടുന്നവയുമാണ്. തെക്കൻ ആഫ്രിക്കയിലേയും കിഴക്കൻ ആഫ്രിക്കയിലേയും കെനിയ റ്റാൻസാനിയ, ബോട്ട്സ്വാന, സാംബിയ, സിംബാവേ, മോസാംബിക്കു, സൗത്ത് ആഫ്രിക്ക, ന്യൂസിലാൻഡ്, അൻഗോള എന്നീ രാജ്യങ്ങൾ വിൽഡ് ബീസ്റ്റുകളുടെ സ്വദേശങ്ങളാണ്. റ്റാൻസാനിയയിലെ സെറിഗെട്ടി (Seregeti) നാഷ്ണൽ പാർക്ക്, കെനിയായിലെ മസായ്മാരാ (Maasai Mara) നാഷ്ണൽ പാർക്ക്, സാംബിയായിലെ ലിയുവ പ്ലെയിൻ (Liuwa Plain), നാഷ്ണൽ പാർക്ക് എന്നീ പാർക്കുകളിൽ തദ്ദേശീയമായി കണ്ടുവരുന്നു. ന്യൂസിലാൻഡ്, ലെസ്സോതോ എന്നീ രാജ്യങ്ങളിൽ പത്തൊമ്പതാം നൂറ്റാണ്ടോടെ വംശനാശം സംഭവിച്ചിരുന്നു. മാംസത്തിനായും, കൊമ്പ്, നഖം എന്നിവ അലങ്കാരവസ്തുക്കൾ നിർമ്മിക്കുന്നതിനായി കൊന്നൊടുക്കി.

വിൽഡ് ബീസ്റ്റുകൾ ഇണകളുമായി സ്ഥിരം ബന്ധത്തിലേർപ്പെടുന്നില്ല. ഇണചേരേണ്ട സമയത്തോ മോഹം ജനിക്കുമ്പോഴോ, ആൺ വിൽഡ് ബീസ്റ്റുകൾ താത്കാലികമായി പ്രദേശം ക്രമീകരിക്കുന്നു. എന്നിട്ട് പെൺ വിൽഡ് ബീസ്റ്റുകളെ ആകർഷിക്കുന്നു. രണ്ടു സ്പീഷിസിൽപ്പെട്ട ബ്ലൂ വിൽഡ് ബീസ്റ്റുകളും, ബ്ലാക്ക് വിൽഡ് ബീസ്റ്റുകളും തമ്മിൽ ഇണചേരുന്നത് പ്രകൃതി വിരുദ്ധമാണ്. എന്നാൽ ചുരുങ്ങിയ സന്ദർഭങ്ങളിൽ ഇവ തമ്മിൽ ഇണചേരാറുണ്ട്. അങ്ങനെയാകുമ്പോൾ ഗർഭം ചാപിള്ളയായി പോകുകയും കിടാവ് ജനിച്ചാൽ തന്നെ പെട്ടെന്ന് മരണപ്പെട്ടുപോകുകയും ജീവിച്ചിരുന്നാൽ ഉത്പാദനശേഷി ഉണ്ടാകുകയില്ല. പ്രകൃതി, മനുഷ്യരെ പഠിപ്പിക്കുന്ന വലിയൊരു പാഠമായി ഇതിനെ കാണേണ്ടിയിരിക്കുന്നു. ഭൂമിയിലെ മനുഷ്യവർഗ്ഗം ഒരു സ്പീഷിസാണെന്നുള്ള ചിന്ത മനുഷ്യനെ ഭരിക്കട്ടെ. വിൽഡ് ബീസ്റ്റുകളുടെ ശരാശരി ജീവിതകാലം ഇരുപതു വർഷമാണ്.

വിൽഡ് ബീസ്റ്റുകളുടെ ദേശാടനം

റ്റാൻസാനിയായിലെ സെറിഗെട്ടി നാഷ്ണൽ പാർക്കിൽ നിന്നും ജൂൺ മദ്ധ്യത്തോടുകൂടി ഒരു വർഷത്തിലെ ദേശാടനം ആരംഭിക്കുന്നു. ജലലഭ്യതയും മേച്ചിൽ സ്ഥലങ്ങളും തേടിയുള്ള യാത്ര. ഇത് കിലോ മീറ്ററുകൾക്കകലെയുള്ള ആഹാരത്തിന്റേയും ജലത്തിന്റേയും ലഭ്യത മനസ്സിലാക്കി ദേശാടനം നടത്തുന്നതിനുള്ള നൈസർഗ്ഗിക കഴിവ് അവർണ്ണനീയം തന്നെ. റ്റാൻസാനിയായിൽ നിന്നും യാത്ര പുറപ്പെട്ടാൽ കെനിയായിലെ മസായ്മാരാ നാഷ്ണൽ പാർക്കാണ് ലക്ഷ്യം. ഇരുപതു ലക്ഷത്തോളം എണ്ണത്തിൽ കാണണമെന്നു കണക്കാക്കുന്നു. വിൽഡ് ബീസ്റ്റുകൾക്കൊപ്പം നാലു ലക്ഷത്തോളം മാനുകളും (Thomson's Gazelle) മൂന്നുലക്ഷത്തോളം സീബ്രകളും പന്തീരായിരത്തിൽപരം (Island) ഐലൻഡ് ഇനത്തിൽപ്പെട്ട മാനുകളും ചേർന്ന് ലോകം കണ്ടി ട്ടുള്ളതിൽ വെച്ച് ഏറ്റവും വലിയ ദേശാടനമാണിത്. അതിജീവനത്തിനാ യിട്ടുള്ള യാത്ര. പ്രകൃതിയെ നിലനിർത്താനുള്ള യാത്ര.

ഇവയ്ക്ക് യാത്രയിൽ കഠോരങ്ങളായ പ്രതിസന്ധികൾ തരണം ചെയ്യേണ്ടതുണ്ട്. യാത്രാമദ്ധ്യേ ഇവയെ കാത്തു കഴിയുന്നത് ഹിംസ്ര ജന്തുക്കളായ സിംഹങ്ങൾ, ഹൈനകൾ, പുലികൾ, ചീറ്റകൾ, മറ്റുചെറു മാംസഭുക്കുകൾ എന്നിവയാണ്. മസായ്മാരാ ലോകത്തിലെ ഏറ്റവും കൂടുതൽ സിംഹങ്ങളുള്ള സ്ഥലങ്ങളിൽ ഒന്നാണ്. അതുകൊണ്ടുതന്നെ യാണ് ബി.ബി.സി.യുടെ വൈൽഡ് ലൈഫ് ചാനൽ ഇവിടുത്തെ മൃഗങ്ങളിൽ കേന്ദ്രീകരിച്ചിരിക്കുന്നത്. വേട്ടയാടിയും പതുങ്ങി ഒളിച്ചിരുന്ന് വിൽഡ് ബീസ്റ്റുകളേയും മറ്റു കൂട്ടത്തിലെ മൃഗങ്ങളെയും ഇരയാക്കുന്നു. ഇക്കൂട്ടത്തിൽ സൂത്രശാലികൾ സീബ്രകളാണ്. ആപത്ത് മുന്നിൽ കണ്ട് വിൽഡ് ബീസ്റ്റുകളുടെ മറപറ്റി യാത്ര ചെയ്യാൻ ശ്രദ്ധിക്കുന്നു. വിൽഡ് ബീസ്റ്റുകളും അപകടം മനസ്സിലാക്കുന്നുണ്ടെങ്കിലും യാത്ര ചെയ്തേ പറ്റൂ. അതിജീവനം കൊണ്ട് പ്രകൃതിയെ നിലനിർത്തേണ്ട ബാധ്യതയായി

കരുതി യാത്ര മുടക്കാറില്ല. ഓരോ ജീവിയും, സസ്യങ്ങളും അതിന്റേ തായ കടമ നിറവേറ്റി ഭൂമിയോട് അലിഞ്ഞു ചേരുന്നു.

മറ്റൊരു കഠോര പ്രതിസന്ധി മസായ്മാര നദിയിൽ കാത്തുകിടക്കുന്ന മുതലകളാണ്. മുതലകൾ കാത്തുകിടപ്പുണ്ടെന്ന് അറിഞ്ഞുകൊണ്ടു തന്നെയാണ് കര ലക്ഷ്യമാക്കി നദിയിലേക്ക് എടുത്തു ചാടുന്നത്. കുറെ മുതലകൾക്ക് ഇവ ഇരയായി തീരും. രക്ഷപ്പെടാനുള്ള ശ്രമത്തിൽ തങ്ങളുടെ കുട്ടികളെ ശ്രദ്ധിക്കാൻ കഴിയുന്നില്ല. നദി നീന്തി കരയ്ക്കു കയറിയാൽ കുട്ടികളെ തിരയും. വ്യാകുലചിത്തയായ പെൺവിൽഡ് ബീസ്റ്റ് നദി നീന്തി കടന്ന് ഇക്കരയെത്തി തന്റെ കുട്ടിയെ തെരഞ്ഞു നടക്കും. അന്തമില്ലാത്ത ദിക്കിലേക്ക് നോക്കി കുറെ സമയം ദുഃഖിച്ചു നിൽക്കും. കുട്ടിയെ കണ്ടെത്തുക അസാധ്യമെന്നു കണ്ടാൽ വീണ്ടും നദി നീന്തി മുതലകളുടെ പിടിയിൽ നിന്നും രക്ഷപ്പെട്ടാൽ നദിക്കരയെത്തി കൂട്ടത്തെ അന്വേഷിച്ച് പായും.

വിൽഡ് ബീസ്റ്റുകളുടെ ദേശാടനത്തിന്റെ ആരംഭമെന്നു പറയുന്നത് ജനിച്ചു വീഴുന്ന സ്ഥലമാണ്. ദേശാടനത്തിലെ ഒരു ഭാഗമാണ് ജനനം. യാത്ര അവസാനിക്കുന്നത് മരണത്തിലേക്കും. ആരംഭവും അവസാന വുമില്ലാത്ത ആഹാരത്തിനും ജലത്തിനുവേണ്ടിയുള്ള നിലയ്ക്കാത്ത യാത്ര. ഈ യാത്രയുടെ സംഭരശ്രേണി എത്തിച്ചേരുന്നത് മരണത്തി ലേക്കും. ശത്രുക്കളുടെ പിടിയിൽപ്പെടാതെ ജീവിച്ചിരിക്കുന്നവമരണം വരെ, സെറിഗെട്ടി മുതൽ മാസായ്മാരാ പരിതഃസ്ഥിതിക്കുള്ളിൽ ചുറ്റിക്കറങ്ങികൊണ്ടിരിക്കും. മരണത്തിനു പിടി കൊടുക്കാനുള്ള യാത്ര യിൽ നിന്നും ഈ സാധു ജീവി സ്വയം പിന്മാറില്ല. ദേശാടനം തുടർന്നു കൊണ്ടിരിക്കുന്നു.

ചിറകുള്ള ചെറു പ്രാണികളും, ഷഡ്പദങ്ങളും, വെട്ടുകിളികളും, ചില ചിത്രശലഭങ്ങളും മറ്റും വളരെ ദൂരത്തിൽ ദേശാടനം നടത്തുന്നു. തെന്നി അലഞ്ഞു നടക്കുന്ന തുമ്പികൾ ഇന്ത്യ മുതൽ ആഫ്രിക്കവരെ സമുദ്രം താണ്ടി ദീർഘദൂരം ദേശാന്തര ഗമനം നടത്തുന്നു. വെട്ടുകിളികൾ പടി ഞ്ഞാറൻ ദിക്കിലേക്ക് പറന്ന് അറ്റ്ലാന്റിക് സമുദ്രം മുറിച്ചു കടന്ന് 4500 ഓളം കിലോമീറ്റർ യാത്ര ചെയ്യുന്നു. വായുപ്രവാഹങ്ങളെ ഉപയോഗ പ്പെടുത്തിയാണ് ഇവയുടെ ഗമനം.

ജീവികളുടെ ദേശാടനം സങ്കീർണ്ണവും ബഹുമുഖവുമാണ്. ഇതിനെ പ്രേരിപ്പിക്കുന്ന ഘടകങ്ങൾ ആഹാരം, പ്രജനനം, അനുയോജ്യമായ കാലാവസ്ഥ എന്നിവയാണ്. ഇതിനെ രൂപപ്പെടുത്തിയെടുക്കുന്നത് പ്രകൃതി തന്നെയാണ്. ഈ നൈസർഗികത നിഗൂഢ രഹസ്യങ്ങളാണ്. കുറച്ചൊക്കെ ഗവേഷണങ്ങളിലൂടെ മനസ്സിലാക്കിയിട്ടുണ്ടെങ്കിലും ആഴ ങ്ങളിലേക്ക് എത്തിപ്പറ്റാൻ ഇന്നും മനുഷ്യന് കഴിഞ്ഞിട്ടില്ല. അന്തമില്ലാത്ത പ്രപഞ്ചത്തിന്റെ ഒരദ്ഭുതമാണ് ജീവികളുടെ ദേശാടനം. ആശ്ചര്യപ്പെടു ത്തുന്ന പ്രകൃതിപ്രതിഭാസങ്ങളിൽ ഒന്നാണിത്.

നാല്പത്തിയെട്ട്

മത്സ്യങ്ങളുടെ ദേശാടനം (Fish Migration)

വർഷം തോറും ദൈർഘ്യമേറിയ കാലയളവിലും ദേശാടനം നടത്തുന്ന മത്സ്യങ്ങളുണ്ട്. ഏതാനും മീറ്റർ ദൂരം മുതൽ ആയിരക്കണക്കിന് കിലോമീറ്റർ ദൂരത്തിൽ സഞ്ചാരം നടത്തുന്നു. രണ്ടുകാര്യങ്ങൾ മാത്ര മാണ് ദേശാടനത്തിന്റെ ഉദ്ദേശ്യം മനുഷ്യർ മനസ്സിലാക്കിയിട്ടുള്ളൂ. (1) ആഹാരത്തിനും (2) പ്രത്യുത്പാദനത്തിനും. മറ്റു കാരണങ്ങൾ വ്യക്ത മല്ല.

ഭക്ഷണം തെരഞ്ഞു നടക്കുന്ന മത്സ്യങ്ങൾ (Forage Fish) മൂന്നു സ്ഥാനങ്ങളിൽ സഞ്ചാരം നടത്തുന്നു. അണ്ഡങ്ങളെ ജനിപ്പിക്കൽ, ആഹാരം തേടൽ, ശിശുപരിപാലനം എന്നീ മൂന്നു പ്രത്യേകം സ്ഥാന ങ്ങൾ തെരഞ്ഞെടുക്കുന്നു. ആഹാരത്തിന്റെ ലഭ്യതയും സമുദ്രജല പ്രവാഹങ്ങളുടെ ഒഴുക്കും കണക്കിലെടുത്താണ് സഞ്ചാരം നിശ്ചയിക്കു ന്നത്. ഇവയുടെ സ്വന്തം സന്താനങ്ങളെ തിരിച്ചറിയുന്നതിനുള്ള കഴിവി ല്ലാത്തതുകൊണ്ടാണ് വ്യത്യസ്ത സ്ഥാനങ്ങൾ ശിശുപരിപാലനത്തിനായി തെരഞ്ഞെടുക്കുന്നത്. ഇതുമൂലം സ്വന്തം കുഞ്ഞുങ്ങളെ ഭക്ഷിക്കുന്നതിൽ നിന്നും അസാദ്ധ്യമാക്കി തീർക്കുന്നതിനു കഴിയും. പല മത്സ്യങ്ങളും ദേശാന്തരഗമനം നടത്തി അന്യർ പ്രവേശനമില്ലാത്ത പല രാജ്യങ്ങ ളുടെയും ഇക്കണോമിക് സോണിൽ എത്തുകയും തിരിച്ചുപോകുകയും ചെയ്യാറുണ്ട്. ഉദാ. റ്റ്യൂണ, പോംഫ്രെറ്റ്, സെയിൽ ഫിഷ്, സ്വോർഡ് ഫിഷ്, കൊമ്പൻ സ്രാവ്, ഡോൾഫിനുകൾ (Tuna Pomfret, Marlin, Sail Fish, Sord fish, Ocean Shork, Dolphins etc.) മുതലായ മത്സ്യങ്ങൾ പല വിധ ത്തിൽ ഗമനം നടത്തുന്നുണ്ട്. അവ ശാസ്ത്രാർത്ഥകമായി താഴെ വിവരിക്കുന്നു.

1. അനാഡ്രോമസ് (Anadromous)

സമുദ്രത്തിൽ നിന്നും ശുദ്ധജല നദികളിലേക്കോ തടാകങ്ങളിലേക്കോ ദേശാന്തരഗമനം നടത്തുന്ന മത്സ്യങ്ങൾ. ഇത്തരം മത്സ്യങ്ങൾ സമുദ്ര ത്തിൽ സജീവമായിരിക്കുകയും ആഹാരം തേടുകയും ചെയ്യുന്നു.

അണ്ഡോത്പാദനം നടത്തുന്നത് പർവ്വതങ്ങളിൽ നിന്ന് ഉദ്ഭവിക്കുന്ന നദിയുടെ ഉപനദികൾ തെരഞ്ഞെടുക്കുന്നു. ഈ യാത്രയ്ക്കൊരു പ്രധാന ലക്ഷ്യമുണ്ട്. ഭൂമിയിൽ ശുദ്ധ ഓക്സിജൻ ലഭിക്കുന്ന സ്ഥാനങ്ങളാണ് ഇവ തെരഞ്ഞെടുക്കുന്നത്. ഉദാഹരണമായി സാൽമൺസ്, കടൽകൂരി (Sturgeons), ഹിൽസാ, അറ്റ്ലാന്റിക് സാൽമൺ, Lampreys വടക്കേ അമേരിക്കയിലെ നദികളിൽ അണ്ഡോത്പാദനം നടത്തുമ്പോൾ മറ്റ് ആറ് സ്പീഷിസിൽപ്പെട്ട പസഫിക്ക് സാൽമൺ ഏഷ്യൻ രാജ്യങ്ങളിലെ വിവിധ നദികളിൽ സ്പോണിംഗ് (Spawning) നടത്തുന്നു.

സാൽമൺ മത്സ്യം കടലിൽ സജീവമായി കഴിയുമ്പോൾ അതിന്റെ നിറം മെറ്റാലിക് സിൽവറി ഗ്രേയാണ്. ദേശാടനം ചെയ്യുന്നതിനു മുമ്പായി റെഡിഷ് ബ്രൗൺ നിറത്തിലേക്ക് മാറുന്നു. മൺസൂൺ തുടങ്ങുന്നതോടെ സമുദ്രത്തിൽ നിന്നും ശുദ്ധജലത്തിൽ പ്രവേശിക്കും. ജലപ്രവാഹ ങ്ങളുൾപ്പെടെയുള്ള എല്ലാ തടസ്സങ്ങളേയും ഭേദിച്ചുകൊണ്ട് ലക്ഷ്യസ്ഥാന ത്തേക്ക് നീന്തും. തടസ്സങ്ങൾ പലതാണ്. വെള്ളച്ചാട്ടങ്ങൾ, അണക്കെട്ടു കൾ, ബണ്ടുൾ തുടങ്ങിയവ. കുന്നുകളുടെ താഴ്വാരങ്ങളിൽ കൂടി ഒഴുകുന്ന ചെറു നദിയിലെത്തിയാൽ സോസറിന്റെ രൂപത്തിലുള്ള കുഴി യുണ്ടാകും. പെൺ സാൽമണുകൾ അതിൽ മുട്ടയിടും. ആൺ മത്സ്യങ്ങൾ മുട്ടകളുടെ മേൽ പരാഗണം നടത്തും. മുട്ട വിരിയാൻ രണ്ടു മൂന്നു മാസ ങ്ങൾ എടുക്കും. മുട്ട വിരിഞ്ഞു പുറത്തുവന്നാൽ കുഴിയിൽ തന്നെ കഴിയും. ഉദരഭാഗത്തോടു ചേർന്നുള്ള മഞ്ഞക്കരു സഞ്ചിയിൽ നിന്നും പോഷകാഹാരം ലഭിക്കും. അല്പം വളർന്നുകഴിഞ്ഞാൽ പ്ലവകം (Plankton) ഭക്ഷിച്ചു തുടങ്ങും. പൂർണ്ണരൂപത്തിലെത്തിയാൽ നദിയിലുള്ള എല്ലാ സാൽമൺ മത്സ്യങ്ങളും നദീമുഖത്ത് ഒത്തുചേരും. അവിടെ നിന്നും സമുദ്രത്തിൽ പ്രവേശിക്കും. സമുദ്ര ജലത്തിൽ രൂപാന്തരീകരണം പ്രാപിച്ച് പൂർണ്ണ വളർച്ചയെത്തിയ സാൽമണുകളായി മാറും.

വളരെ വിശാലമായ സമുദ്രത്തിൽ ആയിരക്കണക്കിന് കിലോമീറ്റർ നിർദ്ദിഷ്ട സ്ഥാനത്തെത്തുവാനുള്ള മത്സ്യങ്ങളുടെ നാവികവിദ്യ ഇന്നും നിഗൂഢമായി തുടരുന്നു. അവ ദിക്കുകളുടെ സ്ഥിതി മനസ്സിലാക്കുന്നതിന് രാത്രിയിൽ ചന്ദ്രനേയും നക്ഷത്രങ്ങളേയും പകൽ ആകാശവും സൂര്യനേയും ആശ്രയിച്ച് നീന്തുന്നുവെന്ന് വിശ്വസിക്കുന്നു.

2. ഡയഡ്രോമ്സ് (Diadromous)

മത്സ്യങ്ങൾ ശുദ്ധജല സ്രോതസ്സുകളിൽ നിന്നും സമുദ്രത്തിലേക്ക് ദേശാടനം നടത്തുന്നതിന് ഡയഡ്രോമസ് എന്നു പറയും. വലിയൊരുപറ്റം മത്സ്യങ്ങൾ ഇത്തരത്തിൽ ഗമനം നടത്തുന്നുണ്ട്.

3. പോട്ടമോഡ്രോമ്സ് (Potamodromous)

ശുദ്ധജല മത്സ്യങ്ങളുടെ സ്വാഭാവിക വാസസ്ഥലം വിട്ട് മറ്റൊരു ശുദ്ധ ജല സ്രോതസ്സിലേക്ക് ആഹാരത്തിനായും, അണ്ഡോത്പാദനത്തി നായും സഞ്ചാരം നടത്തുന്നതിനെ പോട്ടമോഡ്രോമസ് ദേശാടനമെന്നു

പറയുന്നു. ഏകദേശം എണ്ണായിരത്തോളം സ്പീഷിസിൽപ്പെട്ട മത്സ്യങ്ങൾ തടാകങ്ങളിൽ നിന്നും നദിയിലേക്കും തിരിച്ചും സീസണുകൾ വന്നു പോകുന്നതിനനുസരിച്ച് ആഹാരത്തിനായും ഗമനം നടത്തുന്നുണ്ട്. രണ്ടു കാര്യങ്ങൾ ഇത്തരം മത്സ്യങ്ങൾ പ്രത്യേകം ശ്രദ്ധിക്കാറുണ്ട്. ഒന്ന് ശുദ്ധമായ ഓക്സിജൻ ലഭിക്കുന്ന സ്ഥലം. രണ്ട് മുട്ട വിരിഞ്ഞു പുറത്തു വരുന്ന കുഞ്ഞുങ്ങൾക്ക് ഭക്ഷണ ലഭ്യത ഉറപ്പു വരുത്തുന്നതും.

4. ഓഷ്യാനോഡ്രോമ്സ് (Oceanodromous)

സമുദ്രത്തിന്റെ വിവിധ ഭാഗങ്ങളിലുള്ള അനുയോജ്യമായ അവസ്ഥകളെ പ്രയോജനപ്പെടുത്തുന്നതിനായി സമുദ്രത്തിന്റെ ഒരു ഭാഗത്തു നിന്ന് മറ്റൊരു ഭാഗത്തേക്ക് ദേശാടനം നടത്തുന്നതിനെ ഓഷ്യാനോഡ്രോമസ് ദേശാടനമെന്നു പറയുന്നു. ഏകദേശം പന്തീരായിരത്തോളം സ്പീഷിസിൽപ്പെട്ട സമുദ്ര മത്സ്യങ്ങൾ നിരന്തരമായി സമുദ്രത്തിനുള്ളിൽ തന്നെ ഗമനം നടത്തുന്നുണ്ട്. ഉദാഹരണങ്ങളായി ചാള, മത്തി, അയില, റ്റുണ, കോഡ്സ് മുതലായവ. ഇവകളുടെ യാത്ര ഏകോപനവും സമയക്രമീകരണത്തിലും ആസൂത്രിതവുമാണ്.

നാല്പത്തിയൊമ്പത്

ഈൽ മത്സ്യത്തിന്റെ ദേശാടനം

ഇതിനെ മലയാളത്തിൽ ജലസർപ്പമെന്നു വിളിക്കുന്നു. ഈൽ (EEL) അക്യൂലിഫോംസ് വർഗ്ഗത്തിൽപ്പെടും. ഈ വർഗ്ഗത്തിന് നാല് ഉപവർഗ്ഗവും ഇരുപത് കുടുംബവും നൂറ്റിപതിനൊന്ന് ജനേറയും (Genera) ഏകദേശം എണ്ണൂറോളും സ്പീഷിസുമുണ്ട്. മിക്ക ഈലുകളും മറ്റു മത്സ്യങ്ങളെയോ ജലജീവികളെയോ ഭക്ഷണമാക്കുന്നവയാണ്. മിക്ക ഈൽ ഇനത്തിൽ പെട്ടവയും രാത്രി ഇരതേടുന്നവയാണ്. ഏറ്റവും ഭാരം കൂടിയത് യൂറോപ്യൻ കോൺഗർ ഇനത്തിൽപ്പെട്ടവയാണ്. ഇവയുടെ നീളം മൂന്നു മീറ്ററും ഭാരം 110 കിലോയും ഉണ്ടാകും. ചിലത് നാലുമീറ്റർ നീളം വരുമെങ്കിലും ഭാരം യൂറോപ്യൻ കോൺഗറിന്റെ അത്രയുമില്ല.

ഈലുകളുടെ ജീവിതാരംഭത്തിന്റെ രൂപം പരന്നതും ട്രാൻസ്പരന്റുമായ ലാർവയിലാണ്. ലാർവ രൂപാന്തരം പ്രാപിച്ച് ഗ്ലാസ് ഈൽ ആയിത്തീരുന്നു. പെൺ ഗ്ലാസ് ഈലുകൾ ശുദ്ധജല നദികൾ തേടി സമുദ്രത്തിൽ നിന്നും യാത്രയാകും. അവയുടെ യാത്ര വളരെ ക്ലേശം നിറഞ്ഞതാണ്. ദേശാടനത്തിൽ ധാരാളം പ്രതിസന്ധികൾ തരണം ചെയ്യേണ്ടതായിട്ടുണ്ട്. വെള്ളച്ചാട്ടങ്ങളും, അണക്കെട്ടുകളും, ജലസംഭരണി ഭിത്തികളും മറ്റും താണ്ടി വേണം ഉദ്ദിഷ്ട സ്ഥാനത്തെത്താൻ. എല്ലാ പ്രതികൂലങ്ങളെയും അവ അതിജീവിച്ച് യാത്ര ചെയ്യും. ശുദ്ധജലത്തിൽ പ്രവേശിച്ചു കഴിഞ്ഞാൽ രൂപാന്തരത്തിലൂടെ മഞ്ഞനിറം പ്രാപിച്ച് പൂർണ്ണ വളർച്ചയിലെത്തും. ആൺ ഈലുകൾ സമുദ്രവും നദിയും യോജിക്കുന്ന ഭാഗത്ത് പെൺ ഈലുകളുടെ വരവും കാത്ത് പ്രജനനത്തിനായി കിടക്കും.

പെൺ ഈലുകളുടെ വളർച്ചയും ആഹാര ശേഖരണവും ഏകദേശം എട്ടു മുതൽ പതിനഞ്ചു വർഷം ശുദ്ധജലത്തിൽ നിന്നുമായിരിക്കും. കവച മത്സ്യങ്ങളും, ശലഭങ്ങളും, പുഴുക്കളും മറ്റും ഇവയുടെ ആഹാരമാണ്.

യൂറോപ്യൻ ഈലുകളും അമേരിക്കൻ ഈലുകളും വളർച്ചയെത്തിയാൽ പ്രജനനത്തിനായി സർഗ്ഗാസോ സമുദ്രം ലക്ഷ്യമാക്കി കോണ്ടിനെന്റൽ നദികളിൽ നിന്നും ദേശാന്തരഗമനം ആരംഭിക്കും. അറ്റ്ലാന്റിക്

സമുദ്രം താണ്ടി വേണം ഉദ്ദിഷ്ട സ്ഥാനമായ സർഗ്ഗാസോ സമുദ്രത്തിലെത്താൻ. ഏകദേശം 5600 ൽ പരം കിലോമീറ്റർ ദൂരം ഈ യാത്രയിൽ അവയ്ക്കു തരണം ചെയ്യേണ്ടതായിട്ടുണ്ട്. യാത്രയ്ക്കു മുമ്പായി ശാരീരികമായും മറ്റും പല രൂപാന്തരങ്ങളും സംഭവിക്കുന്നുണ്ട്. അവ ചുവടെ ചേർക്കുന്നു.

1. ശരീരത്തിൽ ധാരാളം കൊഴുപ്പ് ശേഖരിക്കപ്പെടുന്നു. സർഗ്ഗാസോ സമുദ്രത്തിലേയ്ക്കുള്ള യാത്രയിൽ ഊർജ്ജമായി ഉപയോഗിക്കുന്നത് ശരീരത്തിൽ ശേഖരിക്കപ്പെട്ട കൊഴുപ്പിൽ നിന്നാണ്.
2. മഞ്ഞനിറ (Golden) ത്തിൽ നിന്നും മെറ്റാലിക് ഗ്രേ നിറം പ്രാപിക്കുന്നു.
3. ദഹനക്കുഴലുകൾ ചുരുങ്ങുന്നു. ആഹാരം കഴിക്കൽ നിർത്തുന്നു.
4. കണ്ണുകൾക്ക് വലിപ്പം പ്രാപിക്കുകയും കാഴ്ചയ്ക്ക് ശക്തി പ്രാപിക്കുകയും ചെയ്യുന്നു. സെൻസറി അവയവങ്ങൾ സൂക്ഷ്മ ബോധമുള്ളതാക്കി തീർക്കുന്നു.
5. തൊലി ശ്വാസോച്ഛ്വാസത്തിന് തയ്യാറാക്കുന്നു.
6. ജനനഗ്രന്ഥി വളർച്ചയെത്തുകയും വലുപ്പം പ്രാപിക്കുകയും ചെയ്യുന്നു.
7. ദേശാടനം അടുക്കുന്തോറും അസ്വസ്ഥതയും വ്യഗ്രതയും കാട്ടുന്നു. കൂട്ടത്തോടെയാണ് ഗമനം ആരംഭിക്കുക.

നദി, സമുദ്രത്തോട് യോജിക്കുന്ന ഭാഗത്തു കാത്തുകിടക്കുന്ന ആൺ ഈലുകളുമായി യോജിച്ച് ഒന്നിച്ച് നീന്തി കൂട്ടമായി സർഗ്ഗാസ്സോ കടൽ ലക്ഷ്യമാക്കി യാത്രയാകും. ഏകദേശം രണ്ടുമാസത്തെ യാത്ര. അവിടെയെത്തി അണ്ഡോത്പാദനം നടത്തി മുട്ടയിട്ടുകഴിഞ്ഞാൽ അവ മരണത്തെ പുൽകുന്നു. ഒരു പെൺ ഈൽ ഏകദേശം ഇരുനൂറ് ലക്ഷത്തോളം മുട്ടകൾ ഇടും. ഇവ പെട്ടെന്ന് ആൺ ഈലുകൾ പരാഗണം നടത്തും.

ഈലുകൾ എങ്ങനെ ആറായിരം കിലോമീറ്റർ ദൂരം ഒറ്റയടിക്ക് യാത്ര ചെയ്യുന്നു? യാത്രയ്ക്കുള്ള ഒരുക്കങ്ങൾക്ക് ലഭിക്കുന്ന ചേതോവികാരം എങ്ങനെ ലഭിക്കുന്നു.? അണ്ഡം ജനിപ്പിച്ചു കഴിഞ്ഞാൽ എന്തുകൊണ്ട് മരണത്തെ പുൽകുന്നു? ഒറ്റ സ്പാണിംഗിൽ ഇത്രയേറെ മുട്ടകൾ എന്തുകൊണ്ട്, എങ്ങനെ പുറത്തു വരുന്നു? എന്നിങ്ങനെയുള്ള ധാരാളം ചോദ്യങ്ങളുടെ വ്യക്തമായ ഉത്തരങ്ങൾ ഇപ്പോഴും നിഗൂഢമായി തുടരുന്നു. അതുകൊണ്ടു തന്നെ ഈലിന്റെ ജീവിതം കൂടുതൽ പഠന വിഷയമാക്കേണ്ടതാണ്. സർഗ്ഗാസോ കടൽ പോലുള്ള പ്രത്യേകം സ്ഥലങ്ങൾ മാത്രം മുട്ടയിടുന്നതിനായി തെരഞ്ഞെടുക്കുന്നതെന്ത്?

ജാപ്പനീസ് ഈലുകൾ മുട്ടയിടുന്നതിനായി തെരഞ്ഞെടുത്തിരിക്കുന്നത് സുരുഗ (Suruga) കടൽ പർവ്വതങ്ങളിലാണ്. അവിടെ നിന്നും

വടക്ക് ഇക്വ്യുറ്റോറിയൽ പ്രവാഹത്തിന്റെ സഹായത്താൽ പടിഞ്ഞാറോട്ട് യാത്ര തിരിച്ച് കിഴക്കൻ ഏഷ്യയുടെ പടിഞ്ഞാറൻ (Mariana Ridge) മറിയാന റിഡ്ജിൽ എത്തിചേരുന്നു. അവിടെ അവ വളർച്ച പ്രാപിക്കുന്നു.

തെക്കൻ ആഫ്രിക്കയിലെ നാല് സ്പീഷിസിൽപ്പെട്ട ശുദ്ധജല ഈലുകളുടെ മുട്ടയിടുന്ന സ്ഥാനം ഇന്ത്യൻ മഹാസമുദ്രത്തിലെ (Madagascar) മഡഗാസ്ക്കർന്റെ വടക്കു ഭാഗത്താണ്. അവിടെ നിന്നും സതേൺ ആഫ്രിക്കയുടെ നദികളിലുള്ള ജീവിതവും കഴിഞ്ഞ് തിരിച്ച് മഡഗാസ്കറിലുള്ള സമുദ്രത്തിൽ എത്തിച്ചേരുന്നു. ഈ സൈക്കിൾ എല്ലാ ഈലുകളിലും കണ്ടുവരുന്നു. എവിടെ അവയുടെ പരമ്പര അവസാനിച്ചുവോ അവിടെ നിന്നും പുതിയ തലമുറ ആരംഭം കുറിക്കുന്നു. എവിടെ അവയുടെ മുൻതലമുറ ജീവിച്ചുവോ അതേ നദികളിൽ ജീവിക്കുന്നു. നിഗൂഢമായ രഹസ്യങ്ങൾ മനുഷ്യനെ അമ്പരപ്പിക്കുന്നു.

ഈലുകളുടെ എണ്ണം ക്രമാതീതമായി കുറഞ്ഞു കൊണ്ടിരിക്കുന്നു. യൂറോപ്പിലും, അമേരിക്കയിലും, ജപ്പാനിലും മറ്റും ഈലുകളെ ഭക്ഷണമാക്കുന്നത് വളരെ കൂടുതലാണ്. ചൈന പോലുള്ള രാജ്യങ്ങൾ ലക്ഷക്കണക്കിന് കിലോ ഈൽ മാംസം യൂറോപ്പിൽ നിന്നും അമേരിക്കയിൽ നിന്നും ഇറക്കുമതി ചെയ്യുന്നു. 2002 ലെ കണക്കനുസരിച്ച് യൂറോപ്പ് ഇരുപത്തഞ്ചു മില്യൺ കിലോ ഓരോ വർഷവും ഉപയോഗിക്കുന്നു. ജപ്പാൻ മാത്രം നൂറ് മില്യൺ കിലോ ഒരു വർഷം ഭക്ഷിക്കുന്നു.

യൂറോപ്യൻ ഈൽ വംശത്തെ നശിപ്പിക്കുന്ന തരത്തിൽ പരാന്നഭുക്കായ വിര ഇവയെ ബാധിച്ചിട്ടുണ്ടെന്ന് കണ്ടുപിടിക്കപ്പെട്ടിരുന്നു. ഈ പരാന്നഭുക്ക് ഈലിന്റെ സ്വിംബ്ലാഡറിൽ ബാധിച്ചിട്ടുണ്ടെന്നാണ് കണ്ടുപിടിത്തം. ആയിരക്കണക്കിന് കിലോമീറ്ററുകൾ നീന്തുന്നതിനുള്ള ഊർജ്ജം ശേഖരിക്കപ്പെട്ടിരിക്കുന്നത് (Swimbladder) സ്വിംബ്ലാഡറിലാണ്. കൂടാതെ നദികളിൽ ഇരുപതാം നൂറ്റാണ്ടോടെ നിർമ്മിക്കപ്പെട്ടിട്ടുള്ള ഡാമുകൾ ഇതിന് മഹാഭീഷണിയാണ്. മനുഷ്യ നിർമ്മിതമായ തടസ്സങ്ങൾ നീക്കുന്നതിനായി യൂറോപ്പിലും വടക്കേ അമേരിക്കയിലും ഡാമുകളിലും മറ്റ് തടസ്സങ്ങൾ സൃഷ്ച്ചിട്ടുള്ളിടത്ത് ഈൽ ലാഡേഴ്സ് 1970 കളിൽ സ്ഥാപിച്ചു തുടങ്ങി.

ഇന്റർനാഷണൽ യൂണിയൻ ഫോർ ദ് കൺസർവേഷൻ നേച്ചർ, (IUCN) യൂറോപ്യൻ ഈലുകളെ ഏറ്റവും ഉയർന്ന വംശനാശ ഭീഷണിയുള്ള ജീവികളിൽ ഉൾപ്പെടുത്തിയിട്ടുണ്ട്.

പത്തുലക്ഷം വരെ വരുന്ന ഈലുകളുടെ കൂട്ടം ഒരു രാത്രിയിൽ ദേശാടനം നടത്തുന്നത് അസാമാന്യവും ആശ്ചര്യവുമായ പ്രകൃതി പ്രതിഭാസം തന്നെ. ഇങ്ങനെ എത്രയെത്ര കൂട്ടങ്ങളായിട്ടാണ് ദേശാന്തര ഗമനം നടത്തുന്നത്.

അമ്പത്

ഗ്രേ തിമിംഗിലത്തിന്റെ ദേശാടനം

ഗ്രേ തിമിംഗിലത്തെ ബാലീൻ തിമിംഗിലമെന്നും പറയുന്നു. ചാകരകളായ ക്രിൽ തുടങ്ങിയ ചെറിയ ജന്തുക്കളെ സമുദ്രജലത്തിൽ നിന്നും വായ്കൊണ്ട് കോരിയെടുക്കുമ്പോൾ ജന്തുക്കളോടൊപ്പം ജലവും വായിൽ കയറും. ജലത്തെ അരിച്ച് പുറന്തള്ളുന്നതിനും ജന്തുക്കളെ ഭക്ഷിക്കുന്നതിനുമുള്ള ഫിൽറ്റർ സംവിധാനമാണ് ബാലീൻ. വളർച്ചയെത്തിയ ഗ്രേ തിമിംഗിലത്തിന് പതിനഞ്ചു മീറ്ററോളം നീളവും നാല്പതു ടണ്ണോളം ഭാരവും ഉണ്ടാകും. അമ്പത്തിയഞ്ചു മുതൽ എഴുപതുവർഷം വരെയാണ് ഇതിന്റെ ആയുഷ്കാലം. ഇതിന്റെ ഇരുണ്ട തൊലി തവിട്ടുനിറത്തിലുള്ള ശകല (Patches) ങ്ങൾ കൊണ്ടും വർണ്ണശബളമായ വെളുത്ത പുള്ളികൾ കൊണ്ടും തിരിച്ചറിയാവുന്നതാണ്. ഓരോ വർഷവും ആഹാരശേഖരണ സ്ഥലത്തു നിന്നും പ്രജനന സ്ഥലം വരെ ദേശാടനം നടത്തുന്നു.

ഭൂമിയിലെ സസ്തനികളിൽ കൂടുതൽ ദൂരം ദേശാടനം നടത്തുന്നത് ഗ്രേതിമിംഗിലമാണ്. പസഫിക് സമുദ്രത്തിലൂടെ 22,000 കിലോമീറ്റർ ദൂരം പ്രദക്ഷിണപര്യടനം നടത്തുന്നതായി കണക്കാക്കപ്പെട്ടിട്ടുണ്ട് എന്നാൽ സാധാരണയായി ഒരു വർഷത്തിൽ 16000 കിലോമീറ്റർ ദൂരം മെക്സിക്കോ മുതൽ ആർട്ടിക്ക് വരെ പ്രദക്ഷിണം വയ്ക്കുന്നുണ്ട്. മെക്സിക്കോയിലെ സമുദ്രത്തോട് ചേർന്നു കിടക്കുന്ന കായൽ ശിശുപരിപാലന കേന്ദ്രവും ആർട്ടിക്ക് സമുദ്രം ആഹാരം ശേഖരിക്കുന്നതിനായി എത്തിപ്പറ്റുന്ന സ്ഥലവുമാണ്. ഗ്രേ തിമിംഗിലങ്ങളിൽ തന്നെ പല ഇനങ്ങളുണ്ട്. കാലിഫോർണിയ ഗ്രേ തിമിംഗിലം, ഡാനിഷ് തിമിംഗിലം എന്നിവയാണ്. ഭൂമിയുടെ വിവിധ ഭാഗങ്ങളിലായി ഇവ പ്രദക്ഷിണ പര്യടനം നടത്തുന്നു. പാശ്ചാത്യനാടുകളിലെ വേനൽക്കാല മാസങ്ങളായ ജൂൺ, ജൂലൈ, ആഗസ്റ്റ് മാസങ്ങളിൽ മിക്ക തിമിംഗിലങ്ങളും ബെറിംഗ് (Bering) സമുദ്രത്തിലെ അലാസ്ക്കാ മുതൽ റഷ്യ വരെയും ഒരു വിഭാഗം ആർട്ടിക്ക് സമുദ്രത്തിന്റെ വടക്കു ഭാഗത്ത് കുടിയേറ്റം നടത്തുന്നു. ശീതകാലമാകുമ്പോഴേക്കും തിരിച്ച് കാനഡയുടേയും, അമേരിക്കയുടേയും തീരങ്ങൾ (Baja) ബാജ, കാലിഫോർണിയായിലെ സമുദ്രത്തോടു ചേർന്നു കിടക്കുന്ന കായലുകൾ മുതലായ സ്ഥലങ്ങളിലേക്ക് എത്തിപ്പറ്റുന്നത്

ജനുവരി, ഫെബ്രുവരി, മാർച്ച് എന്നീ മാസങ്ങളിലാണ്. ഈ പര്യടന ത്തിന് 19100 ൽ പരം കിലോമീറ്റർ ദൂരം ഉണ്ട്.

വേനൽക്കാലങ്ങളിൽ പോളാർ സമുദ്രഭാഗങ്ങളിൽ വൻ തോതിൽ സമുദ്രത്തിൽ ഒഴുകിക്കിടക്കുന്ന സസ്യങ്ങൾ (Phytoplankton) താരുണ്യം പ്രാപിക്കും. കാരണം ഈ സീസണിൽ ഒന്നോ രണ്ടോ മാസങ്ങളിൽ ദിവസവും പതിന്നാല് മണിക്കൂറും തുടർച്ചയായി സൂര്യപ്രകാശം ലഭി ക്കുന്നു. ഇതേ തുടർന്ന് വൻ തോതിൽ ആനിമൽ സൂ പ്ലാൻക്ടൻ (Zoo Plankton) ഉണ്ടാകുന്നു. ഗ്രേ തിമിംഗിലം ഈ അവസരം പാഴാക്കാറില്ല. ഇവിടുത്തെ ആഹാര ശേഖരണത്തിലും വായിലെ അരിപ്പ ഉപയോഗി ക്കുന്നു. ഇതുപോലെ വ്യത്യസ്ത ഫീൽഡിംഗ് ഗ്രൗണ്ടുകൾ ഇവയ്ക്കുണ്ട്. ഇതിന് മറ്റൊരു പ്രത്യേകതയുണ്ട്. ഇതിന്റെ തൊലിയുടെ അടിയിൽ കട്ടി കൂടിയ ഒരു പാളി കൊഴുപ്പ് ശേഖരിച്ചുവയ്ക്കാൻ കഴിയും. ഇതിനെ ബ്ലബർ പാളികൾ എന്നു പറയും. ഈ അടുക്ക് തണുപ്പിൽ നിന്നും രക്ഷ നേടുന്നതിനു മാത്രമല്ല പ്രദക്ഷിണ പര്യടനസമയങ്ങളിൽ ശേഖരിക്കപ്പെട്ട കൊഴുപ്പ് ഊർജ്ജമാക്കി ഉപയോഗിക്കുന്നു. യാത്രയിൽ ഇരതേടൽ നടത്തുന്നില്ല.

ഗ്രേ തിമിംഗിലങ്ങളുടെ കാലികമായ ദേശാടനം പല കാരണങ്ങളാൽ നടത്തുന്നുവെന്ന് അനുമാനിക്കപ്പെടുന്നു. കാലാവസ്ഥ വ്യതിയാനം, സമുദ്രജലത്തിലെ താപനില, സമുദ്രത്തിന്റെ ആഴം, ഉപ്പിന്റെ അളവ്, പ്രാദേശികമായ ചുറ്റുപാട് ഏറ്റവും പ്രധാനമായി ധാരാളം ആഹാരം ലഭി ക്കുന്ന സ്ഥലം എന്നിവയാണ്.

സമുദ്രത്തിന്റെ വിവിധ സ്ഥലങ്ങളിൽ ഇവയുടെ സാന്നിദ്ധ്യം ഉറപ്പു വരുത്തിയിട്ടുണ്ട്. ഇവ വംശനാശ ഭീഷണി നേരിടുന്നുണ്ട്. അഞ്ഞൂറാ മാണ്ടിൽ യൂറോപ്പിൽ നിന്നും തുടച്ചു നീക്കപ്പെട്ടുവെന്ന് വിശ്വസിച്ചിരുന്നു. നോർത്ത് അമേരിക്കയിൽ പല ഭാഗങ്ങളിൽ ഇവയുടെ സാന്നിദ്ധ്യമുണ്ട്. പടിഞ്ഞാറൻ നോർത്ത് പസഫിക്കിലെ എണ്ണം ക്രമാതീതമായി കുറഞ്ഞു വന്നിരുന്നു. എന്നാൽ ഇപ്പോൾ സതേൺ ഹെമിസഫിയറിലും, മെഡിറ്റ റേനിയൻ സമുദ്രത്തിലും, നവീബിയ, ജപ്പാൻ തുടങ്ങിയ രാജ്യങ്ങളിലും ഗ്രേ തിമിംഗിലത്തിന്റെ സാന്നിദ്ധ്യം ഉറപ്പു വരുത്തിയിട്ടുണ്ട്.

അമ്പത്തിയൊന്ന്

ക്രിസ്തുമസ് ഐലന്റിലെ ചുവന്ന ഞണ്ടുകൾ

ആസ്ട്രേലിയായുടെ അധീനതയിൽ സ്ഥിതിചെയ്യുന്ന ഒരു ദ്വീപാണിത്. ഈ ഐലന്റ് കണ്ടുപിടിക്കപ്പെട്ടത് 1643-ാം മാണ്ട് ഡിസംബർമാസം 25-ാം തിയതിയാണ്. ഒരു ക്രിസ്തുമസ് ദിനത്തിൽ കണ്ടുപിടിക്കപ്പെട്ടതുകൊണ്ടാണ് ഈ ദ്വീപിന് ക്രിസ്തുമസ് ദ്വീപ് എന്നു പേരു കിട്ടിയത്. 1643ൽ കണ്ടുപിടിക്കപ്പെട്ടുവെങ്കിലും പത്തൊമ്പതാം നൂറ്റാണ്ടിന്റെ അവസാനത്തോടെയാണ് കുടിയേറ്റം തുടങ്ങിയത്. ഭൂമിശാസ്ത്രപരമായി വേറിട്ട് കിടക്കുന്ന സ്ഥലമായതു കാരണം മനുഷ്യരുടെ ഇടപെടൽ ഈ ദ്വീപിൽ വളരെ കുറവായിരുന്നു. അതുകാരണം ഭൂമിയുടെ തനതു അവസ്ഥയ്ക്ക് കോട്ടം തട്ടിയിരുന്നില്ല. ഇവിടത്തെ സസ്യജാലങ്ങളും, ജന്തുജാലവും തനതു അവസ്ഥയിൽ നിലനിന്നുപോകുന്നു. ഈ ദ്വീപിന്റെ വിസ്തീർണ്ണം 135 സ്ക്വയർ കിലോമീറ്റർ ആണ്. അതിൽ 63 ശതമാനവും ആസ്ട്രേലിയൻ നാഷ്ണൽ പാർക്കാണ്. ഇവിടുത്തെ വലിയൊരു പ്രദേശം മൺസൂൺ വനമാണ്. ഇവിടെ ധാരാളം ഫോസ്ഫേറ്റ് ശേഖരമുണ്ട്.

ക്രിസ്തുമസ് ദ്വീപിൽ രണ്ടായിരത്തിൽപരം സ്ഥിരവാസികളേയുള്ളൂ. ഇവരിൽ മിക്കവരും വടക്കൻ ഭാഗത്താണ് താമസിക്കുന്നത്. മൂന്നിൽ രണ്ടു ഭാഗം ജനങ്ങളും മലേഷ്യൻ ചൈനീസ് വിഭാഗത്തിൽപ്പെട്ടവരാണ്. കൂടാതെ മലേ, യൂറോപ്യൻ, ആസ്ട്രേലിയൻസ് കുറഞ്ഞ സംഖ്യയിൽ മലേഷ്യൻ ഇന്ത്യൻസും യൂറേഷ്യൻസുമുണ്ട്. ഇവിടത്തെ പ്രധാന ഭാഷ ഇംഗ്ലീഷ്, മലേ എന്നിവയാണ്. പ്രധാന മതം ബുദ്ധിസവും.

ക്രിസ്തുമസ് ദ്വീപിന്റെ സ്ഥാനം പെർത്തിന്റെ വടക്കുപടിഞ്ഞാറായി 2600 കിലോമീറ്റർ ദൂരത്തിലും, വെസ്റ്റേൺ ആസ്ട്രേലിയായിൽ നിന്നും 500 കിലോമീറ്റർ ദൂരത്തിലും, ഡാർവിൻ ദ്വീപിൽ നിന്നും 2748 കിലോമീറ്റർ പടിഞ്ഞാറു ഭാഗത്തായും സ്ഥിതി ചെയ്യുന്നു, ഏറ്റവും അടുത്ത ആസ്ട്രേലിയായുടെ വൻകര 156 കിലോമീറ്റർ ദൂരത്തിൽ സ്ഥിതി ചെയ്യുന്ന എക്സ്മൗത്താണ്. ഈ സ്ഥലം പടിഞ്ഞാറൻ ആസ്ട്രേലിയയിലാണ്.

ക്രിസ്തുമസ് ഐലന്റ് റെഡ്ക്രാബ് കരയിൽ ജീവിക്കുന്ന സ്പീഷിസിൽപ്പെട്ടതാണ്. പ്രാദേശികമായി ഈ ദ്വീപിൽ കണ്ടുവരുന്ന ഒരിനമാണ്. ഈ ദ്വീപ് ഇന്ത്യൻ സമുദ്രത്തിൽ സ്ഥിതിചെയ്യുന്നു. ഇന്ത്യൻ മഹാസമുദ്രത്തിലെ തന്നെ മറ്റൊരു ദ്വീപായ Cocos (Keeling) ഐലന്റിലും ഇതേ ഇനത്തിൽപ്പെട്ട റെഡ്ക്രാബിനെ കണ്ടുവരുന്നു, ഈ ദ്വീപ് ചെറിയൊരു ഭൂപ്രദേശമാണെങ്കിലും 437 ലക്ഷത്തിൽപരം ഞണ്ടുകൾ ഇവിടെ വസിച്ചിരുന്നു. യാദൃച്ഛികമായി ഇവിടെ കടന്നുകൂടിയ യെല്ലോ ക്രേസി ഉറുമ്പുകൾ 100-150 ലക്ഷത്തോളം ഞണ്ടുകളെ ദ്വീപിൽ നിന്നും തുടച്ചുനീക്കി. ലാർവ സ്റ്റേജിൽ എത്തുമ്പോൾ ഉറുമ്പുകൾ തീറ്റയാക്കി. ക്രിസ്തുമസ് ദ്വീപിലെ ചുവന്ന ഞണ്ടുകൾ വലിപ്പം കൂടിയതാണ്. 116 മില്ലീമീറ്റർ വരെ വീതിയുണ്ട്. ഞണ്ടിന്റെ കാലുകൾ ഏകദേശം ഒരേ പോലെയാണ്. കാലുകൾ അറ്റുപോയാൽ പുനർജനിക്കും. ആൺഞണ്ടുകൾക്ക് പെൺഞണ്ടുകളെ അപേക്ഷിച്ച് വലുപ്പം കൂടുതലുണ്ട്. പെൺഞണ്ടുകളുടെ ഉദരഭാഗം വീതികൂടിയതാണ്. പെൺ ഞണ്ടുകളുടെ കാലുകൾ (Claws) താരതമ്യേന ചെറുതാണ്.

മറ്റെല്ലാ കരഞണ്ടുകളെപ്പോലെ തന്നെ റെഡ്ക്രാബുകളും ചെകിളകൾ (Gills) കൊണ്ടാണ് ശ്വസിക്കുന്നത്. ശരീരത്തിലെ ഈർപ്പ സംരക്ഷണത്തിൽ പ്രത്യേകം ശ്രദ്ധിക്കുന്നു. റെഡ്ക്രാബുകൾ പകൽ ഉണർന്നിരിക്കുകയും ആഹാരം തേടുകയും ചെയ്യുന്ന ജീവിയാണെങ്കിലും സൂര്യപ്രകാശത്തിൽ നിന്നും അകന്നു കഴിയുന്നു. ഉയർന്ന താപനിലയിലും താഴ്ന്ന താപനിലയിലും പൂർണ്ണമായും പ്രവർത്തനരഹിതമായിരിക്കും. മാളങ്ങളിൽ തന്നെ കഴിഞ്ഞു കൂടും. ഒരു വർഷത്തോളം ഒരേ മാളത്തിൽ തന്നെ കഴിയുന്നു. അത്യുഷ്ണ സമയങ്ങളിൽ മാളത്തിന്റെ കവാടം ഇലകൾ കൊണ്ടുണ്ടാക്കിയ തട കൊണ്ട് മറയ്ക്കും. ഇങ്ങനെ ഈർപ്പമുണ്ടാക്കുന്ന കാലാവസ്ഥ ഉണ്ടാക്കുന്നതുവരെയുള്ള മൂന്നു മാസക്കാലം മാളത്തിൽ പാർക്കും. കൂട്ടമായി വസിക്കുകയും സഞ്ചരിക്കുകയും ചെയ്യുന്നുണ്ടെങ്കിലും ഞണ്ടുകൾ ഏകാകിയായ ജീവിയാണ്. ഒരു മാളത്തിൽ ഒരു ഞണ്ടു മാത്രമേ ഉണ്ടാകൂ. മാളത്തെ സംരക്ഷിക്കുന്നതും ഒറ്റയ്ക്കാണ്.

ക്രിസ്തുമസ് ദ്വീപിലെ ചുവന്ന ഞണ്ടുകളുടെ ദേശാടനം ലോകശ്രദ്ധ നേടിയിട്ടുള്ള ഒന്നാണ്. ഒരു വർഷത്തോളം ക്രിസ്തുമസ് ദ്വീപിലെ വനാന്തരങ്ങളിൽ കഴിയുന്ന മില്യൺ കണക്കിന് വരുന്ന ഞണ്ടുകൾ പ്രജനനത്തിനും മുട്ടയിടുന്നതിനും തെരഞ്ഞെടുത്തിരിക്കുന്നത് ദ്വീപിലെ തന്നെ സമുദ്രതീരങ്ങളാണ്. ഇതിനായി ഈർപ്പമുള്ള കാലാവസ്ഥകളുടെ മാസങ്ങളായ ഒക്ടോബർ-നവംബർ മാസങ്ങളിൽ വനാന്തരത്തിൽ നിന്നും നിർദ്ദിഷ്ട സമുദ്രതീരം തേടി യാത്ര തിരിക്കും. ഈ സമയത്ത് അവയുടെ പ്രവർത്തനങ്ങളെല്ലാം ത്വരിതപ്പെടുത്തും. യാത്രയ്ക്കുള്ള ഉത്തേജനം ഉണ്ടായിക്കൊണ്ടിരിക്കും. കൃത്യമായ കണക്കുകൂട്ടലുകളുടെ അടിസ്ഥാനത്തിലാണ് യാത്ര. ഇതിനായി ചന്ദ്രന്റെ മാറ്റങ്ങളുടെ ഘട്ടങ്ങൾ

അവർക്കറിയാം. പര്യടനത്തിനു തയ്യാറാകുന്നതോടെ അതുവരെ വസിച്ചിരുന്ന മാളങ്ങൾ ഉപേക്ഷിക്കും. ഒരാഴ്ചയിൽ കൂടുതൽ ഉദ്ദിഷ്ട സ്ഥാനത്തെത്താൻ എടുക്കും.

ആൺ ഞണ്ടുകൾ ആദ്യം യാത്രയാകും. തീരത്തെത്തിക്കഴിഞ്ഞാൽ ആൺഞണ്ടുകൾ മാളങ്ങൾ കുഴിക്കും. ഓരോന്നിനും ഓരോ കുഴി കണക്കിന്. പ്രജനനം മാളത്തിനുള്ളിൽ വച്ചോ പുറത്തുവച്ചോ നടത്തും. ഇണചേരൽ കഴിഞ്ഞാൽ ആൺഞണ്ടുകൾ കൂട്ടത്തോടെ വനാന്തരങ്ങളിലേക്ക് തിരിച്ചെത്തും. പെൺഞണ്ടുകൾ മുട്ടയിടുന്നതിനായി മാളങ്ങളുടെ ഉള്ളിൽ രണ്ടാഴ്ചകൾ കഴിയും. അടയിരിക്കൽ പൂർത്തിയായാൽ പെൺഞണ്ടുകൾ മാളങ്ങൾ ഉപേക്ഷിക്കും. മുട്ടകളെ സമുദ്രത്തിലേക്ക് വിട്ടിട്ട് വനാന്തരത്തിലേക്ക് യാത്രയാകും. ഞണ്ടു ലാർവ മൂന്നു നാല് ആഴ്ചകൾ സമുദ്രത്തിൽ കഴിഞ്ഞ് യുവത്വപ്രായത്തിലെത്തി കരയ്ക്കു കയറും.

സമുദ്രത്തിൽ കഴിയുന്ന മൂന്ന് നാല് ആഴ്ചകൾ പല ലാർവ ഘട്ടങ്ങൾ ഉണ്ട്. കൊഞ്ചുകളുടെ ആകൃതിയിലെത്തിയതിനുശേഷം ചെറിയ ഞണ്ടുകളായി പരിണമിക്കും. ചെറിയ ഞണ്ടുകളുടെ രൂപം പ്രാപിച്ചു കഴിഞ്ഞാൽ സമുദ്രതീരം വിടും. വനാന്തരങ്ങളിലേക്ക് ദേശാടനം തുടങ്ങും. ഈ യാത്ര ഒമ്പതു ദിവസമെടുക്കും ദ്വീപിന്റെ മദ്ധ്യഭാഗത്തെത്താൻ. പ്രത്യേകം ശ്രദ്ധിക്കേണ്ട ഒരു കാര്യം ഈ യാത്രയെ നിയന്ത്രിക്കാനോ മാർഗ്ഗനിർദ്ദേശം നൽകുവാനോ മുൻഗാമികളായ ഞണ്ടുകളില്ല. ഇതൊരു ആശ്ചര്യപ്പെടുത്തുന്നതും മഹത്തായതുമായ ഒരു പ്രകൃതി പ്രതിഭാസമാണ്. ഇവയുടെ മൂന്നുവർഷത്തെ വളർച്ച വളരെ സാവധാനത്തിലാണ്. നാലഞ്ചു വർഷം പ്രായമാകുമ്പോൾ പൂർണ്ണ വളർച്ചയെത്തും. ആ സമയത്ത് മറ്റ് മുൻഗാമികളായ ഞണ്ടുകൾക്കൊപ്പം സമുദ്രതീരം തേടി യാത്ര തിരിക്കും. ആദ്യമായി തീരത്തെത്തിയാൽ മുൻഗാമികൾ ചെയ്ത എല്ലാ പ്രവൃത്തികളും സ്വയം ചെയ്യും. അങ്ങനെ പ്രകൃതിയുടെ നിലനില്പിന്റെ ഭാഗമായിത്തീരും. പ്രായമായ ഞണ്ടുകൾ വർഷത്തിലൊരിക്കൽ അവയുടെ തോട് പൊഴിച്ചു കളയും. എന്നാൽ പൂർണ്ണ വളർച്ചയെത്തുന്നതിനു മുമ്പ് പലതവണ തോട് പൊഴിക്കും.

ക്രിസ്തുമസ് ദ്വീപിലെ റെഡ്ക്രാബ് ഓംനിവോറസ് ജീവിയാണ്. സസ്യങ്ങളെയും ജന്തുക്കളെയും അവസരാനുസരണം ഭക്ഷിക്കും. പഴുത്തിലകളും പഴങ്ങളും പുഷ്പങ്ങളും മുളച്ചു വരുന്ന ചെടികളും അതുപോലെ തന്നെ ചത്ത ജന്തുക്കളും ചത്ത സ്വന്തം ഇനത്തിൽപ്പെട്ട ഞണ്ടുകളെയും ആഹാരമാക്കും. കൂടാതെ മനുഷ്യരുടെ വിസർജ്യവും ആഹാരത്തിന്റെ പട്ടികയിൽ പെടും. വിദേശിയായ വലിയ ആഫ്രിക്കൻ ഒച്ച് ഇഷ്ടതീറ്റയാണ്. അതുകൊണ്ടുതന്നെ ഈ ദ്വീപിലെ വാസവും ആഹാരലഭ്യതയിൽ കാര്യമായ എതിരാളികളില്ലാത്തതുകൊണ്ടും സമൃദ്ധിയായി ആഹാരം ലഭിക്കുന്നു.

പൂർണ്ണ വളർച്ചയെത്തിയ ഞണ്ടുകൾക്ക് ഈ ദ്വീപിൽ ശത്രു ജീവികളില്ല. എന്നാൽ ലാർവ ഘട്ടത്തിൽ മത്സ്യങ്ങളും വായ് അരിപ്പക്കു സമാനമായി ഉപയോഗിക്കാവുന്ന തിമിംഗിലസ്രാവ് തുടങ്ങിയ സമുദ്ര ജീവികൾ ഭീഷണിയാണ്. റെഡ്ക്രാബ് മുട്ടയിടുന്ന സീസൺ മനസ്സിലാക്കി ഇവിടെ ഫീഡിംഗ് ഗ്രൗണ്ടായി തെരഞ്ഞെടുത്തിട്ടുണ്ട്. ഇന്നത്തെ വലിയൊരു സംഖ്യയായി തീരുവാനുള്ള പ്രധാന കാരണം ഇവയെ ആഹാരമാക്കിയിരുന്ന പ്രാദേശികമായ ഒരിനം എലിയുടെ വംശനാശമാണ്. 1903 മുതൽ എലികൾ ഇല്ലാതായി.

ഒരു സ്ക്വയർ മീറ്ററിൽ ഒമ്പതു മുതൽ 57 ഞണ്ടുകളുടെ സാന്നിദ്ധ്യം അവിടെ നടത്തിയ സർവ്വേയിൽ കണ്ടുപിടിക്കപ്പെട്ടു. ഈ കണക്കനുസരിച്ച് 437 ലക്ഷം ഞണ്ടുകൾ ഈ ദ്വീപിൽ ഉണ്ടാകുമെന്നാണ് നിഗമനം.

റെഡ്ക്രാബിന്റെ വാർഷിക ദേശാടന സമയത്ത് മൂന്നും നാലും റോഡുകൾ മറികടക്കേണ്ടതായിട്ടുണ്ട്. ഇതിന്റെ ഫലമായി പലപ്പോഴും റോഡ് ക്രോസ് ചെയ്യുന്ന അവസരത്തിൽ നല്ലൊരു സംഖ്യ ഞണ്ടുകൾ വാഹനങ്ങൾ കയറി ചതഞ്ഞരഞ്ഞു പോകാറുണ്ട്. ഇപ്പോൾ പല കരുതൽ നടപടികളും സ്വീകരിച്ചിട്ടുണ്ട്. വേലികൾ നിർമ്മിച്ചും അടിപ്പാതകൾ നിർമ്മിച്ചും സുരക്ഷിതമായി റോഡുകൾ ക്രോസ് ചെയ്യുന്നതിനുള്ള സംവിധാനങ്ങൾ ചെയ്തിട്ടുണ്ട്. ഇതുമൂലം അത്യാഹിതങ്ങൾ വളരെ കുറച്ചു കൊണ്ടുവരാൻ അധികൃതർക്ക് കഴിഞ്ഞിട്ടുണ്ട്. പ്രകൃതി പ്രതിഭാസങ്ങളിൽ എന്തുകൊണ്ടും ഔന്നത്യമാർന്ന ഒരു സ്ഥാനം ക്രിസ്തുമസ് ദ്വീപിലെ റെഡ്ക്രാബുകൾക്കുണ്ട്.

അമ്പത്തിരണ്ട്

മോണാർക് ചിത്രശലഭങ്ങളുടെ ദേശാടനം

മോണാർക്ക് (Monarch) ചിത്രശലഭങ്ങൾ വടക്കേ അമേരിക്കയുടെ ഒരു വശത്തു നിന്നും മറുവശത്തേക്കുള്ള ദേശാടനം ലോകത്തു സംഭവിക്കുന്ന പ്രകൃതിപ്രതിഭാസങ്ങളുടെ കൂട്ടത്തിൽ അദ്ഭുതകരമായ ഒന്നാണ്. കാനഡയുടെ തെക്കു ഭാഗത്തുള്ളതും അമേരിക്കൽ ഐക്യനാടുകളിലേയും ചിത്രശലഭങ്ങൾ സെപ്തംബർ-ഒക്ടോബർ മാസങ്ങളിൽ സെൻട്രൽ മെക്സികോയിലേയ്ക്ക് യാത്ര തിരിക്കുന്നു. നവംബർ മാസത്തോടെ സെൻട്രൽ മെക്സികോയിൽ എത്തിച്ചേരും. തിരിച്ച് മാർച്ചിൽ മെക്സികോയിൽ നിന്നും പുറപ്പെട്ട് ജൂലൈ മാസത്തോടെ യാത്ര ആരംഭിച്ച സ്ഥലത്തെത്തും. ഈ സൈക്കിൾ എല്ലാ വർഷവും തുടർന്നു കൊണ്ടിരിക്കും. പെൺചിത്രശലഭങ്ങൾ അടുത്ത തലമുറയ്ക്കുവേണ്ടി വടക്കോട്ടുള്ള ദേശാടന മദ്ധ്യേ മുട്ടയിടും. ഒരു ദേശാടനത്തിൽ അഞ്ചു തലമുറയിലെ ചിത്രശലഭങ്ങൾ പങ്കെടുക്കും. ഇതുപോലെ തന്നെ പടിഞ്ഞാറൻ ഭാഗത്തുള്ള ചിത്രശലഭങ്ങൾ വടക്കൻ കാനഡയിലെ റോക്കി പർവ്വത നിരകൾക്കും കാലിഫോർണിയായുടെ തീരങ്ങൾക്കും ഇടയിൽ വർഷം തോറും ദേശാടനം നടത്തിക്കൊണ്ടിരിക്കും.

ആസ്ട്രേലിയായിലും ന്യൂസിലാന്റിലുമുള്ള മോണാർക്ക് ചിത്രശലഭങ്ങൾ രണ്ടു രാജ്യങ്ങളിലേക്ക് അങ്ങോട്ടുമിങ്ങോട്ടും പര്യടനം നടത്തുന്നു. കൂടാതെ ഫ്ളോറിഡായിലും കരീബിയൻ ദ്വീപുകളിലും മോണാർക്ക് ചിത്രശലഭങ്ങൾക്ക് ശീതകാലത്ത് അതിജീവിക്കാനുള്ള കേന്ദ്രങ്ങളുണ്ട്. എന്നാൽ ഇവിടുത്തെ ചിത്രശലഭങ്ങൾ പര്യടനം നടത്തുന്നതായി കണ്ടിട്ടില്ല. അരിസോണയിലും വടക്കൻ ഫ്ളോറിഡയിലും ശീതകാലത്തെ അതിജീവിക്കുന്ന സ്ഥാനങ്ങൾ മോണാർക്ക് ചിത്രശലഭങ്ങൾക്കുണ്ട്. മറ്റു ഇനത്തിൽപ്പെട്ട ചിത്രശലഭങ്ങളും ലോകത്തിൽ ഒരു കോണിൽ നിന്നും മറ്റൊരു കോണിലേക്ക് ദേശാടനം ചെയ്യുന്നുവെന്നുള്ളത് പ്രകൃതിപ്രതിഭാസങ്ങളിൽ ശ്രദ്ധയാർജിച്ചിട്ടുള്ള അതിശയം തന്നെയാണ്.

മോണാർക്ക് ചിത്രശലഭങ്ങൾ സ്വാഭാവിക വാസസ്ഥലത്തു നിന്നും ആഗോളാടിസ്ഥാനത്തിൽ ദേശാടനം നടത്തുന്നില്ല. എന്നാൽ കിഴക്കൻ മോണാർക്ക് ചിത്രശലഭങ്ങൾ 7700 ൽ പരം കിലോമീറ്റർ താണ്ടി മെക്സിക്കോയിലെത്തുന്നു. ഇത്രത്തോളം ദൂരപര്യടനം നടത്തുന്ന മറ്റൊരു ഷഡ്പദം മരുഭൂമിയിലെ വെട്ടുകിളി മാത്രമേയുള്ളൂ. മരുഭൂമിയിലെ വെട്ടുകിളിയുടെ പര്യടന ദൂരം കണക്കാക്കിയിട്ടുള്ളത് അറേബ്യൻ പെനിൻസുലയിൽ നിന്നും ആഫ്രിക്കയുടെ പടിഞ്ഞാറെ തീരത്തേക്ക് നടത്തിയ ദേശാടനമാണ്. ഈ ദേശാടനത്തിൽ അയ്യായിരം കിലോമീറ്റർ യാത്ര ചെയ്തു. ഇത് 1950ൽ റിപ്പോർട്ട് ചെയ്യപ്പെട്ട വിവരമാണ്. ഇതുപോലെ ലോകവ്യാപകമായി പല ചെറിയ ജീവികൾ കിലോമീറ്ററുകൾ അങ്ങോട്ടുമിങ്ങോട്ടും പര്യടനം നടത്തുന്നുണ്ട്. ഈ പര്യടനങ്ങളുടെ പ്രധാന കാരണം ഋതുക്കളിൽ വരുന്ന മാറ്റമാണ്. മറ്റു പല കാരണങ്ങളിൽ ഒന്നാണ് ആഹാര ലഭ്യത.

ചിത്രശലഭങ്ങൾ പ്രകൃതിയേയും പ്രകൃതി ഇവകൾക്കും കാലങ്ങളെ എങ്ങനെ അനുകൂലമാക്കി തീർക്കുന്നുവെന്നുനോക്കാം. ഒന്നാമതായി വേനൽക്കാലം. വേനൽക്കാലത്ത് പ്രജനന വാസസ്ഥലം പ്രായപൂർത്തിയായവയ്ക്കുവേണ്ടി മകരന്ദം നൽകുന്ന സസ്യങ്ങളും (Nectaring plants) ലാർവയ്ക്ക് ആരോഗ്യകരമായ ലാർവൽ സസ്യങ്ങളും ഉള്ള പ്രദേശം തെരഞ്ഞെടുക്കും. ചിത്രശലഭങ്ങളെ ഇരയാക്കുന്ന ജീവികളുടെയും പരാന്നഭുക്കുകളുടെ സാന്നിദ്ധ്യം കുറഞ്ഞതുമായ വാസസ്ഥലങ്ങൾ കൂടുതൽ മോണാർക്കുകൾ പൂർണ്ണവളർച്ചയിലേയ്ക്ക് അതിജീവിക്കാൻ കാരണങ്ങളാണ്. അടുത്തത് കുറഞ്ഞ രോഗസാധ്യതയുള്ള വാസസ്ഥലവും അനുകൂലപ്രദമാണ്. പ്രകൃതിയിലെ പ്രത്യേക താപാവസ്ഥയിൽ മോണാർക്കിന്റെ പ്രജനനം ത്വരിതഗതിയിലാക്കുന്നു. പ്രജനനത്തിന് കൂടുതൽ അനുകൂലമായ സാഹചര്യം അവയുടെ പ്രത്യുത്പാദന പ്രക്രിയയുടെ വിജയമായി കണക്കാക്കുന്നു.

വടക്കേ അമേരിക്കയിൽ വേനൽക്കാലത്തിന്റെ അവസാനത്തോടെ വാസസ്ഥലം മാറേണ്ടതായി വരുന്നു. വേനൽക്കാലം കഴിഞ്ഞാൽ മഴ പൊഴിയാൻ തുടങ്ങും. അപ്പോഴേക്കും അധികം മഴയില്ലാത്തതും മകരന്ദം നൽകുന്ന സസ്യങ്ങൾ ധാരാളം ഉള്ളതും അനുയോജ്യമായ കാലാവസ്ഥ ഉള്ള സ്ഥലമായ മെക്സിക്കോയിലേയ്ക്ക് കുടിയേറ്റം ആരംഭിക്കും. ആ സമയത്ത് മോണാർക്കിന്റെ വാസസ്ഥലമായ നോർത്ത് അമേരിക്കയിൽ നിന്നും മെക്സിക്കോയിലേയ്ക്ക് കാറ്റിന്റെ ഗതിയുള്ള സമയമാണ്. ഈ ടെയ്ൽവിൻഡ് (Tailwind) മോണാർക്കുകൾ പ്രയോജനപ്പെടുത്തും. ചിത്രശലഭങ്ങൾ കാറ്റിന്റെ ഗതിക്കനുസരിച്ചാണ് ദേശാടനം നടത്തുന്നത്. കാലാവസ്ഥ ഈർപ്പമുള്ളതാകയാൽ ശരീരത്തിലെ ജലസാന്നിദ്ധ്യം

ഉറപ്പുവരുത്തുന്നതിനു കഴിയുന്നു. മഞ്ഞുവീഴ്ചയ്ക്ക് മുമ്പായി യാത്ര അവസാനിപ്പിക്കണം. മഞ്ഞുവീഴ്ചയിൽ ഒരു പക്ഷേ, കൂട്ടത്തോടെ ചത്തുപോകാനുള്ള സാദ്ധ്യതയേറെയാണ്. ഇത്തരത്തിലുള്ള ഋതുക്കളുടെ വൈരുദ്ധ്യാത്മകത മുൻകൂട്ടി ഗ്രഹിക്കാനുള്ള കഴിവ് ചിത്രശലഭങ്ങൾക്കുണ്ട്.

മഞ്ഞുകാലം വരുന്നതോടെ പ്രത്യേകം സ്ഥലങ്ങൾ വിശ്രമ കേന്ദ്രങ്ങളായി തെരഞ്ഞെടുക്കും. ഫോറസ്റ്റ് കനോപ്പി, ഇവയെ ഇരയാക്കുന്ന ജീവികളുടെ കുറവ്, അനുയോജ്യമായ മരങ്ങളുള്ള സ്ഥലം, ജലലഭ്യത, താപനില, സൂര്യപ്രകാശത്തിന്റെ ലഭ്യത, മഴയുടേയും മഞ്ഞിന്റേയും അസാന്നിദ്ധ്യം, മനുഷ്യവാസമില്ലാത്ത സ്ഥലം ഇങ്ങനെ വിവിധ അനുകൂല സാഹചര്യങ്ങളിൽ ശ്രദ്ധാലുക്കളാണ് ചിത്രശലഭങ്ങൾ. ശീതകാലത്ത് ചിത്രശലഭങ്ങൾ വിശ്രമകേന്ദ്രങ്ങളാക്കുന്നത് ബാസ്സ്വുഡ്, ഇരിമ്പകം, ഓക്കുമരം, ഓറഞ്ച്, മൽബറി, പീക്കൻ, അരളി, കോട്ടൺവുഡ് മൊസ്കിട്ട് എന്നീ വൃക്ഷങ്ങളിലാണ്.

അടുത്തഘട്ടം മെക്സിക്കോയിൽ നിന്നും മോണാർക്ക് ചിത്രശലഭങ്ങളുടെ റ്റെക്സാസ്, ഒക്ലഹോമ എന്നീ സ്ഥലങ്ങളിലേക്കുള്ള തിരിച്ചുപോക്കാണ്. തിരിച്ചുപോക്ക് മെക്സിക്കോയിൽ നിന്നും നോർത്ത് അമേരിക്കയിലേക്ക് വീശുന്ന കാറ്റിന്റെ ഗതിക്കനുസരിച്ചാണ്. ഇങ്ങനെ മെക്സിക്കോയിൽ എത്തപ്പെട്ട ചിത്രശലഭങ്ങൾ തിരിച്ച് റ്റെക്സാസ്, ഒക്ലഹോമ മറ്റു നോർത്ത് അമേരിക്കയുടെ പ്രദേശങ്ങളിൽ എത്തിക്കഴിഞ്ഞാൽ ഒരു സൈക്കിൾ പൂർത്തിയാകും. അതോടെ ഒരു വർഷത്തിലെ നാലു ഋതുക്കളും കഴിയും.

മോണാർക്ക് ചിത്രശലഭങ്ങൾ ദേശാടനത്തിനു മുമ്പായി പലവിധ ശാരീരിക മാറ്റങ്ങൾക്ക് വിധേയമാകുന്നു. ഇതിന്റെ ചിറകുകൾ ഇരുണ്ടതും വലിപ്പമുള്ളതുമാണ്. യാത്രയ്ക്കുവേണ്ടി കൂടുതൽ കൊഴുപ്പ് ചിറകിൽ ശേഖരിക്കുന്നു. പെൺചിത്രശലഭങ്ങളിൽ അണ്ഡോത്പാദനം നിലയ്ക്കും. ഇണചേരാനുള്ള ചേഷ്ടിതം ഇല്ലാതാകുന്നു. അത്തരത്തിലുള്ള ഹോർമോണിന്റെ പ്രവർത്തനം ശരീരത്തിൽ നടക്കുന്നു.

ഈ ഭൂമിയിൽ ഏകദേശം 17500 സ്പീഷിസിൽപ്പെട്ട ചിത്രശലഭങ്ങളുണ്ടെന്ന് കണക്കാക്കിയിരിക്കുന്നു. അതിൽ 750 സ്പീഷിസ് നോർത്ത് അമേരിക്കയിലുണ്ട്. ഇന്ത്യയിൽ ഏകദേശം ആയിരത്തിയെണ്ണൂറോളം ചിത്രശലഭങ്ങൾ ഉണ്ടാകുമെന്ന് കണക്കാക്കിയിട്ടുണ്ട്. അതിൽ 15-20 ശതമാനം പ്രാദേശികമായ ഇനങ്ങളാണ്. ബാക്കിയുള്ള ചിത്രശലഭങ്ങൾ ഇന്ത്യയിൽ പര്യടനം നടത്തി തിരിച്ചു പോകുകയും കാലാവസ്ഥ അനുകൂലമാകുമ്പോൾ തിരിച്ചെത്തുന്നവയുമാണ്.

കേരളത്തിൽ 332 ചിത്രശലഭങ്ങളെ ലിസ്റ്റ് ചെയ്യപ്പെട്ടിട്ടുണ്ട്. അതിൽ വെസ്റ്റേൺ ഗാട്ടിൽ മാത്രം 37 ഇനത്തിൽപ്പെട്ട പ്രാദേശികമായ

ചിത്രശലഭങ്ങളുണ്ട്. 96 സ്പീഷിസിൽപ്പെട്ട ചിത്രശലഭങ്ങൾ കേരളത്തിൽ കുടിയേറ്റം നടത്തുന്നുണ്ടെന്ന് സർവ്വേയിൽ കണ്ടെത്തിയിട്ടുണ്ട്. ഷഡ്പദങ്ങളുടേത് വലിയൊരു ലോകമാണ്. കാറ്റിന്റെ ഗതി മനസ്സിലാക്കിയാണ് ലോകത്തിലെ എല്ലാ ഷഡ്പദങ്ങളും ദേശാന്തരഗമനം നടത്തുന്നത്. ഒരു സ്ഥാനത്തു നിന്നും മറ്റൊരു സ്ഥാനത്തേയ്ക്ക് പറന്നെത്തുകയല്ല. കാറ്റിൽ തെന്നിതെന്നി നീങ്ങുകയാണ്. മഹാശ്ചര്യം തന്നെയാണ് ഇവകളുടെ ജീവിതരീതികളും ദേശാന്തരഗമനങ്ങളും. ഭൂമിയിലെ പ്രകൃതിപ്രതിഭാസങ്ങളുടെ വലിയൊരു നിരയിൽ ഒരു ചെറിയ ജീവിയുടെ അദ്ഭുതകരമായ ജീവിതശൈലി പാടവം.

അമ്പത്തിമൂന്ന്

മണ്ണിരകളുടെ മൈഗ്രേഷൻ

മഴ പെയ്തുകഴിഞ്ഞ് നാലു ദിവസത്തിനു ശേഷം സൂര്യപ്രകാശമേറ്റ് മണ്ണ് കട്ടി പിടിക്കാൻ ആരംഭിക്കും. തുടർന്ന് മഴ ലഭിച്ചില്ലെങ്കിൽ മണ്ണ് പൂർണ്ണമായും ജലാംശം നഷ്ടപ്പെട്ട് കാഠിന്യമുള്ളതായി തീരും. ചില പ്രദേശങ്ങളിൽ ചൂടിന്റെ ആധിക്യം കാരണം മണ്ണ് പാറപോലെ ഉറച്ചു പോകും. ഇങ്ങനെ സംഭവിച്ചാൽ സസ്യങ്ങളുടെ വേരോട്ടം നിലച്ച് മുരടിച്ചു പോകും. എന്നാൽ പ്രകൃതി ഇതിനൊരു പ്രതിവിധി സൃഷ്ടിപരമായി ചെയ്തുവച്ചിട്ടുണ്ട്. അതാണ് കർഷകന്റെ സുഹൃത്തായ മണ്ണിരകൾ. മണ്ണിരകൾ മണ്ണിനെ കട്ടപിടിക്കാതെ ഉഴുതുമറിച്ചുകൊണ്ടിരിക്കും. ഈ ഉഴുതുമറിക്കലിൽ മണ്ണ് അയവുള്ളതാകുക മാത്രമല്ല മണ്ണിലെ ജൈവ പദാർത്ഥങ്ങളെ എല്ലായിടത്തും വ്യാപിപ്പിക്കുക കൂടി ചെയ്യുന്നു.

പ്രകൃതിശാസ്ത്രപണ്ഡിതൻ എഡ്വിൻ വേറ്റ്ലി തന്റെ പുസ്തക മായ നോർത്ത് വിത്ത് ദ സ്പ്രിംഗ് എന്ന പുസ്തകത്തിൽ മണ്ണിരകളുടെ സഞ്ചാരത്തെക്കുറിച്ച് വിവരിച്ചിട്ടുണ്ട്. മഴക്കാലത്തും വസന്തകാലത്തും മണ്ണിരകൾ കുത്തനെ താഴോട്ട് കുടിയേറുന്നു. മഴക്കാലത്ത് വളരെ താഴ്ച യിൽ ഫ്രോസ്റ്റ്ലൈൻ വരെ യാത്ര ചെയ്യുന്നു. ഫ്രോസ്റ്റ്ലൈൻ എന്നു പറയുന്നത് അന്തരീക്ഷത്തിലെ തണുപ്പ് എത്തിപ്പറ്റാത്ത ഭൂമിയുടെ ഏറ്റവും താഴ്ന്ന ഭാഗം. മഞ്ഞ് പൊഴിക്കുന്ന ഭൂമിയിലും ഫ്രോസ്റ്റ്ലൈനിൽ എത്തി ചുരുണ്ടുകൂടി കിടക്കും. കൂടാതെ ധാരാളം മണ്ണിരകൾ സമൂഹ മായി അടിത്തട്ടിൽ കർമ്മ രഹിതരായി കഴിഞ്ഞു കൂടും. ഇങ്ങനെ ചെയ്യു ന്നത് ശരീരത്തിലെ ഈർപ്പം നഷ്ടപ്പെടാതിരിക്കുന്നതിനുവേണ്ടിയാണ്.

വസന്തകാലത്തിന്റെ വരവോടെ ഫ്രോസ്റ്റ്ലൈനിൽ നിന്നും ലംബ മായി മുകളിലേയ്ക്കു കുടിയേറുന്നു. മണ്ണിരകൾ ഭൂമിയുടെ ഉപരിതല ത്തിൽ എത്തിപ്പെട്ടു എന്നതിന്റെ അർത്ഥം വസന്തകാലം ആരംഭിച്ചു എന്നാണ്. ഋതുക്കളുടെ വരവും പോക്കും മണ്ണിരകൾ മണ്ണിൽ അതി ജീവിച്ചുകൊണ്ട് മനസ്സിലാക്കുവാനുള്ള കഴിവ് പ്രകൃതി അവയ്ക്കു നൽകിയിട്ടുണ്ട്.

അമേരിക്കൻ ഐക്യനാടുകളിൽ മണ്ണിലെ മണ്ണിരകളുടെ സാന്നിദ്ധ്യം വളരെ കുറവാണ്. മണ്ണിരകൾ ഭൂമിയുടെ എഞ്ചിനീയേഴ്സ് എന്ന്

മനസ്സിലാക്കി ഏഷ്യയിൽ നിന്നും ഇറക്കുമതി ചെയ്യുകയും കൃത്രിമമായി സൃഷ്ടിക്കുകയും ചെയ്തു വരുന്നു. അമേരിക്കൻ ഐക്യനാടുകളിൽ മണ്ണിരകളുടെ സാന്നിദ്ധ്യം കുറയാൻ കാരണം ഐസ് യുഗത്തിൽ ഭൂമി മഞ്ഞുമൂടി കിടന്നതു കാരണം മണ്ണിരകൾക്ക് വംശനാശം സംഭവിച്ചു വെന്നാണ് വിശ്വസിക്കുന്നത്. എന്നാൽ വ്യവസായികാടിസ്ഥാനത്തിൽ നൂറ്റാണ്ടുകൾക്ക് മുമ്പു മുതൽ കൃഷി ചെയ്തു വന്നത് രാസപ്രയോഗ ങ്ങളിലൂടെയാണ്. ഇതൊരു പ്രധാന കാരണമായി കാണണം. വനങ്ങളിൽ പോലും ജൈവാവശിഷ്ടങ്ങൾ കുന്നുകൂടി കട്ടപിടിച്ചു കിടന്ന അവസ്ഥ യുണ്ടായിരുന്നു. മണ്ണിരകളെ വിന്യസിച്ചതോടെയാണ് അതിന് മാറ്റം സംഭവിച്ചത്. രാസപ്രയോഗങ്ങളുടേയും കാലാവസ്ഥാ വ്യതിയാന ത്തിന്റേയും ഫലമായി ഇന്ത്യയിലും മണ്ണിലെ മണ്ണിരകളുടെ സാന്നിദ്ധ്യം കുറഞ്ഞു വരികയും കൃത്രിമമായി സൃഷ്ടിക്കേണ്ട സ്ഥിതിയുമുണ്ട്.

പ്രകൃതിപ്രതിഭാസങ്ങൾ മനുഷ്യന് കണ്ടുപിടിക്കാനാവാത്തത്ര അദ്ഭുതങ്ങൾ നിറഞ്ഞതാണ്. കണ്ടുപിടിച്ചവയാകട്ടെ പരിമിതവും. എങ്കിലും മനുഷ്യകുലത്തിനറിയാത്ത എത്രയോ പ്രതിഭാസങ്ങളാണ് പ്രകൃതി നിഗൂഢമായി കാത്തുവെച്ചിട്ടുള്ളത്. ഇനിയുമേറെ കാണാനും അറിയാനും പഠിക്കാനുമുണ്ട്.

അനന്തമജ്ഞാതമവർണ്ണനീയ-
മീ ലോകഗോളം തിരിയുന്നമാർഗ്ഗം
അതിങ്കലെങ്ങാണ്ടൊരിടത്തിരുന്നു
നോക്കുന്ന മർത്ത്യൻ കഥയെന്തുകണ്ടു.

എന്ന മഹാകവി നാലപ്പാട്ട് നാരായണമേനോന്റെ വരികൾ എത്ര അർത്ഥഗർഭം.

www.ingramcontent.com/pod-product-compliance
Lightning Source LLC
LaVergne TN
LVHW060627051026
849519LV00002B/794
* 9 7 8 9 3 8 7 3 3 1 6 1 7 *